பத்துப்பாட்டில் சொல்லோவியங்கள்

தொகுதி 1

முனைவர் ப.பாண்டியராஜா

இந்தியா மலேசியா இலங்கை ஜெர்மனி அமெரிக்கா

நூல்: பத்துப்பாட்டில் சொல்லோவியங்கள் பகுதி - 1 ♦ ஆசிரியர்: முனைவர் ப. பாண்டியராஜா ♦ பதிப்பு: நவம்பர் 2023 ♦ உரிமை: ஆசிரியருக்கு ♦ வெளியீடு: தமிழ் மரபு அறக்கட்டளை பதிப்பகம் ♦ பக்கங்கள்: 208 ♦ விலை: ரூ.250/-, ஐரோப்பாவில் யூரோ 5/- ♦

Book Title: Pathuppattil Solloviyangal - Part 1 ♦ *Author: Dr. P. Pandiyaraja* ♦ *Publisher: Tamil Heritage Foundation Pathipagam* ♦ *Edition: November 2023 (First)* ♦ *Size : Demy Octovo* ♦ *Pages: 208* ♦ *Copyright: Author* ♦ *E-mail: mythforg@gmail.com* ♦ *Price Rs.250/- Euro 5/-* ♦ *Printed by: Adayar Students Xerox, Chennai-79* ♦*Copyright Reserved* ♦

ISBN: 978-81-962636-6-9

என் அகவாழ்வுக்குத்

தமிழையும்

தமிழ் சார்ந்த பாடங்களையும்

என் புறவாழ்வுக்குக்

கணிதத்தையும்

கணிதம் சார்ந்த பாடங்களையும்

கற்பித்து

என் வாழ்வுக்கு

இனிமையையும்

செழுமையையும்

சேர்ப்பித்த

என் அத்தனை ஆசிரியப் பெருமக்களுக்கும்

பணிவுடன்

காணிக்கை

உள்ளடக்கம்

பதிப்புரை 5

அணிந்துரை 7

என்னுரை 11

1. பத்துப்பாட்டு – ஒரு முன்னுரை 19
2. திருமுருகாற்றுப்படை 24
3. பொருநராற்றுப்படை 58
4. சிறுபாணாற்றுப்படை 88
5. பெரும்பாணாற்றுப்படை 116
6. மலைபடுகடாம் 153

4

பதிப்புரை

சங்க இலக்கியங்கள் தமிழ் மொழியின் சிறப்புக்குச் சிறப்புச் சேர்ப்பவை. ஆயினும் அதனை அணுகுவதற்குப் பலரும் தயக்கம் காட்டுகின்றனர். இதற்கு மிக முக்கியக் காரணமாக அமைவது சங்கத்தமிழ்ச் செய்யுட்களின் உரைநடை அல்லாத அதன் வடிவத்தைப் புரிந்து கொள்ளக் கடினமாக இருக்குமோ என்ற ஒரு வகையான அச்ச உணர்வு தான். இந்த அச்ச உணர்வை நீக்கி மிக எளிய வகையில் சங்கத்தமிழ் இலக்கியத்தில் பத்துப்பாட்டுச் செய்யுட்களை நமக்கு அறிமுகப்படுத்துகின்றார் நூலாசிரியர் முனைவர் ப. பாண்டியராஜா.

சிறந்த தமிழ் அறிஞரான முனைவர் பாண்டியராஜா அவர்கள் மிக நீண்ட காலமாகத் தமிழ் மொழியில் மிக எளிய நடையில் எல்லோரும் புரிந்து கொள்ளும் வகையில் தொடர்ந்து எழுதி வருகின்றார். அடிப்படையில் கணினித் துறையைச் சார்ந்தவர் என்றாலும் தீவிர ஆர்வத்துடன் இவரது நீண்ட காலத் தமிழ்ப் பணி தொடர்கிறது.

இந்த நூல் இளம் சிறார்கள் முதல் வயதில் மூத்தோர் வரை எல்லோரும் சங்கத் தமிழில் பத்துப்பாட்டுச் செய்யுட்களை எளிதாக அணுக சிறந்ததொரு வாய்ப்பை ஏற்படுத்திக் கொடுக்கும் என்ற ஆழ்ந்த நம்பிக்கை எனக்கு உண்டு.

இந்த நூல் உருவாக்கத்தில் ஆர்வத்துடன் செயல்பட்டு இந்த நூல் வெளிவரப் பணிகளை முன்னெடுத்த தமிழ் மரபு அறக்கட்டளை பதிப்பகத்தின் பொறுப்பாளர் டாக்டர் பாமா, நூலின் எழுத்துப் பிழைகளைச் சரிபார்த்து உதவிய முனைவர் பாப்பா, இந்நூலின் அட்டையை அலங்கரிக்கும் ஓவியத்தை

வழங்கிய இலங்கை மட்டக்களப்பு ஓவியர் ஈஸ்வரராஜா குலராஜ், மற்றும் அட்டைப் படத்தை மிக அழகாக வடிவமைத்துத் தந்திருக்கும் திரு. எஸ். நாணா ஆகிய அனைவருக்கும் தமிழ் மரபு அறக்கட்டளையின் நன்றி.

தமிழ் ஆர்வலர்கள் மட்டுமல்லாது இலக்கிய ஆர்வலர்களும் வாங்கி வைத்து வாசித்து மகிழ வேண்டிய நூல் இது.

இந்த நூலை வெளிக் கொணர்வதில் தமிழ் மரபு அறக்கட்டளை மகிழ்கின்றோம்.

நூலாசிரியருக்கு எனது நெஞ்சம் நிறைந்த நல்வாழ்த்துக்களும் பாராட்டுக்களும்.

முனைவர் க. சுபாஷிணி
தலைவர், தமிழ் மரபு அறக்கட்டளை
பன்னாட்டு அமைப்பு
1.1.2023

அணிந்துரை

சங்க இலக்கியக் கல்விக்கு ஒரு நுழைவாயில்!
❧❖❧

பேராசிரியர் ப. பாண்டியராஜா பத்துப்பாட்டைப் பற்றி எழுதிக்கொண்டிருக்கிற நூல்களுள் இது இளைஞர்களுக்கு என எழுதப்பட்ட ஆற்றுப்படைகள் ஐந்து நூல்களை உள்ளடக்கியதாகும். தமிழுடன் பழகவேண்டும்; ஒரு நண்பருடன் அவரது இயல்புகளை அறிந்து பழகுவதுபோலத் தமிழ் மொழியுடன் பழக வேண்டும். அதிலுள்ள இலக்கிய இலக்கண நூல்களைப் படிப்படியாகப் படித்துப் படித்துப் பழகவேண்டும் என்று யான் அடிக்கடிக் கூறுவதுண்டு. பேராசிரியர் பாண்டியராஜா இந்நூல்களின் வழி, நம் ஒவ்வொருவரையும் சங்கப் பனுவல்களுடன் மிக நெருங்கிப் பழகவைத்துவிடுகிறார்.

தமிழாசிரியர்கள், தமிழறிஞர்கள், ஆர்வலர்கள் எல்லோருமே, இவ்வாறு அத் தனிப் பேரிலக்கியத்துடன் உளங்கனிந்து, ஊனாய் உயிராய் ஒன்றிப் பழகாமல், கால ஆராய்ச்சிகளிலும் புற நீர்மைகளிலும் ஆய்வுகள் செய்து சில கருத்துரைகளை வழங்கி நின்றுவிடுகின்றனர்.

இந்நூல் பத்துப்பாடல்களிலுள்ள ஐந்து ஆற்றுப்படைகள் பற்றியது. இதனை எளிமைப்படுத்தி, இளைஞர்களுக்கு என எழுதியுள்ளார்; இரண்டு பகுதிகளாகப் பிரித்து முதல் பிரிவில் தனிநூலின் முழுமையான கருத்தை, கதை சொல்வது போல் தருகின்றார். இவ்வாறு முன்னுரையையும் உரைநடைச் சுருக்கத்தையும் தந்தபின், இரண்டாம் பிரிவில் சிறப்புக் காட்சிகள் சிலவற்றைத் தேர்ந்தெடுத்து ஒவ்வோரடியாக, ஓர் அடியில் ஒவ்வொரு சொல்லாக விளக்குகிறார். அவை அனைத்தும் சங்கப்புலவர்களின் **சொல்லோவியங்களாகத்** திகழ்கின்றன.

அச்சான்றோர்கள் தாம் சொல்லவந்த செய்திகளுடன் எந்த அளவு ஒன்றித் தோய்ந்து நன்கு அறிந்தும் உணர்ந்தும் உள்ளதை உள்ளபடி கூற முயன்றுள்ளனர் என்பதை இவரளவு இதுவரை எடுத்துக் காட்டியவர்கள் மிகச் சிலர் ஆவர்.

கவிதை என்பது ஒன்றைச் சொல்லி ஆயிரத்தை உணர்த்துகிறது; உரைநடை ஆயிரத்தைச் சொல்லி ஒன்றை உணர்த்துகிறது என முன்பொருமுறை எழுதினேன். பேராசிரியர் இந்நூலில், 'ஓரிரு சொற்களில் ஓராயிரம் செய்திகளைப் பொதிந்து வைத்திருக்கும் சங்க இலக்கியங்கள்' என்று குறித்திருப்பதுடன் அதற்கான சான்றுகள் போல, இந்நூல் முழுவதும் ஒவ்வொரு சொல்லுக்கும் நேர்பொருள், நிழற்பொருள்களுடன் படம் போட்டுக் காட்சிப்படுத்தி விளக்கங்கள் தந்துள்ளார்.

ஒரு மொழி தெரிந்தால், அம் மொழி இலக்கியத்தைப் படித்துவிடலாம். ஆனால் தனித் தன்மையுள்ள தமிழ்த்திணை இலக்கியத்தைப் படிப்பதற்குத் தனிப்பயிற்சி வேண்டும். மேலும் பயிரினம், உயிரினம் (பறவை, விலங்கு, பிற) பற்றிய நேர்முக அனுபவமும் உடையவர்க்கே இவ் இலக்கியத்தில் வந்துள்ள பல செய்திகள் முழுமையாக விளங்கும். இவை அனைத்தையும் பற்றிய சங்க இலக்கியச் சொல்லாட்சிகளை இவர் விளக்கும் திறம் இவரது பலதுறை அறிவைக் காட்டுகிறது.

சுருங்கச் சொன்னால் தமிழ் இலக்கியத்துள் ஆய்ந்து தோய்ந்து, 'கற்றுத் துறைபோதல்' என்பார்களே, அது போல இவ் ஆழ்கடலுள் மூழ்கி முத்தெடுக்க முயல்கின்றார் என்றும் கூறலாம். வெறுமனே முகமனுக்காகப் பாராட்டுரைகளை மணிக்கணக்கில் பேசி ஓயும் தமிழகத்தில், இத்தகைய நூல்களை ஏற்றுப் போற்றச் சிலரேனும் முன்வரவேண்டும் என்பது எனது அவா.

இன்னியம், முருகியம், பல்லியம் யாவை என வேறுபாடு காட்டுகிறார். ஆற்றுப்படையின் அடிக்கருத்து வழிகாட்டுதலாகும். பாணரோ, பொருநரோ, கூத்தரோ அன்று சென்றிருக்கக் கூடிய வழிகளைப் பற்றிப் பாடிய புலவர்கள், எந்த அளவு தங்கள் நேர்முகப் பட்டறிவைத் துளியளவும் மாறாமல் பதிவுசெய்துள்ளனர் என்பதை இவர் விளக்குவது இவரின் அரிய முயற்சியாகும். பழமுதிர்ச்சோலை அருவிக்காட்சியை நக்கீரர் புனைந்துள்ள திறம்பற்றி, இவர் சொல்லுக்குச் சொல் விளக்கும் முறை பற்றிப் படித்தறிதல் வேண்டும். அடைமொழி, சொல், தொடர் ஒவ்வொன்றையும்

தனித்தனியே எடுத்துக்கொண்டு சங்கப்பாடல்களில் ஒவ்வொரு சொல்லும் காரணம் கருதிப் பொருத்தமுற ஆளப்பட்டிருப்பதை விளக்கிக்காட்டி அவை மேனாட்டார் கூறும் 'சொல்திறன்' என்பதற்கொப்ப அமைந்துள்ளன எனக் காட்டுகின்றார். 'விண்பொரு நெடுவரை என்றது ஏன்? பரிதியின் தொடுத்த' என்பதில் 'தொடுத்த என்றது ஏன்? தண் கமழ் அலர் இறால்' என்பதில் 'அலர்' என்றது ஏன்? என இவ்வாறு விளக்கி, இவற்றைச் 'சொல்லோவியங்கள்' என மகுடம் சூட்டுகின்றார்.

சங்கப்புலவர்களைச் 'சொல்லோவியர்கள்' எனலாம் என்ற இவரது மதிப்பீட்டிற்கு இந்நூலுள் தேர்ந்தெடுத்த சொல்லாட்சிகளுக்கு இவர் தந்துள்ள விளக்கம் தக்க சான்றாக அமைகின்றது. குமரகுருபரர் மீனாட்சி அம்மையை உயிரோவியம் என விளிப்பார். இவரோ சங்கப் பாடல்களில் உள்ள பெரும்பான்மையான சொற்களும் தொடர்களும் 'உயிரோவியங்கள்' என்று கூறுகிறார்.

கொழித்தல், இரிதல், அருவி 'இழும்' என இழிதருதல், யாழின் 'அண் நா இல்லா அமைவரு வறுவாய்', அவையல், வேற்று இழை நுழைந்த துன்னல் சிதார், நுண்மைய பூ கனிந்து - என இவ்வாறு இந்நூல் முழுவதும் சொல்லும் தொடரும் புதுப் பொலிவுபட விளக்கப்படுகின்றன. சங்ககால இயற்கைச் சூழலிலிருந்து நாம் மிகவும் விலகிப் போய்விட்டோம். பூக்களின் அழகு, மரம் செடி கொடிகளின் இயல்பு, பறவைகளின் பழக்கம், விலங்குகளின் வாழ்வு எனப் பலவற்றை அறிந்து படிப்பவரை வியக்கும்படி செய்கின்றார்.

அவரைப் பூ பார்த்ததுண்டா? மயில் கழுத்து எப்படி இருக்கும்? மீன்கொத்திப் பறவை எவ்வாறு இரைமீது பாயும்? ஒரு பூவின் முகிழ், விரி, போது போன்ற வளர்ச்சி நிலைகளை உற்றுக் கவனித்ததுண்டா? வேலி ஓரம் முகிழ்த்து மலரும் செங்காந்தட்பூக்களை எப்போதேனும் பார்த்ததுண்டா? இலவு காத்த கிளி என்ற பழமொழி தெரிந்த நமக்கு இலவமரம் பார்த்த பழக்கம் உண்டா? - இவ்வாறான மிகப் பலவற்றை இந்நூல் விளக்குவதால் இது தாவரவியலும் (Botany) விலங்கியலும் (zoology) பற்றியதாகவும் உளது. இவற்றை முறைப்படி அறிவியலாகப் படிக்காத சங்கப்புலவர்கள், பட்டறிவு வாயிலாக உவமை சொல்வதை வைத்து, அவர்களின் நுண்மாண் நுழைபுலத்தை இவர் விளக்கும்போது படிப்பவர்க்கு வியப்பும் திகைப்பும் மட்டுமன்றி

எல்லையற்ற இலக்கிய இன்பமும் வாய்க்கிறது.

பேராசிரியர் பாண்டியராஜா தம் பத்து நூல்களையும் வரிசைப்படுத்தி, இந்நூலை இறுதியில் வைத்திருந்தாலும், ஆர்வமுடைய அனைவரும் இவ் இறுதி நூலை முதலில் படித்துவிட்டுப் பிறகு முதலிலிருந்து படித்தால் அவை எளிதாக இருக்குமென்று தோற்றுகிறது.

எத்தனையோ நூல்கள் சங்க இலக்கியம் பற்றி எழுதப்பட்டு வரினும், புதிய நோக்கம், புதிய பார்வை, புதுவரவு எனத் தம் நூல்களை உருவாக்கி வருகிறார் பேராசிரியர் பாண்டியராஜா. தமிழ் ஆய்வாளர்களும், ஆர்வலர்களும் இந்நூல்களைப் படித்தால், ஒன்று பத்தாக, பத்து நூறாக, நூறு ஆயிரமாகத் தமிழாய்வுத் துறை பரந்து விரியும் என்பது என் நம்பிக்கை.

தமிழண்ணல்
8 . 11 . 2010

முனைவர் தமிழண்ணல்,

தமிழியல் துறைத்தலைவர்(பணிநிறைவு),

மதுரை காமராசர் பல்கலைக்கழகம்,

ஏரகம், சதாசிவநகர்,

மதுரை - 625020

8.11.2010

என்னுரை

இந்த நூலின் ஒருசில பக்கங்களை எழுதிமுடிக்கும் முன்னரே, இது நமக்குத் தேவைதானா, நம்மால் முடியுமா என்ற கேள்விகள் என்னுள் எழுந்து என்னைத் தயங்கவைத்தன. எனினும் கலங்காதே, திகையாதே, எப்பொழுதும் உன்னுடனே கூட நான் இருக்கிறேன் என்று என்னைத் தேற்றி, தெளிவாக்கி, தொடர்ந்து எழுதவைத்ததும் அல்லாமல், நான் எழுதிக்கொண்டிருக்கும்போதே எனக்குள் ஊற்றாய் எண்ணங்களை ஊற வைத்த இறைவனுக்கு என்னுடைய முதல் நன்றி.

இந்த நூலை எழுதுவதற்கு எனக்குத் தேவைப்பட்ட முக்கியமானவற்றுள் முதலானது தனிமை. எனக்குத் தேவையான நேரத்தை எனக்குத் தயங்காது வழங்கி, தனக்குத் தேவையான தோழமையைத் தான் பெருமளவு இழந்து நிற்கும் என் அன்பு மனைவி சு. வனஜாவுக்கு என் இதயபூர்வமான நன்றி.

நான் ஓரிரு முறைகளே சந்தித்திருந்தாலும் ஒவ்வொரு முறையும் எனக்காகத் தன் நேரத்தை ஒதுக்கி, என்னுடன் அளவளாவி, ஐயங்களைத் தீர்த்து, என் பணிகளைப் பாராட்டி, எனக்கு ஊக்கமும் உற்சாகமும் ஊட்டிய அறிஞர் முனைவர் தமிழண்ணல் அவர்களுக்கு என் மனமார்ந்த நன்றி. இந்நூலின் ஒவ்வொரு பக்கத்தையும் ஆர்வத்துடன் வாசித்து, அங்கங்கே திருத்தங்களையும் கூறி ஒப்பற்ற ஓர் அணிந்துரையும் வழங்கிய அன்னாருக்கு நான் என்றென்றும் கடமைப்பட்டிருக்கிறேன்.

இந்த நூலை எழுதுவதற்குப் பல உரைகளும் ஆய்வுகளும் உதவின. அவற்றின் ஆசிரியர்களின் ஆய்ந்த முடிபுகள் எனக்குப் பல உண்மைகளைப் புலப்படுத்தின. மேலும் சிந்திக்கத் தூண்டின.

அவற்றை ஊன்றுகோலாக வைத்துத்தான் நான் இந்த அளவுக்கு உயர்ந்திருக்க முடிந்திருக்கிறது. அவர்களுக்கெல்லாம் என் நன்றியைத் தெரிவித்துக்கொள்ளக் கடமைப்பட்டிருக்கிறேன்.

இந்த நூல் உருவாக்கத்தில் தொடக்கம் முதல் ஆரவத்துடன் செயல்பட்டு இதனை நூல்வடிவில் கொண்டுவர ஊக்கமளித்த தமிழ் மரபு அறக்கட்டளை பன்னாட்டு அமைப்பின் தலைவர் முனைவர்.க.சுபாஷிணி அவர்களுக்கு எனது நெஞ்சார்ந்த நன்றிகளைத் தெரிவித்துக் கொள்கின்றேன். இதன் நூல் வடிவத்தை தயாரிப்பதிலும், பிழைதிருத்தங்களைச் செய்து இதனை செம்மைப்படுத்தி தருவதில் ஆழ்ந்த ஈடுபாட்டுடன் செயல்பட்ட முனைவர்.பாமா, முனைவர்.ஆ.பாப்பா, முனைவர் இறைவாணி ஆகியோருக்கும், அட்டைப்படத்திற்கான அழகிய ஓவியத்தை வழங்கிய ஓவியர் இலங்கை மட்டக்களப்பு ஈஸ்வரராஜா குலராஜ் அவர்களுக்கும், இந்த நூலின் அட்டைப்படத்தை வடிவமைத்த எழுத்தோவியர் நாணா அவர்களுக்கும் என் நெஞ்சார்ந்த நன்றி. என் எழுத்துக்களை தொடர்ந்து ஊக்குவிக்கும் முனைவர் தேமொழி அவர்களுக்கும் எனது நெஞ்சார்ந்த நன்றி.

இந்த நூலுக்குத் தேவையான படங்கள் பெரும்பாலும் பல இணையதளங்களிலிருந்து பதிவிறக்கம் செய்யப்பட்டவை. பல இணையதளங்களின் கட்டுரைகளும் பெரிதும் உதவின. அந்த இணையதளங்களில் அவற்றை ஏற்றுவித்த அத்தனைபேருக்கும் எனது பணிவான நன்றி.

ப.பாண்டியராஜா

முன்னுரை

நமது தாய்மொழியான தமிழ்மொழியை இப்பொழுதெல்லாம் நாம் செம்மொழி என்று அழைத்து வருகிறோம். செம்மொழி என்றால் என்ன? ஆங்கிலத்தில் *classical language* என்பதைத் தான் தமிழில் செம்மொழி என்கிறோம். *modern music - classical music* என்கிறோம். இன்றைய வழக்கில் உள்ள இசையை *modern music* என்றும் பழங்காலத்திய இசையை *classical music* என்றும் சொல்கிறோம். அதைப்போலவே *classical language* என்றாலும் நீண்ட நாட்கள் பேசப்பட்டு வரும் மொழி என்று கொள்ளலாம். ஆனால் அது மட்டும் போதாது. ஒருவர் ஒரு மேடை நிகழ்ச்சியை மிகச் சிறப்பாகச் செய்தால் *classic performance* என்கிறோம். எனவே அப்பழுக்கற்ற, மிகச் சிறந்த ஒன்றையே *classic* என்கிறோம். நமது தமிழ் மொழியும் மிகச் சிறந்த மொழிதான்.

அவ்வாறு நாம் கூறிக்கொள்ளலாம். உலகம் ஒப்புக்கொள்ள வேண்டுமே! உலகம் என்பது என்ன? உலகம் என்பது உயர்ந்தோர் மேற்றே என்ற ஒரு சொற்றொடர் தமிழில் உண்டு. அதாவது சிந்தனையாலும், செயல்களாலும் உயர்ந்து விளங்குபவர்களைத் தான் உயர்ந்தோர் என்கிறோம். மொழிகளைப் பற்றிய சிறந்த ஆராய்ச்சிகளை மேற்கொண்டுள்ள அறிஞர் பலர் நமது தமிழ்மொழி ஓர் உயர்ந்த மொழி என்கின்றனர். தமிழுக்கு அப்படிப்பட்ட உயர்வைக் கொடுத்தது எது? ஏறக்குறைய 2300 ஆண்டுகட்கு முன்னரேயே தமிழ்மொழி பேசப்பட்டது மட்டும் அல்ல, எழுதப்பட்டும் இருந்தது. இதற்குத் தமிழ்நாட்டில் பல இடங்களில் கிடைக்கும் கல்வெட்டுகளே சான்று கூறும். மலைகளில் உள்ள பாறைகளிலும் குகைகளிலும் உளியால்

ப.பாண்டியராஜா

தமிழ் பிராமி கல்வெட்டு - கி.மு. 300 - 200

செதுக்கி எழுதப்பட்டவை இந்தக் கல்வெட்டுகள். எனவே இவை காலத்தால் அழியாமல் இன்றும் தமிழின் பழமையைப் பறைசாற்றுகின்றன.

இன்றைக்கு நமது வீட்டிலும் நூலகங்களிலும் பல புத்தகங்களைப் பார்க்கிறோம். இதுபோலப் பண்டைக் காலத்திலும் புத்தகங்கள் இருந்தனவா? இருந்தன. ஆனால் அவற்றை அன்றைய மக்கள் நூல்கள் என்றார்கள். இன்றைக்கு நமக்கு எளிதாகக் கிடைக்கும் தாள்கள் (papers), பேனா, பென்சில் போன்ற எழுதுபொருள்கள் அன்றைக்கு இல்லை. பனைமரங்களின் இலைகளான பனை ஓலைகளை, சுமார் 6 முதல் 12 அங்குல அளவுக்கு நறுக்கி, எழுதுவதற்கு ஏற்றாற்போல் பதப்படுத்தி அவற்றின்மேல் எழுதுவார்கள். எழுதுவதற்குப் பேனாவும் மையும் அன்றைக்கு இல்லை. ஒரு சிறிய மரக்குச்சியின் நுனியில் கூர்மையான சிறிய ஆணியை அறைந்து அதன் மூலமாகத்தான் ஓலைகளில் எழுதுவார்கள். இவ்வாறு எழுதப்பட்ட ஓலைகள் சுவடிகள் எனப்படும். ஒரு சுவடியில் நான்கைந்து வரிகள்தான் எழுத முடியும். எனவே ஒரு நூலை எழுத நூற்றுக்கணக்கான சுவடிகள் தேவைப்படும். இவற்றின் ஓரங்களில் துளையிட்டு, எல்லாவற்றையும் ஒரு நூலில் கோர்த்து, சேர்த்துக்கட்டுவார்கள். பல ஆண்டுகளுக்குப் பின்னர் இந்தச் சுவடிகளின் ஓலைகள் இற்றுப்போய் சிதையும் நிலைக்கு வரும். அப்போது பழைய சுவடிகளில் உள்ளவற்றைப் புதிய ஓலைகளில் எடுத்து எழுதுவார்கள். இவ்வாறு பலமுறை எழுதப்பட்டு, ஆயிரக்கணக்கான ஆண்டுகட்குப் பின்னர் அதாவது இவை சுமார் இருநூறு ஆண்டுகட்கு முன்னர்தான் புத்தகங்களாய் அச்சிடப்பட்டன.

சுவடிப் புத்தகம்

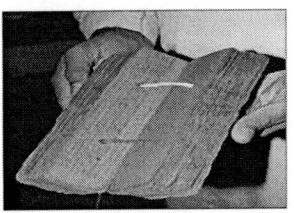
சுவடிகள்

எழுத்தாணி கொண்டு எழுதல்

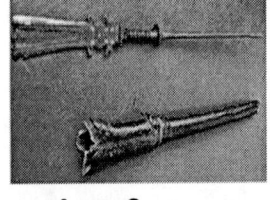
எழுத்தாணி - உறையுடன்

இன்றைக்கு நாம் என்ன எழுத நினைத்தாலும் வேண்டிய அளவுக்கு எழுதுபொருள்கள் எளிதாகக் கிடைக்கின்றன. அன்றைக்கு எழுதுவதற்கு என்ன பாடுபட்டார்கள் என்று பார்த்தோம். எனவே பண்டைய நாட்களில் மிக முக்கியமானவற்றை மட்டும் மிகச் சுருக்கமாக எழுதினார்கள். அவ்வாறு எழுதியவற்றைப் பாடல்களாகவே எழுதினார்கள். இந்தப்பாடல்கள் கவிதைகள் (poems) அல்லது செய்யுட்கள் (poetry) எனப்பட்டன. இவற்றை இயற்றியவர்கள் புலவர்கள் எனப்பட்டனர். ஒரேவிதமான கருத்துக்களைக் கொண்ட பாடல்களைத் தொகுத்து அந்த நூல்களுக்குப் பெயரிட்டனர். இவற்றைச் செய்வதற்குப் பெரும் புலவர்களைக் கொண்ட குழுக்கள் இருந்தன. இந்தக் குழுக்கள் கூடும் இடத்தை **அவையம்** என்றனர். பிற்காலத்தில் இதுவே சங்கம் எனப்பட்டது. தமிழுக்காக ஏற்படுத்தப்பட்ட சங்கம் என்றதால் இது தமிழ்ச்சங்கம் எனப்பட்டது. இந்தத் தமிழ்ச்சங்கம் மதுரை நகரில் ஏற்படுத்தப்பட்டு, மதுரையை ஆண்ட பாண்டிய மன்னர்களின் ஆதரவில் பல நூல்களைத் தொகுத்தது. அந்த நூல்களில் பல இன்றைக்கு நமக்குக் கிடைக்கவில்லை. அவை ஓலைச்சுவடிகளில் இருந்ததினால் சரியான கவனிப்பும் பராமரிப்பும் இன்றிச் சிதைந்தும் கறையான்களால் அரிக்கப்பட்டும் அழிந்தும் போய்விட்டன. இன்னும் பல, அவற்றின் மதிப்பை

உணராதவர்களால் நீரிலும், நெருப்பிலும் தூக்கியெறியப்பட்டன. அழிந்ததுபோக நமக்குக் கிடைத்த இலக்கிய நூல்களில் முக்கியமானவை **பத்துப்பாட்டு, எட்டுத்தொகை** ஆகியவை ஆகும். **கி.மு 400 முதல் கி.பி 200** வரையிலான இடைப்பட்ட ஐந்நூறு ஆண்டுகளில் வாழ்ந்த நூற்றுக்கணக்கான புலவர் பெருமக்களால் இயற்றப்பட்ட பாடல்களின் தொகுப்பே இந்நூல்கள். இவற்றை நாம் **பண்டைத்தமிழ் இலக்கியங்கள்** *(Ancient Tamil Literature)* என்கிறோம். கிரேக்கம் *(Greek)*, லத்தீன் *(Latin)*, பாரசீகம் *(Persian)*, எபிரேயம் *(Hebrew)* போன்ற மொழிகள் இவ்வாறான பண்டை இலக்கியங்கள் பல படைத்தவை. எனவே இவற்றைச் செம்மொழிகள் என்று ஏற்கெனவே உலகம் ஒப்புக்கொண்டுள்ளது. ஆனால் அந்த மொழிகளைப் போலவே தமிழும் மிகச் சிறப்பான பண்டை இலக்கியங்களை உடையது என்று அறிஞர்கள் தெரிந்துகொண்ட பின்னர்தான் தமிழ் ஒரு செம்மொழி என அறிவிக்கப்பட்டுள்ளது. இதற்குப் பல ஆண்டுகட்கு முன்னரேயே பரிதிமாற்கலைஞர் (சூரியநாரயண சாஸ்திரியார்), கமில் சுவலபில் *(Kamil Zvelebil)* போன்றோர் தமிழ் ஒரு தனித்தியங்கக் கூடிய செம்மொழி என்ற கருத்தைத் தெரிவித்திருந்தனர். கால்டுவெல் ஐயரின் கருத்துக்களும் இதனை உறுதிப்படுத்தின. எனவே தமிழ் செம்மொழித் தகுதி பெற்றுள்ளது என்று கூறுவதைக் காட்டிலும் தமிழுக்கு இருக்கும் செம்மொழித் தகுதி உலகத்தோரால் இப்போதுதான் புரிந்துகொள்ளப்பட்டு ஒப்புக்கொள்ளப் பட்டிருக்கிறது எனலாம்.

இந்தப் பத்துப்பாட்டு, எட்டுத்தொகை நூல்களில் இங்கு நாம் படிக்கப்போவது பத்துப்பாட்டு என்ற நூலை மட்டுமே. உலகத்தில் எந்தவொரு காலத்திலும் இயற்றப்பட்ட எந்தவொரு இலக்கியத்திற்கும் ஈடான பெரும் தகுதியுள்ள இலக்கியம் பத்துப்பாட்டு என்பது பல மொழிகள் அறிந்த அறிஞர்களாலேயே ஒப்புக்கொள்ளப்பட்டிருக்கிறது. பத்துப்பாட்டு என்ற இந்த நூல் அதன் பெயரே குறிப்பிடுகிறாற்போல், பத்துப்பாடல் தொகுதிகளைக் கொண்டது. இவை ஒவ்வொன்றும் நூற்றுக்கும் மேற்பட்ட அடிகளைக் கொண்டிருப்பதால் இவற்றை **நெடும்பாட்டுக்கள்** என்று கூறுவர். இவற்றைப் படித்துப் புரிந்துகொள்வதற்குத் தமிழ் இலக்கியத்திலும் தமிழ் மொழியிலும் ஆழ்ந்த புலமையும் அகன்ற அறிவும் வேண்டும். இருப்பினும் முத்துக்குளிப்பவர்கள் ஆழ்ந்த கடலில் மூழ்கி முத்து எடுக்கும் அதே கடலின்

கரையில் சிறுவர் விளையாட்டாகக் கிளிஞ்சல்களைப் பொறுக்கி இன்புறுவதில்லையா? அதேபோல இப்பேரிலக்கியங்களில் சில இடங்களை மட்டும் இளைஞர்களாகிய உங்களுக்குப் புரிகின்ற வகையில் எளிமையாக விளக்கியுள்ளேன். இந்த நூல் பத்துப்பாட்டுக்கு ஓர் எளிய, சிறிய அறிமுகம் மட்டுமே. உங்களுக்குப் போதுமான வயதும் தேவையான அறிவும் கிட்டுகிற காலத்தில் பத்துப்பாட்டின் மூல நூல்களை முற்றும் கற்று இன்புற இது ஒரு தூண்டுகோலாக உதவும் என்று நம்புகிறேன்.

தமிழில் சிறுவர்களுக்காகவும் இளைஞர்களுக்காகவும் எழுதப்பட்ட நூல்கள் உண்டு. ஆனால் இலக்கியங்கள் அவர்களுக்காக எழுதப்படுவது அரிதாகவே காணப்படுகிறது. ஆங்கிலத்தில் *Shakespeare*-இன் நாடகங்கள் முதல், பெரும் எழுத்தாளர்களின் புகழ்பெற்ற நாவல்கள் வரை *Abridged Versions* என்ற முறையில் இளைஞர்களுக்காக மிகவும் எளிதான நடையில் சுருக்கமாகக் கொடுக்கப்பட்டுள்ளன. இதேபோல் பண்டைத் தமிழ் இலக்கியங்களும் அவற்றின் சுவை குன்றாமல் எளிய முறையில் இளைஞர்களுக்காக எழுதப்படவேண்டும். இந்த நோக்கத்தில் நான் எடுத்துக்கொண்ட முதல் முயற்சி இது.

இந்நூலின் மற்றொரு நோக்கம் இதைப் படிக்கும் சிறுவர்களின் **சொல்வளம்** *(vocabulary)* பெருகவேண்டும் என்பதே. இதற்காகச் சில சொற்கள் விரிவாக விளக்கப்பட்டுள்ளன. அநேகமாக மாணவர்கள் இருக்கும் எல்லா வீடுகளிலும் ஒரு ஆங்கில அகராதி இருக்கும். அதை அவர்கள் அடிக்கடி புரட்டிப்பார்த்து தங்கள் சொல்வளத்தைப் பெருக்கிக்கொள்வார்கள். ஆனால் தமிழ் அகராதிகள் இருக்கும் வீடுகள் மிகவும் குறைவே. தங்களுக்குப் புரியாத சொற்கள் உள்ள படைப்புகளை அவர்கள் படிக்க நேர்கையில் மிகவும் கடினமான நடையில் எழுதப் பட்டிருப்பதாகக் குறை கூறி ஒதுக்கிவிடுவார்கள். எனவே மிகவும் எளிய சொற்களைக் கொண்டு எழுதுவதே இன்றைய எழுத்தாளர்களின் வழக்கமாகிப் போய்விட்டது. இந்த மாதிரி படைப்புகளைப் படிக்கும் இளைஞர்கள் எந்தவித மொழிப்பயனும் பெறுவதில்லை. இந்தப்போக்கு மாறவேண்டும். வீடுதோறும் தமிழ் அகராதி இருக்கவேண்டும், புதுச் சொற்களைக் கையாளும் படைப்புகள் நிறைய வரவேண்டும். அவற்றைப் படிப்பதிலும் படித்துத் தம் சொல்வளத்தைப் பெருக்கிக்கொள்வதிலும் இளைஞர்கள் ஆர்வம் கொள்ளவேண்டும். இன்றைக்குத்

தமிழ்நாட்டில் தமிழ்வழிக்கல்வி அருகிக்கொண்டே வருகிறது. சிற்றூர்களில் கூட ஆங்கிலவழிக்கல்வி பெருகிவிட்டது. ஆங்கிலவழியில் கற்போரிலும் பலர் தமிழ்மொழியை ஒரு பாடமாகப் படிக்கும் நிலையும் குறைந்து கொண்டே வருகிறது. எனவே தமிழில் எழுதவும் படிக்கவும் இயலாத ஒரு இளைய சமுதாயம் உருவாகிக்கொண்டு வருவதைத் தமிழ்ப் பெரியோர்கள் வேதனையுடன் பார்த்துக்கொண்டிருக்கிறார்கள். இந்த நிலை மாற, தமிழில் சிறுவர்களையும் இளைஞர்களையும் கவரும் விதத்தில் நிறைய புத்தகங்கள் வரவேண்டும். அவற்றைப் பார்த்த பின்னராவது தமிழ் படிப்பதில் அவர்களுக்கு ஆர்வம் உண்டாகவேண்டும். இப்படிப்பட்ட ஆர்வத்தை இளைஞரிடையே உருவாக்குவதுவும் இந் நூலின் நோக்கங்களில் ஒன்றாகும்.

பண்டை இலக்கியங்களை இளைஞர்களுக்காக எழுதும்போது எழுகின்ற முக்கியச் சிக்கல் தமிழ் இலக்கிய மரபுகளையும் பண்டைத் தமிழ் வழக்காற்றையும் அவர்களுக்குத் தெரிவிக்க வேண்டும் என்பதே. எனவே இந்நூலின் சில இடங்களில் சில பகுதிகள் விரிவாக எழுதப்பட்டுள்ளன.

இந்த நூல் இரண்டு தொகுதிகளாகப் பிரிக்கப்பட்டுள்ளது. முதல் தொகுதியில் பத்துப்பாட்டில் உள்ள பாடல்களில், 1,2,3,4,10 ஆகிய ஐந்து நூல்கள் இடம்பெறுகின்றன. இவை ஐந்தும் **ஆற்றுப்படை இலக்கியங்கள்** என்ற ஒரே வகையைச் சேர்ந்தவை. மீதமுள்ள ஐந்து நூல்களும் அடுத்த தொகுதியில் இடம்பெறும்.

இதில் உள்ள ஒவ்வொரு நூலும் இரண்டு பகுதிகளை உடையது. முதல் பகுதி நூலின் உரைநடைச் சுருக்கத்தை உடையது. மிகவும் எளிய நடையில் கொடுக்கப்பட்டுள்ளது. 8, 9, 10 ஆகிய வகுப்பைச் சேர்ந்த மாணவர்கள் எளிதில் புரிந்துகொள்ளக்கூடியது. அடுத்த பகுதி அந்நூலிலுள்ள சில சிறப்புக்காட்சிகளை விளக்குவது. 11, 12 வகுப்பினரும், கல்லூரி மாணவரும், பிறரும் எளிதில் புரிந்துகொள்ளக்கூடியது. இருப்பினும் தமிழில் ஆர்வமுள்ள எந்த வயதினரும் இவற்றைப் படித்துச் சுவைக்கலாம். இவ்விரு பகுதிகளுமே தேவைப்படும் இடங்களில் **தகுந்த பட விளக்கங்களுடன்** அமைந்துள்ளன.

ப. பாண்டியராஜா

பத்துப்பாட்டு – ஒரு முன்னுரை

❧✦☙

இந்தப் பத்துப்பாட்டு என்ற நூலில் **பத்து நெடும்பாட்டுகள்** இருக்கின்றன என்று கண்டோம். அவை:

1. திருமுருகாற்றுப்படை அல்லது புலவராற்றுப்படை	2. பொருநராற்றுப்படை
3. சிறுபாணாற்றுப்படை	4. பெரும்பாணாற்றுப்படை
5. முல்லைப்பாட்டு	6. மதுரைக்காஞ்சி
7. நெடுநல் வாடை	8. குறிஞ்சிப்பாட்டு
9. பட்டினப்பாலை	10. மலைபடுகடாம் அல்லது கூத்தராற்றுப்படை

இந்தப் பெயர்களை வாசிக்கும் போதே நீங்கள் கவனித்திருப்பீர்கள். இந்தப் பத்துப் பெயர்களில் ஐந்து பெயர்கள் ஆற்றுப்படை என்று முடிகின்றன. ஆம், இந்த ஐந்துமே **ஆற்றுப்படை இலக்கியங்கள்** எனப்படும். கரகாட்டம், தெருக்கூத்து, கழைக்கூத்து போன்ற பல நிகழ்ச்சிகளைப் பற்றிக் கேள்விப்பட்டிருப்பீர்கள். சிலவற்றைப் பார்த்திருப்பீர்கள். இப்பொழுது இவை நாட்டுப்புறக்கலைகள் (Folk Arts) என்று அழைக்கப்படுகின்றன. பண்டைக்காலத்திலும் இவற்றைப் போன்ற பல கலைகள் இருந்தன. இந்தக்கலைஞர்கள் **பொருநர், பாணர், கூத்தர்** என அழைக்கப்பட்டனர். இவர்கள் ஆடியும், பாடியும், வேடமிட்டும் பல விதங்களில் மக்களை மகிழ்வித்து அதன் மூலம் வரும் வருவாயில் தங்கள் பிழைப்பை நடத்துகிறவர்கள். தங்கள் கலைக்கு மெருகூட்ட இவர்கள் பற்பல

இசைக்கருவிகளை இசைப்பார்கள். இந்த இசைக்கருவிகள் **'இயம் அல்லது இயங்கள்'** எனப்பட்டன. இனிமையான இசையைத் தரும் நரம்பு இசைக் கருவிகள் **'இன்னியம்'** எனப்பட்டன. முருகன் என்ற தெய்வத்திற்குப் பிடித்த உடுக்கு போன்ற இசைக்கருவிகள் **'முருகியம்'** எனப்பட்டன. பல திறப்பட்ட இசைக்கருவிகளின் சேர்க்கை **'பல்லியம்'** எனப்பட்டது. இன்று நாம் அடிக்கடி கூறும் **orchestra** என்ற ஆங்கிலச் சொல்லுக்கு நேரான அழகிய தமிழ்ச் சொல் இது.

'ஆறு' என்ற சொல் **'வழி'** என்ற பொருள் தரும். நதி என்பதன் தமிழ்ச்சொல் ஆறு என்பதே. அது நீர் செல்லும் ஆறு, அதாவது நீர் செல்லும் வழி. பின்னர் அதுவே ஆறு என்றாகிவிட்டது. தனிமையில் வழியில் செல்வோரைத் தாக்கி அவரின் உடைமையைப் பறிப்போர் வழிப்பறி செய்வோர் எனப்படுவர். அக்காலத்தில் அவரை **'ஆறலைக்கள்வர்'** என்பர். இதற்கு வழிச்செல்வோரை அலைக்கழித்துக் களவு செய்வோர் என்று பொருள். தீயவழியில் செல்லும் ஒருவருக்கு நல்ல அறிவுரைகள் கூறி அவரைத் திருத்துவதை **'நல்வழிப்படுத்தல்'** என்கிறோம். ஒருவருக்கு ஓர் உதவி தேவைப்படுகிறது. ஆனால் யாரிடம் செல்வது, எப்படிக் கேட்பது என்று தெரியாமல் அவதிப்படுகிறார். அவர் தேவையை அறிந்த ஒருவர், இன்னாரிடம் செல்லுங்கள், இப்படிக் கேளுங்கள் என்று கூறுவதும் வழிப்படுத்தல்தான். இதனை அக்காலத்தில் **'ஆற்றுப்படுத்தல்'** என்றார்கள். இக்கருத்தை அடிப்படையாக வைத்து எழுதப்பட்ட பாடல்கள் **ஆற்றுப்படை இலக்கியங்கள்** எனப்பட்டன. பத்துப்பாட்டில் 1, 2, 3, 4, 10 ஆகிய ஐந்து பாடல்கள் ஆற்றுப்படை நூல்களாக இருக்கக் காண்கிறோம்.

கணவன், மனைவி, குழந்தைகள் கொண்ட ஒரு குடும்பத்தில் கணவனைக் குடும்பத் **தலைவன்** என்கிறோம். உங்கள் வீட்டிலுள்ள குடும்ப அட்டையின் முதல் பக்கத்தில் குடும்பத் தலைவர் பெயர் என்று கேட்கப்பட்டிருப்பதற்கு நேராக என்ன எழுதியிருக்கிறது என்று பாருங்கள். பெரும்பாலும் உங்கள் தந்தையின் பெயரோ அல்லது கூட்டுக்குடும்பமாக இருந்தால் வீட்டுப் பெரியவர் பெயரோ இருக்கும். வீட்டுக்குத் தலைவர் இருப்பதுபோலப் பாட்டுக்கும் ஒரு தலைவர் இருப்பது உண்டு. அவரைப் **'பாட்டுடைத் தலைவன்'** என்கிறோம். பாட்டுக்கு உடைய தலைவன் என்பது இதன் பொருள். அப்படிப்பட்ட

பாட்டு பாட்டுடைத் தலைவனின் சிறப்புகளைச் சிறப்பித்துக் கூறும். ஆற்றுப்படை இலக்கியங்களுக்கு எல்லாம் பாட்டுடைத் தலைவர்கள் உண்டு. பெரும்பாலும் அவர்கள் செல்வர்களாகவோ அல்லது மன்னர்களாகவோ இருப்பர். அப்படிப்பட்ட ஒரு தலைவனிடம் சென்று நிறையப் பரிசுப்பொருள்களைப் பெற்றுத் திரும்பும் ஒரு கலைஞன், தான் எதிரில் கண்ட, தன்னைப் போன்ற வேறொரு கலைஞனைப் பார்க்க நேரிடுகையில் அவனையும் அந்தத் தலைவனிடம் செல்லுமாறு கூறி, அவன் செல்ல வேண்டிய வழியைச் சொல்லி அனுப்புவதே **ஆற்றுப்படை இலக்கியம்** ஆகும்.

இளைஞர்களாகிய நீங்கள் உங்கள் வீட்டில் இருக்கும்போது எப்படி இருப்பீர்கள்? உங்கள் விருப்பப்படி உரக்கப் பேசிக்கொண்டோ, சிரித்து விளையாடிக்கொண்டோ இருக்கலாம். சில சமயம் தரையில் படுத்துக்கொண்டு புரளலாம். பெற்றோர்களுடன் கொஞ்சி மகிழலாம். தொலைக்காட்சிப் பெட்டியிலோ, கணினியிலோ விருப்பமான விளையாட்டுகள் விளையாடிக்கொண்டிருக்கலாம். பெற்றோர்கள் கடிந்து கொள்ளும்போது அழுது ஆர்ப்பாட்டம் செய்யலாம். உங்களுக்கு விருப்பமான மனநிலையில் இருக்கலாம் அல்லவா! ஆனால் நீங்கள் பள்ளியில் இருக்கும்போது மிகவும் கவனத்துடன் இருக்கவேண்டும். நினைத்தபடி எல்லாம் நடந்துகொள்ள முடியாது. உங்கள் பெற்றோர்களுடன் வெளியில் ஏதாவது திருமண விழா போன்ற நிகழ்ச்சிகளுக்குச் செல்லுகிறீர்கள் என்றால் உங்கள் நடவடிக்கைகள் இன்னும் வேறுவிதமாக இருக்கும். அப்போது உங்கள் மனநிலையே மாறுபட்டிருக்கும். எனவே நீங்கள் வீட்டிற்குள் இருக்கும்போது உங்கள் உணர்வுகளின் வெளிப்பாடும் (expression of feelings), வெளியில் இருக்கும் போது உங்கள் உணர்வுகளின் வெளிப்பாடும் வித்தியாசமானவை என்று உணர்கிறீர்கள் அல்லவா! உங்களுக்கு மட்டும் அல்ல, மனிதராய்ப் பிறந்த ஒவ்வொருவருக்கும் இப்படியே. ஆக, ஒவ்வொருவருக்கும் இரண்டு விதமான வாழ்க்கை உண்டு. ஒன்று, வீட்டிற்குள் நடத்தும் வாழ்க்கை. மற்றொன்று வீட்டிற்கு வெளியே நடத்தும் வாழ்க்கை. வீட்டிற்குள் நடத்தும் வாழ்க்கை ஒருவரின் **அகவாழ்க்கை** எனப்படும். அகம் என்றால் உள்பக்கம், மனம் என்று பொருள். அகத்திற்கு எதிர்ச்சொல் என்ன? புறம் தான். எனவே வீட்டிற்கு வெளியே நடத்தும் வாழ்க்கை **புறவாழ்க்கை** எனப்படும். ஒரு மனிதரின் அகவாழ்க்கையைப் பற்றிப் பாடப்படும் பாடல் அகப்பாடல் எனப்படும். அதே

போல் ஒரு மனிதரின் புறவாழ்க்கையைப் பற்றிப் பாடப்படும் பாடல் புறப்பாடல் எனப்படும்.

பத்துப்பாட்டில், 5, 7, 8, 9 ஆகிய நூல்களான முல்லைப்பாட்டு, நெடுநல்வாடை, குறிஞ்சிப்பாட்டு, பட்டினப்பாலை என்பவை அகப்பாடல்களாகும். ஆறாவது பாட்டாகிய மதுரைக்காஞ்சி புறப்பாடலாகும். தமிழர்கள் தங்கள் இலக்கியங்களை அகம், புறம் என்றே பிரித்து, பாடல்கள் இயற்றினர். ஆங்கிலக்கவிஞர் Lord Tennyson பாடிய The Brook போன்று ஒரு காட்டாற்றைப் பற்றியோ அல்லது William Wordswoth எழுதிய Daffodiles போன்று சில காட்டு மலர்களைப் பற்றியோ வெறும் வருணனைப் பாடல்களைச் சங்கப்புலவர்கள் எழுதவில்லை. அவர்கள் மனித வாழ்க்கையைப் பற்றியும் மனித உணர்வுகளைப் பற்றியுமே பாடல்கள் எழுதினார்கள். அகம், புறம் என்ற பகுப்பைப் பற்றியும் அவற்றின் ஆழமான பொருள்களைப் பற்றியும் நீங்கள் மேல் வகுப்புகளுக்குச் செல்லும்போது அறிந்துகொள்வீர்கள்.

பத்துப்பாட்டில் உள்ள பாடல்களின் பெயர்களை அந்த வரிசையில் நினைவில் கொள்ள கீழ்க்கண்ட பாடலை மட்டும் மனனம் செய்யுங்கள்.

முருகு பொருநாறு பாணிரண்டு முல்லை
பெருகு வள மதுரைக்காஞ்சி - மருவினிய
கோல நெடுநல்வாடை கோல் குறிஞ்சி பட்டினப்
பாலை கடாத்தொடும் பத்து.

முருகு	- திருமுருகாற்றுப்படை
பொருநாறு	- பொருநராற்றுப்படை
பாணிரண்டு	- சிறுபாணாற்றுப்படை, பெரும்பாணாற்றுப்படை
முல்லை	- முல்லைப்பாட்டு
மதுரைக்காஞ்சி	
நெடுநல்வாடை	
குறிஞ்சி	- குறிஞ்சிப்பாட்டு
பட்டினப்பாலை	
கடாம்	- மலைபடுகடாம்

இவற்றில் ஆற்றுப்படை இலக்கியங்களைப் பற்றிய மேலும் சில செய்திகளை இனி வரும் பக்கங்களில் காணலாம்.

❧❖☙

திருமுருகாற்றுப்படை

1 திருமுருகாற்றுப்படை

இப்பாடலின் தலைவன் **முருகன்** ஆவான். முருகனைத் தமிழ்க்கடவுள் என்றும் குமரவேள் என்றும் சேயோன் என்றும் கூறுவர். ஏனைய ஆற்றுப்படை இலக்கியங்களின் பாட்டுடைத் தலைவர்கள் மன்னர்களே. இப்பாடல் மட்டும்தான் இறைவனையே பாட்டுடைத் தலைவனாகக் கொண்டது. எட்டுத்தொகையில் உள்ள எல்லா நூல்களிலும் முதற்பாடல் கடவுள் வாழ்த்துப் பாடலாக இருக்கும். அது ஒரு தனிப்பாடலாகத் தனியே சேர்க்கப்பட்டிருக்கும். ஆனால் பத்துப்பாட்டில் தனியே கடவுள் வாழ்த்துப்பாடல் இல்லை. அதற்குப் பதிலாக முதலாவது பாடலே கடவுள் வாழ்த்துப் பாடலாக அமைந்துவிட்டது. 317 அடிகளைக் கொண்டது இப்பாடல்.

இப்பாடலை எழுதியவர் **மதுரைக் கணக்காயனார் மகனார் நக்கீரனார்**. இவர் தன் காலத்திய தமிழ்ச்சங்கத்தின் தலைவராக இருந்தார் என்று கூறுவர். நீண்டகாலம் சுவடிகளாக இருந்த இந்த நூலை முதன் முதலில் அச்சில் ஏற்றியவர் ஆறுமுக நாவலர் என்பவராவர். அவர் இந்நூலை 1851ஆம் ஆண்டில் பதிப்பித்தார். இதுவே பத்துப்பாட்டில் முதன் முதலாக அச்சிடப்பட்டது என்றும் கூறுவர். பின்னர் **நச்சினார்க்கினியர்** எழுதிய உரையுடன் **உ. வே. சாமிநாதன்** 1889ஆம் ஆண்டில் வெளியிட்டார்.

இந்தப் பத்துப்பாட்டு நூல்களுள் **நெடுநல்வாடை** என்ற நூலின் ஆசிரியரும் **நக்கீரர்** என்பவரே. இந்த இருவரும் ஒருவரே என்பது பொதுவான நம்பிக்கை. இருப்பினும் இந்த இரு நூல்களின் நடையை வைத்து இருவரும் வேறுவேறான காலத்தவர் என்பது சிலர் கருத்து. இந்த இருவரைத் தவிர நக்கீரர் என்ற பெயரில் வேறு சில புலவர்களும் இருந்திருக்கின்றனர்.

ஒரு நூலின் பாடல் மட்டுமே உள்ள பகுதியை அந்நூலின் **மூலம்** (*original source*) என்பார்கள். ஒரு நூல் எழுதப்பட்ட காலத்தில் அதனை எல்லாரும் படித்துப் புரிந்துகொள்வர். ஆனால் நாட்கள் செல்லச்செல்ல மக்களின் மொழிநடை மாறுவதால் முந்தைய காலத்து மொழிநடை சாதாரண மக்களால் புரிந்துகொள்ள முடியாததாகிவிடும். அறிவிற் சிறந்த ஒரு சிலரே அந்த நூல்களைப் புரிந்துகொள்வர். அவர்கள் தங்கள் மாணாக்கரும் மற்றவரும் புரிந்து கொள்ளுகிற வகையில் எளிய நடையில் அந்நூலுக்கு விளக்கம் எழுதுவர். இந்த விளக்கம் அந்த நூலுக்குரிய **உரை** எனப்படும். அத்தகைய உரையை எழுதியவர் **உரைகாரர்** எனப்படுவார். இன்றைக்கு மாணவர் படிக்கும் எல்லா நூல்களுக்கும் உரைகள் வந்துவிட்டன. இவை தோன்றிய வரலாறு இதுதான். சங்க நூல்களில் பெரும்பாலானவற்றை உரைகள் இன்றிப் படித்துப் புரிந்துகொள்வது கடினமாகும். இந்த உரைகாரர்களில் முக்கியமானவர் நச்சினார்க்கினியர் என்பவராவார். அவரை **'உச்சிமேல் புலவர் நச்சினார்க்கினியர்'**

ஸ்ரீலஸ்ரீ ஆறுமுக நாவலர்

உ.வே.சா

எனப் புகழ்ந்து கூறுவார்கள். அவரின் உரையோடுதான் உ.வே. சா அவர்கள் இந்நூலை 1889ஆம் ஆண்டில் வெளியிட்டார். இந்த நச்சினார்க்கினியர் பத்துப்பாட்டின் எல்லா நூல்களுக்கும் உரை எழுதியுள்ளார். இதைத்தவிர பத்துப்பாட்டின் நூல்களுக்குப் பல உரைகள் உள்ளன. முருகனிடம் அருள்பெற்ற ஒருவன் தன்னைப்போல் மற்றவர்களும் முருகனிடம் சென்று அருள் பெறவேண்டி அவர்களை முருகனிடம் ஆற்றுப்படுத்துவதே திருமுருகாற்றுப்படை ஆகும். எனவே பத்துப்பாட்டில் முதல் நூல் என்ற சிறப்புடன் பக்தி இலக்கியங்களிலும் இந்நூல் தலைமைத்

தகுதி பெற்று விளங்குகிறது

1. திருமுருகாற்றுப்படை - உரைநடைச்சுருக்கம்

முருகனின் பெருமை

கடலில் தோன்றும் காலைக்கதிரவனின் ஒளிக்கீற்றுக்களைப்

காலைக் கதிரவன்

முருகன்

போல் ஒளிவிடும் மேனியைக் கொண்டவன் முருகன்.

தேடி வந்தோரைக் காக்கும் அவன் சிவந்த அடிகள். எதிர்த்து நின்றோரை அழிக்கும் அவன் இடி போன்ற கைகள். கற்புடை நங்கை தெய்வயானையின் கணவன்.

கடம்பமரப் பூவால் ஆகிய மாலையைக் கழுத்தில் அணிந்தவன். பெரிய மூங்கில்கள் நீண்டு வளரும் உயர்ந்த மலைகளில் உள்ள சூரரமகளிர் அவனுடைய கோழிக் கொடியைப் புகழ்ந்து பாடும் பாட்டுக்கள் அம்மலைகள் எங்கும் எதிரொலிக்கும். மந்திகளும் ஏறமுடியாத மரங்கள் நிறைந்த அம்மலைகளில் சுரும்புகளும் மொய்க்கமுடியாத உயரத்தில் உள்ள காந்தள் பூக்களைத் தொடுத்துக் கட்டிய கண்ணியைத் தலையில் அணிந்தவன். சூரனைக் கொன்ற வேலினை உடையவன். பேய்க்கணங்கள் துணங்கைக் கூத்து ஆட, போர்க்களத்தில் அசுரர்களின் கொட்டத்தை அடக்கி, அவர்களின் மரத்தைப் பிளந்தவன். இப்பேர்ப்பட்ட முருகனின் திருவடிகளைச் சேர நீ விரும்பினால் இப்பொழுதே அதனை அடையலாம்.

திருப்பரங்குன்றம்

நீண்டு உயர்ந்த கொடிகளைக் கொண்ட வாயிலை உடையது **மதுரை** நகரம். அதன் கடைவீதிகள் செல்வம் கொழிப்பன. உயர்ந்த மாடங்கள் பல கொண்டன அதன் தெருக்கள். நகரத்துக்கு மேற்கில் உள்ளது திருப்பரங்குன்றம்.

திருப்பரங்குன்றம் கோயிலும் மலையும்

அவ்வூரில் நீர் நிறைந்த வயல்கள் பல உள்ளன. அங்கு மலர்ந்திருக்கும் தாமரைப் பூக்களினுள் இரவில் வண்டுகள் தூங்கி காலையில் எழுந்து மணங்கமழும் நெய்தல் பூக்களில் தேன் குடித்து மாலையில் மலையின் சுனைகளில் மலர்ந்திருக்கும் பூக்களின்மீது பாடித்திரியும். அந்த அழகிய குன்றத்தில் முருகன் நிலைகொண்டு உறைகின்றான்.

திருச்சீரலைவாய் என்ற திருச்செந்தூர்

அடுத்து திருச்செந்தூருக்குச் சென்றால் அங்கு முருகன் யானை மீது அமர்ந்து வருவதைக் காணலாம். விரைந்து செல்வதற்காகக் கூரிய அங்குசத்தால் குத்தப்பட்ட நெற்றியுடன் பொன்னாற் செய்த மாலைகள் முகப்படாமின் மேல் குலுங்கி அசைய, இரண்டு பக்கங்களிலும் மணிகள் மாறிமாறி ஒலிக்க, வீறுகொண்டுவரும் கூற்றுவனின் வலிமிக்க நடையுடன் சூறாவளி போல் அந்த யானை விரைந்து வரும்.

முருகன் திருச்செந்தூர் வரும் காட்சி

மின்னுகின்ற மணிகள் பதிக்கப்பட்ட மிகவும் நேர்த்தியான மணிமுடியை அவன் அணிந்திருப்பான். அவன் காதுகளில் அசைந்தாடி ஒளிவிடும் குண்டலங்கள் திங்களைச் சூழ்ந்திருக்கும் விண்மீன்களைப் போல் மின்னிக்கொண்டிருக்கும். மனத்தை நிறைக்கும் அந்த மதிமுகத்தின் ஒரு பார்வை இருள் அகற்றும் கதிரவன்போல் நம் அக இருளை நீக்கும்; இன்னொரு பார்வை, வேண்டி நின்றோர்க்கு வேண்டியதை அளிக்கும் அருளைப் பொழியும்; மற்றும் ஒரு பார்வை அந்தணர் வேள்வி மந்திரங்களை ஆழ்ந்து கவனிக்கும்; இன்னும் ஒரு பார்வை திங்களைப்போலத் திசைகளை எல்லாம் பொலிவுறுத்தி நிற்கும்; மேலும் ஒரு பார்வை கொடுமையை அழிக்கும் கடும் மனத்தின் சீற்றத்தை வெளிப்படுத்தும். அடுத்த பார்வை வள்ளிக்குறத்தியுடன் மகிழ்ந்து முறுவலிக்கும்.

முருகனின் மார்பு அழகும் பெருமிதமும் கொண்டது. அதற்கு மேலுள்ள தோள்கள் வலிமைமிக்கவை. அவனது கைகள் பன்னிருவகைச் செயல்களைப் புரியவல்லவை. ஒரு கை இடுப்பில் இருக்க மறு கை துறவிகளுக்குக் காவலாய் அமையும். ஒரு கை தொடைமீது இருக்க மறு கை யானையைச் செலுத்தும். ஒரு கை கேடயம் தாங்க மறு கை வேலைச் சுழற்றும். ஒரு கை முனிவர்க்குத் தத்துவங்களை உணர்த்தும் வகையில் மார்பினில் விளங்கும். இன்னொரு கை மாலையைத் தழுவியிருக்கும். ஒரு கை தொடி வீழத் தாழ்ந்து மேல் நோக்கிச் சுழலும். மறு கை இன்னோசை மணியை ஆட்டி ஆட்டி ஒலிக்கும். ஒரு கை மழை பொழியச்செய்யும். மற்றொரு கை விண்ணுலக மங்கைக்கு மணமாலை சூடும்.

இவ்வாறாக ஆறுவிதப் பார்வைகளாலும் அவற்றிற்கு ஏற்ற பன்னிரு வகைச் செயல்களாலும் விண் வழியே சூரனைக் கொல்ல விரைந்து வருவான் முருகன். அப்போது வானில் இசைக்கருவிகள் முழங்கும். கொம்புகள் உயர்த்தி ஊதப்படும். வெண்சங்குகள் ஒலிக்கும். முரசுகள் அதிரும். மயில் அகவும். இவ்வாறாகத் திருச்செந்தூரில் எழுந்தருளுவது முருகனின் இயல்பு.

திருஆவினன்குடி என்ற பழனி

திருஆவினன்குடியில் முனிவர் முருகனைத் தொழுவர். அம்முனிவர் மரவுரி தரித்திருப்பர்; நரைத்த முடியினர்; பளிச்சிடும் மேனியர்; மெலிந்த உருவத்தில் மான் தோல் போர்த்தியிருப்பர்;

வெறுப்பும் சினமும் அற்றவர்; அறிவிற்சிறந்தவர். இவர்கள் முதலில் கோயிலினுள் செல்வர். அடுத்து இசைஞர்கள் வருவர். அந்த இசைஞர்கள் புகையைப் போன்ற மென்மையான, தூய ஆடையை அணிந்திருப்பர்; அன்றலர்ந்த மலரின் மாலையை மார்பில் சூடியிருப்பர்; கூர்ந்து கேட்டுச் சுருதிசேர்த்த யாழை நன்கு பயின்றவர்; நல்ல மனம் கொண்டவர்; மென்மையாகப் பேசுபவர்; அந்த இசைஞர்கள் யாழை மீட்டிக்கொண்டு முனிவரின் பின்னே வருவர். இந்த இசைஞர்களை அடுத்து கந்தருவ மகளிர் கோயிலினுள் நுழைவர். இவர்கள் பிணியற்ற உடம்பினர்; மாமரத்தளிர் போன்ற நிறத்தினர்; உரைத்த பொன் துகள் போன்ற அழகுத் தேமலை மேனியில் கொண்டவர்; ஒளிரும் மேகலையை இடுப்பில் அணிந்தவர்;

இவர்களுக்குப் பின் கருடக்கொடியுடன் திருமால் நுழைவார்; இவரின் பின், முக்கண் முதல்வன் - உமையொரு பாகன் - காளைக்கொடியுடைய சிவபெருமான் உள்ளே நுழைவார்; அடுத்து இந்திரன் நான்கு தந்தங்களைக் கொண்ட உயர்ந்த யானையின்மீது வருவான்; இவன் ஆயிரம் கண்களை உடையவன்; நூற்றுக்கணக்கான வேள்விகளைச் செய்து வெற்றிகளைக் குவித்தவன்; இந்திரனை அடுத்து ஆகாயத்தில் சுழன்று திரியும் முப்பத்து முக்கோடி தேவர்களும், பதினெண் கணங்களும் வருவர்.

நாற்பெரும் தெய்வங்களான பிரமன், திருமால், சிவன், இந்திரன் ஆகியோருள் பிரமனை அசுரர்கள் சிறைப்பிடித்திருந்தனர். அவனை விடுவிக்க வேண்டியே இவர்கள் அனைவரும் ஆவினன்குடிக்கு வருகின்றனர். இவர்கள் காணும்படியாக, தெய்வ நங்கை தெய்வயானையுடன் முருகன் ஆவினன்குடியில் சில நாள் தங்குவதும் உண்டு.

அன்றியும் . . .

பழனி மலைக்கோயில்

பழனி மலை - அடிவாரக் கோயில்

திருஏரகம் என்ற சுவாமிமலை

திருஏரகத்தில் அந்தணர்கள் மிகுதியாக வாழ்வர். மந்திரம் ஓதல் ஓதுவித்தல், வேள்விசெய்தல், செய்வித்தல், ஈதல், ஏற்றல் ஆகிய தம் ஆறுவகைத் தொழில்களில் வழுவாதவர்கள்; தாய் தந்தை ஆகிய இருவரின் குலமும் சுட்டிக்காட்டப்பெறும் பல்வேறுபட்ட தொன்மையான மரபில் உதித்தவர்கள்; நாற்பத்தெட்டு ஆண்டு பிரமச்சரியம் காத்து மெய்ந்நூல் கூறும் வழியில் வாழ்நாளைக் கழிப்பவர்கள்; நூல் அணிவதற்கு முன்னர் ஒரு பிறப்பும், பின்னர் ஒரு பிறப்புமான இருபிறப்பாளர்கள்; இந்த அந்தணர் வழிபாட்டுக் காலமறிந்து கூறுவர்; அப்போது முப்புரி நூலை அணிந்த அந்தணர், நீராடிய ஈர உடை தம் மேனியில் புலரும்படிக் கிடக்க, தம் தலைமேல் இரு கைகளையும் கூப்பிய கையினராய் வேத மந்திரங்கள் நாப்புடைக்கப்பாடி, நறுமலர் தூவி நிற்க, பெரிதும் உவந்து திருஏரகத்தில் முருகன் தங்கியிருப்பான்.

சுவாமிமலை

சுவாமிமலை முருகன் கோவில்

குன்றுதோராடல் - குரவைக்கூத்து

முருகன் எல்லா மலைகளிலும் எழுந்தருளி இருப்பவன். அவனுக்குப் பூசை செய்யும் வேலன் தலையில் பூமாலை அணிந்திருப்பான். மலைக்குறவர் தம் சுற்றத்தார் எல்லாரையும் வரவழைத்து அவருடன் தெளிந்த கள்ளைக் குடித்து, தம் **தொண்டகம்** என்னும் சிறுபறையை அடித்து அதற்கேற்ப குரவைக்கூத்து ஆடுவர்.

அங்குள்ள மகளிர் சுனைப்பூக்களால் புனைந்த மாலையை அணிந்து தழை ஆடைகளை உடுத்தி நடனமாடுவர். பூசை செய்யும் வேலன் தெய்வ ஆவேசம் கொண்டு ஆடுவான். இவ்வாறாக ஒவ்வொரு மலையிலும் வேலனாக ஆடுவது முருகனின் இயல்பு.

இவ்வாறு குன்றுதோறும் மட்டுமன்றி ஊர்தோறும் முருகனுக்கு

விழா எடுப்பார்கள். அப்போது தினை அரிசியையும், மலர்களையும் கலந்து தூவி ஆட்டை அறுத்து, கோழிக்கொடியை நிறுவி அவனை வழிபடுவார்கள். முருகன் தன்னைப் போற்றுவார் நெஞ்சங்களில் நிறைந்திருப்பான். வேலன் ஆக்கிய வெறியாடுகளத்தில் அவன் வீற்றிருப்பான். காடுகளிலும் சோலைகளிலும் ஆற்றுமேடுகளிலும் ஆறு குளங்களிலும் வேறு பல இடங்களிலும் நாற்சந்திகளிலும் முச்சந்திகளிலும் கடம்பமரத்தின் அடியிலும், ஊர்ப் பொது மன்றங்களிலும் ஊர் அம்பலங்களிலும் கந்து எனப்படும் அருட்தறிகளிலும் அவன் எழுந்தருளியிருப்பான்.

முருகன் குடிகொண்டுள்ள மலைக்கோயில்களில் குறப்பெண்கள் முருகனுக்குரிய சிறப்பெல்லாம் செய்து அவனை வழிபடுவர். அவனை வாழ்த்திப் பாடுவர். அவ்வாறான இடங்களில் எல்லாம் முருகன் தங்கியிருப்பான்.

பழமுதிர்ச்சோலை

அப்படிப்பட்ட மலைகளில் ஒன்று பழமுதிர்ச்சோலை ஆகும். அந்த மலையில் அகிலையும் சந்தனமரத்தையும் வேரோடு வீழ்த்திப் புரட்டிக் கொண்டு வரும் காட்டாறு உண்டு. அது தேனடைகளையும் மலர் நிறைந்த மரக்கிளைகளையும் வெடித்த பலாப்பழங்களையும் சேர்த்துத் திரட்டிக்கொண்டு வரும். வாழை மரங்களையும், தென்னங்குலைகளையும், மிளகுக் கொடிகளையும் இழுத்துக்கொண்டு வரும். பறவைகளும், விலங்கினங்களும் மிரண்டு ஓடும்படியாகப் பெருக்கெடுத்துக்கொண்டு வரும். காட்டு மாடுகள் மலைக்கும்படியாகச் சீறிப்பாய்ந்து வரும். இப்படியாக வரும் காட்டாறு பழமுதிர்ச்சோலையில் தடால் என்று பேரொலியுடைய அருவியாய்ப் பாயும். இந்த மலைக்கும் உரியவன் முருகன்.

எனக்குத் தெரிந்தவற்றை எல்லாம் உனக்குச் சொல்லிவிட்டேன். நான் இதுவரையில் கூறிய இடங்களிலோ அல்லது பிற இடங்களிலோ நீ முருகனைக் காணும்பொழுது முகமலர்ச்சியுடன் அவனைப் புகழ்ந்து பாடி, கைகளைக் கூப்பித் தொழுது, அவன் காலடியில் விழுந்து வணங்குவாயாக. மேலும் அவனை நோக்கி ஆறு வடிவு பொருந்தின செல்வனே ஆலமரக் கடவுளின் புதல்வனே, மலைமகளின் மகனே, பகைவருக்குக் கூற்றுவனே, கொற்றவையின் செல்வனே, சக்தியின் மைந்தனே, விற்படைத் தலைவனே, மாலை மார்பினனே, நூல்கள் பல

கற்ற புலவனே, போர்த்திறம் மிக்கவனே, வெற்றியுள்ள வீரனே, அந்தணர் செல்வமே, சான்றோர் புகழுரைகளின் மொத்த உருவமே,

பழமுதிர்சோலை – மலை

மங்கையர் கணவனே, மறவர் சிங்கமே, வேல் பிடித்த வீரனே, குறிஞ்சி நிலத் தலைவனே, புலவர்களில் அரியேறு போன்றவனே, அரிதில் பெறும் பெரும்பேர் முருகனே, விரும்பி வந்தோர்க்கு வேண்டுவன கொடுப்போனே, அல்லல்படுவோர்க்கு அருள்செய்யும் சேயோனே, பரிசிலரைப் புரக்கும் வள்ளலே, பெரியோர் போற்றும் பெரும் பெயர் இறைவனே, சூரபன்மாவின் வேரறுத்த மதவலி

முருகன் கோயில்

என்னும் பெயரோனே, போரில் வல்லவனே, தலைவனே என்று நான் அறிந்த அளவாலே புகழ்ந்து உன் தன்மையை எல்லாம் முழுதும் அளவிட்டு அறிதல் யார்க்கும் எளிதல்ல, உன் திருவடியை நினைத்து வந்தேன், ஒப்போர் இல்லாத உயர்ந்த அறிவுடையோனே, என்று நீ சொல்ல நினைத்ததைச் சொல்லி முடிப்பதற்கு முன்னரேயே - அதைக்குறித்து அப்பொழுதே, அங்கிருக்கும் பணியாளர் பலர், இந்த முதிய இரவலன் உம்மிடம் வந்துள்ளான், இரக்கத்திற்கு உரியவன், என்று இனிய, நல்ல சொற்களைக் கூறுவர். அப்போது முருகன் தெய்வத்தன்மை அமைந்த வலிமையான வடிவில் வானைத் தொடும் உயரத்தில் உனக்கு முன்னர் எழுந்தருளுவான். எனினும் மனிதர் காணும்படித் தனது தெய்வத்தன்மை பொருந்திய இளைய வடிவைக் காட்டி அருளுவான்.

அஞ்ச வேண்டாம், உன் வரவை அறிவேன் என்று அன்பான நல்ல சொற்களைப் பலமுறை கூறி எந்தவிதக் கெடுதலுமின்றிக் கடல் சூழ்ந்த இவ்வுலகத்தில் தக்கோரும் மிக்கோருமின்றி, நீ பெருவாழ்வு வாழ்வதற்குத் தேவையான சிறப்புகள் அனைத்தையும் பெறுவதற்கரிய பெரும் பரிசிலாக உனக்குத் தந்தருள்வான் அந்தப் பழமுதிர்சோலைக்கு உரியவனான முருகன்.

2. திருமுருகாற்றுப்படை - சிறப்புக்காட்சிகள்

இந்த அழகிய நூலில் தெரிந்தெடுத்த பகுதிகள் சிலவற்றின் எளிய விளக்கங்களை இனிவரும் பகுதியில் காணலாம்.

1. இசைஞர்கள் காட்சி

கருவிகள் மூலமாகவோ அல்லது குரல் மூலமாகவோ பாடுவதை இசை (*music*) என்கிறோம். அவ்வாறு இசைப்பவர்கள் இசைஞர்கள் (*musicians*) எனப்படுவர். இந்த இசைஞர்களைப் பற்றிய ஒரு சிறு வருணனையை முதலில் காண்போம்.

புகைமுகந் தன்ன மாசி றூவுடை
முகைவா யவிழ்ந்த தகைசூ ழாகத்துச்
செவிநேர்பு வைத்த செய்வுறு திவவி
னல்லியாழ் நவின்ற நயனுடை நெஞ்சின்
மென்மொழி மேவல ரின்னரம் புளர (திரு 138-142)

என்ன புரிகிறது உங்களுக்கு? இப்படித்தான் பண்டைத் தமிழ் இலக்கியங்கள் சுவடிகளில் காணப்பட்டன. இங்கே ஐந்து அடிகள் கொண்ட ஒரு பகுதி கொடுக்கப்பட்டுள்ளது. ஒவ்வொரு அடியிலும் நான்கு உறுப்புகள் இருப்பதைக் காணலாம். இவை ஒவ்வொன்றும் **'சீர்கள்'** எனப்பட்டன. பண்டை நாட்களில் ஒவ்வொருவரும் சுவடிகள் வைத்துக் கொள்வதில்லை. மாறாக அவற்றில் உள்ளவற்றை மனப்பாடம் செய்து கொள்வார்கள். கல்வி என்பது பெரும்பாலும் மனப்பாடம் செய்வதே ஆகும்.

சித்திரமும் கைப்பழக்கம் செந்தமிழும் நாப்பழக்கம்

வைத்ததொரு கல்வி மனப்பழக்கம் -

என்ற ஒரு பழம்பாடல் உண்டு. அதாவது ஓவியத்தை வரைந்து வரைந்து பழகவேண்டும். நல்ல தமிழை உரக்க வாசித்து வாசித்துப் பழகவேண்டும். கல்வியை மனத்தில் இருத்திப் பழகவேண்டும். இது அன்றையக் கல்விமுறை.

ஓலைகளில் எழுதும்போது சொற்களுக்கு இடையிலோ அல்லது அடிகளுக்கு இடையிலோ இடைவெளிவிட்டு எழுதும் பழக்கம் அன்றைய நாளில் இல்லை. மேலே காணப்படும் பகுதி ஓலைகளில்,

புகைமுகந்தன்னமாசிறூவுடைமுகைவாயவிழ்ந்ததகைசூழாகத்
துச்செவிநேர்புவைத்தசெய்வுறுதிவவி . . .

என்றுதான் காணப்படும். ஆனால் மனப்பாடம் செய்வதற்கு எளிதாகப் பாடல்கள் இசை வடிவில் இருக்கும். பெரும்பாலும் இரண்டு அல்லது மூன்று சொற்களைச் சேர்த்துச் சீர்களாக்கி, சீர்கள் வாயிலாகவே அடிகளைப் பிரித்துப் பின்னர் அவற்றை மனனம் செய்வார்கள். இங்கு காட்டப்பட்ட பகுதியில் ஒவ்வோர் அடியிலும் நான்கு சீர்கள் உண்டு. இவற்றை ஒரு எளிய இராகத்தில் இசைத்து வாசிப்பார்கள். காட்டாக முதல் அடியை,

புகைமுகந் - தன்ன - மாசி - றூவுடை

என்று வாசிக்கலாம். இது ஒரு செய்யுளைப் படிப்பதற்கான முதல் படி. அடுத்ததாக அந்தச் செய்யுளின் சீர்களைச் சொற்களாகப் பிரிப்பார்கள். இதற்கு இலக்கண அறிவு தேவை. இது இரண்டாம் படி. பின்னர் சொற்களின் பொருள் கண்டு பாடலைப் புரிந்துகொள்வார்கள். இப்போது இப்பகுதியின் சொற்களைப் பிரித்தால் அது எப்படி இருக்கும் என்று காண்போம்.

1. புகை முகந்து அன்ன மாசு இல் தூ உடை
2. முகை வாய் அவிழ்ந்த தகை சூழ் ஆகத்து
3. செவி நேர்பு வைத்த செய்வுறு திவவின்
4. நல் யாழ் நவின்ற நயன் உடை நெஞ்சின்
5. மென் மொழி மேவலர் இன் நரம்பு உளர

ஓரளவு இப்போது தெளிவு பிறக்கிறது. இருப்பினும் இப்பகுதி என்ன சொல்கிறது என்று புரியவில்லை. புகை, மாசு, உடை, வாய் போன்ற சில சொற்களே தெரிந்தனவாய் இருக்கின்றன.

இப்போது இதன் பொருளைக் காண்போமா?

1. முக=அள்ளு,மொள்ளு; முகந்து » முகந்தது=அள்ளியது; அன்ன=போல; மாசு=அழுக்கு; இல்=இல்லாத; தூ=தூய; உடை=ஆடை;

2. முகை=மொட்டு; வாய் அவிழ்ந்த=மலர்ந்த; தகை=தொடுக்கப்பட்டது, மாலை; சூழ்=சுற்றியமை; ஆகம்=மார்பு;

3. செவி நேர்பு வைத்த=காதால் கேட்டுச் சரிசெய்த; செய்வுறு=நன்றாகச் செய்யப்பட்ட; திவவின்=நரம்புக்கட்டின்;

4. நல்லியாழ » நல் + யாழ்=நல்ல யாழ்; நவில்=பயில்,பழகு,பயிற்சிபெறு; நவின்ற=பழகிய; நயன்=நன்மை,

நல்லஎண்ணம்; உடை=உடைய; நெஞ்சு= மனம்;

5. மென்மொழி ⏩ மெல் + மொழி=மெதுவான பேச்சு; மேவலர்=அமையப்பெற்றவர்; இன்=இனிய; நரம்பு=நரம்பிசைக்கருவி,யாழ்; உளர்=இயக்கு

யாழ் என்னும் நரம்பிசைக் கருவியை மீட்டுபவரைப் பற்றிய ஒரு வருணனை இது.

மிகவும் மெல்லிதான, வெள்ளையான, தூய ஆடையை அவர்கள் அணிந்திருந்தனர். இப்படிச் சொன்னால் அது **உரைநடை.** கவியழகோடு இதனைப் புலவர் விவரிக்கிறார். இசைஞர்கள் அணிந்திருந்த ஆடைக்கு ஓர் உவமையைக் கூறுகிறார் புலவர். அது புகையைப் போல மிகவும் மெல்லிதானது என்கிறார். மலைகளில் காணப்படும் **பனிப்படல**த்தைக் கூட (*mist*) புகை என்பார்கள். அது மெல்லிதாகவும் வெண்மையாகவும் இருக்கும். அதைத் தூக்கிப் போட்டுக்கொண்டதைப் போன்ற ஆடையை அவர்கள் அணிந்திருந்தார்கள்.

அந்த இசைஞர்கள் மாலை அணிந்திருந்தனர். மொட்டுக்களாக இருக்கும்போதே பூக்களைத் தொடுத்ததினால் அப்போதுதான் அந்த மொட்டுகள் மலர்ந்திருக்கின்றன. அந்த மாலையைக்

புகை முகந்தன்ன – பனிப்படலம் போர்த்திய மரங்கள்

கழுத்தைச் சுற்றிப் போட்டு மார்பினில் தொங்கவிட்டிருந்தனர். மாலை அணிந்திருந்தனர் என்று கூறினால் மட்டுமே போதுமானது. எனினும் புலவர் ஒவ்வொன்றையும் கூர்ந்து நோக்குகிறார். ஒவ்வொரு பொருளையும் அல்லது நிகழ்ச்சியையும் நுணுக்கமாகப் பார்க்கிறார். ஏற்ற சொற்களைப் பயன்படுத்துகிறார். இதுவே கவிதைக்கு அழகூட்டுகிறது. எனவே கவிதையை இரசிக்கவேண்டுமானால் புலவர் கூறும் **ஒவ்வொரு சொல்லின் முழுப் பொருளையும் உணர்ந்து** புரிந்து கொள்ளவேண்டும்.

யாழ் என்பது வீணை போன்ற நரம்பிசைக்கருவி ஆகும். மிகவும் இனிய இசையை எழுப்பக்கூடியது அது. வீணையை எடுத்தவர்கள் முதலில் என்ன செய்வார்கள் என்று கவனித்திருக்கிறீர்களா? வீணையில் இருக்கும் ஒவ்வொரு நரம்பும் இழுத்து இறுக்கமாகக் கட்டப்பட்டிருக்கும். கட்டுவாயின் முடிவில் ஒரு திருகு இருக்கும். அதனைத் திருகுவதன் மூலம் நரம்பின் இறுக்கத்தை மேலும் கூட்டவோ அல்லது குறைக்கவோ முடியும். வீணை இசைப்போர் முதலில் ஒவ்வொரு நரம்பையும் சுண்டிப்பார்ப்பார்கள். அதிலிருந்து வரும் ஓசையை உன்னிப்பாகக் கவனிப்பார்கள். அந்த ஓசையை வைத்து அந்த நரம்பின் இறுக்கத்தைச் சரிசெய்வார்கள். இதைத்தான் புலவர், **'செவி நேர்பு வைத்த செய்வுறு திவவின்'** என்று கூறுகிறார். நேர்பு வைத்தல் - நேராக அல்லது சரியாக வைத்தல். **செவி நேர்பு வைத்த** - காதால் கேட்டுச் சரிசெய்யப்பட்ட. **செய்வு உறு' - செய்வுறு** என்றானது. செய்வு - (செம்மையாகச் செய்தல்). செய்வுறு என்பது செம்மையாகச் செய்தலையுற்ற, அதாவது செம்மையாகச் செய்யப்பட்ட என்று பொருள் தரும். திவவு என்பது இறுக்கமான கட்டு என்ற பொருள் தரும்.

நவிலுதல் என்பது மீண்டும் மீண்டும் செய்து பழகுதல்.

சிறந்த ஒழுக்கமும் பண்பும் உடையவர்கள் அதிர்ந்து பேசமாட்டார்கள். அப்படிப்பட்டவர்களை ஆங்கிலத்தில் *soft spoken person* என்கிறோம். இதனையே புலவர் **'மென்மொழி மேவலர்'** என்கிறார். நரம்பை விரலினால் மீட்டி இசையை எழுப்புவதை **உளர்**தல் என்கிறோம். உளறுதல் என்பது வேறு. இப்போது உளர் என்பது வழக்கில் இல்லை. இது போல் வழக்கிழந்து மறைந்துபோன பல சொற்கள் தமிழில் உண்டு. அறிவியலில் மிகச்சரியான பொருள் கொடுப்பதற்கான பல சொற்கள் தேவைப்படுகின்றன. இவ்வாறான சொற்களைக் கண்டுபிடித்து மீண்டும் அவற்றைப் பயனுக்குக் கொண்டுவருவது நம் கடமை.

இப்பொழுது இப்பகுதிக்குரிய விளக்கத்தை மொத்தமாகவும் சுருக்கமாகவும் கண்போம்.

புகை முகந்து அன்ன மாசு இல் தூ உடை - பனிப்படலத்தை முகந்து மேலே போட்டுக்கொண்டது போன்ற அழுக்கே இல்லாத தூய ஆடையையும்;

முகை வாய் அவிழ்ந்த தகை சூழ் ஆகத்து - மொட்டுக்கள்

மலர்ந்த மாலையைச் சூழ அணிந்திருக்கும் மார்பையும் (உடைய);

செவி நேர்பு வைத்த செய்வுறு திவவின் நல் யாழ் நவின்ற - காதால் கேட்டுச் சரிசெய்யப்பட்ட நன்றாக அமைக்கப்பட்ட நரம்புக்கட்டுடைய நல்ல யாழில் நன்கு பயிற்சி பெற்ற;

நயன் உடை நெஞ்சின் - நல்ல எண்ணமுடைய மனத்தையுடைய;

மென் மொழி மேவலர் - மென்மையான பேச்சை உடையவர்;

இன் நரம்பு உளர - இனிய யாழை மீட்ட

இவ்வாறாக ஒரு செய்யுளின் அடிகளை அதன் பொருளுக்கு ஏற்றவாறு பிரித்து அவற்றின் பொருளைக் கூறுவதே உரை எனப்படும். இந்தச் செய்யுட்பகுதியின் கீழே எல்லாச்சொற்களுக்கும் தனித்தனியே பொருள் கொடுக்கப்பட்டிருக்கிறது அல்லவா! அதற்குப் **'பதவுரை'** என்று பெயர். அதற்கடுத்து இப்பகுதியின் முக்கியமான சொற்கள், சொற்றொடர்கள் ஆகியவற்றின் சிறப்பான பொருள் விளக்கப்பட்டுள்ளது. இதற்கு **'விளக்கவுரை** அல்லது **தெளிவுரை'** என்று பெயர்.

பண்டை இலக்கியங்கள் அனைத்திற்கும் இவ்விதமான எல்லா உரைகளும் உண்டு. பழைய உரைகளும் உண்டு; புதிய உரைகளும் உண்டு. இவற்றின் துணையுடன் எல்லா இலக்கியங்களையும் புரிந்துகொள்ள முடியும். உரைகளைப் படித்துத் தெரிந்துகொள்வது தேர்வுக்கு வேண்டுமானால் பயன்படலாம். **மூலங்களைப் படித்து உரைகளிலும் இல்லாத உண்மைகளைப் புரிந்துகொள்வதே உண்மையான இலக்கிய இன்பம் ஆகும்.** அவ்வாறான இன்பம் பெற அடுத்து திருமுருகாற்றுப்படையில் வேறொரு காட்சிக்குச் செல்வோம்.

2. அருவிக்காட்சி

மலையில் ஓடிவருகின்ற ஆறு ஓரிடத்தில் செங்குத்தான பாறை ஒன்றின் மேலிருந்து திடும் எனக் கீழே பாய்ந்து வருவதையே **'அருவி'** என்கிறோம். அடடா, அது நீர்வீழ்ச்சி அல்லவா என்கிறீர்களா? ஆமாம், *water falls* என்று ஆங்கிலத்தில் கூறுவதையே தமிழில் நீர்வீழ்ச்சி என்கிறோம். *underground drainage* என்பதை நிலத்தடிச் சாய்க்கடை என்று கூறுவதைக் காட்டிலும், பாதாளச் சாய்க்கடை என்பது இயற்கையாக அமைந்துள்ளது அல்லவா! அதைப்போலவே *water falls*

என்பதை அருவி என்ற அழகிய சொல்லால் கூறுவோம்.

ஓர் அருவியைப் பார்க்கும்போது உங்களுக்கு என்னவெல்லாம் தோன்றும்? அது எங்கிருந்து வருகிறது, என்னவெல்லாம் சுமந்துகொண்டு வரும், இனியும் என்னென்ன செய்யப்போகிறதோ என்றெல்லாம் தோன்றலாம். **பழமுதிர்சோலை**யில் விழும் அருவியைப் பார்த்த நக்கீரனாருக்கு என்னவெல்லாம் தோன்றியது எனப் பாருங்கள்.

பல உடன்
வேறு பல் துகிலின் நுடங்கி, அகில் சுமந்து
ஆர முழு முதல் உருட்டி, வேரல்
பூ உடை அலங்கு சினை புலம்ப, வேர் கீண்டு
விண் பொரு நெடு வரை பரிதியின் தொடுத்த
தண் கமழ் அலர் இறால் சிதைய, நன் பல
ஆசினி முது சுளை கலாவ, மீமிசை
நாக நறு மலர் உதிர, யூகமொடு
மா முக முசுக் கலை பனிப்ப, பூ நுதல்
இரும் பிடி குளிர்ப்ப வீசி, பெரும் களிற்று
முத்து உடை வான் கோடு தழீஇ, தத்துற்று,
நல் பொன் மணி நிறம் கிளர, பொன் கொழியா,
வாழை முழு முதல் துமிய, தாழை
இளநீர் விழுக் குலை உதிரத் தாக்கி,
கறிக் கொடி கரும் துணர் சாய, பொறிப் புற
மட நடை மஞ்ஞை பல உடன் வெரீஇ,
கோழி வயப் பெடை இரிய, கேழலொடு
இரும் பனை வெளிற்றின் புன் சாய் அன்ன
குரூஉ மயிர் யாக்கை குடா அடி உளியம்
பெரும் கல் விடர் அளை செறிய, கரும் கோட்டு
ஆமா நல் ஏறு சிலைப்ப, சேணின்று
இழுமென இழிதரும் அருவி
பழமுதிர்சோலை மலை - திரு 295 - 317

முந்தைய காட்சியைப் படித்ததைப்போல இதற்கும் பதவுரை, தெளிவுரை எனத் தனித்தனியே பார்க்காமல் ஒவ்வொரு சொற்றொடருக்கும் தனித்தனியே பொருள் காண்போம்.

பல உடன், வேறு பல் துகிலின் நுடங்கி - பலவும் ஒன்றாகச் சேர்ந்த வேறு வேறான பல துகில் கொடிகளைப் போன்று அசைந்து

(பல்=பல, துகில்=துணி, துணியினால் செய்யப்பட்ட கொடி, துகிலின்=கொடியைப்போல, நுடங்கு=அசைந்தாடு)

மலையில் விழும் அருவி அந்த இடத்திற்கு வருவதற்கு முன்னர், மலையில் ஒரு நீண்ட பாதையில் ஓடிவரும். அப்பாதையில் சிறுசிறு பாறைகள் இருக்கலாம். அவற்றின்மீது ஏறி இறங்கி அலை அலையாக அதன் நீர் ஓடி வருகிறது. இவ்வாறு அலை அலையாக நீர் ஓடி வருவதை **'நுடங்கி'** வருகிறது என்று புலவர் கூறுகிறார். சுதந்திர நாள், குடியரசு நாள் போன்ற நாட்களில் பள்ளிகளில் கொடியேற்றுவார்கள் அல்லவா! அல்லது தலைநகரில் தலைவர்கள் கொடியேற்றுவதைத் தொலைக்காட்சிகளில் பார்த்திருப்பீர்கள். ஏற்றப்பட்ட கொடிகள் காற்றில் அசைந்து ஆடுவதுதான் நுடங்குதல் எனப்படுகிறது. சிற்றூர்களில் கண்மாயில் வேட்டியைத் துவைத்துக் கரைமேல் நின்று கைகளில் அதன் நுனிகளைப் பிடித்துத் தூக்கிக் காற்றில் உலர்த்துவார்கள். அப்பொழுது அந்த வேட்டி அலை அலையாக எழுந்து விழுந்து அசைந்தாடுவதைத்தான் நுடங்குதல் என்கிறோம். இவ்வாறு ஒரு வேட்டி அல்ல, பல வேட்டிகள் நுடங்கி அசைவது போல அந்த ஆறு ஓடிவருகிறதாம்.

அகில் சுமந்து - அகிலைச் சுமந்துகொண்டு,

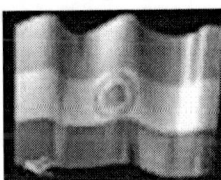
நுடங்கும் கொடி

ஆற்று நீரின் அலைகள்

அகில்=சந்தன மரம் போன்று மலையில் வளரும் மணம் மிக்க மரம்)

அகில் மரத்தின் கட்டைகளை மணம் கொடுக்கும் ஒரு பொருளாக மக்கள் பயன்படுத்துவர். அதைத் தீயிலிட்டால் வரும் புகை மணமுள்ளதாக இருக்கும். எனவே பெண்கள் குளித்துவிட்டுத் தங்கள் கூந்தலுக்கு அகிற்புகை ஊட்டுவது வழக்கம். எனவே அது விலையுயர்ந்த பொருளாக மதிக்கப்படும். அகில் மரம் பார்ப்பதற்குப் பெரியதாகத்

அகில் மரம்

தோன்றினாலும் அதன் நிறையளவு குறைந்துள்ளதாகவே இருக்க வேண்டும். அதனால்தான் அது மரமாக இருந்தாலும் நீரில் மிதந்து வருகிறது. ஆற்றில் மிதந்துவரும் அகில் என்பதற்குப் பதிலாக அகிலைச் சுமந்துவரும் ஆறு என்று புலவர் ஆற்றை முன்னிலைப்படுத்திப் பாடியிருக்கும் நயம் கவனிக்கத்தக்கது.

ஆர முழு முதல் உருட்டி - சந்தனமரத்தின் முழு அடிமரத்தைப் புரட்டித் தள்ளிக்கொண்டு,

(ஆரம் = சந்தன மரம், முழு முதல் = முழுமையான அடிமரம்)

அகிலைப் போல அல்லாமல், சந்தனமரம் நிறை அதிகமுள்ளதாக இருக்கவேண்டும். எனவே அது நீரில் மிதக்க முடியாது. எனவே நீருக்குள் பாதியும் வெளியில் பாதியும் குறுக்குவசமாகக் கிடக்கும் சந்தனமர அடிக்கட்டைகளை ஆற்றுநீர் தன் வேகத்தால் உருட்டிக்கொண்டே வருகிறது.

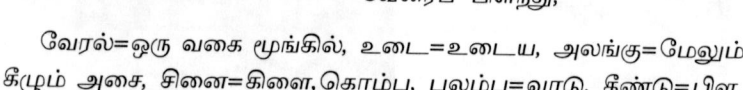
சந்தன மரம்

வேரல், பூ உடை அலங்கு சினை புலம்ப, வேர் கீண்டு - சிறுமூங்கிலின் பூவையுடைய அசைகின்ற கொம்பு வருந்த, வேரைப் பிளந்து,

வேரல்=ஒரு வகை மூங்கில், உடை=உடைய, அலங்கு=மேலும் கீழும் அசை, சினை=கிளை, கொம்பு, புலம்பு=வாடு, கீண்டு=பிள.

வேரல் என்பது சாதாரண மூங்கில்போல் தடிமனாக இல்லாமல் தட்டைக்குச்சி போல், ஆனால் கெட்டியாக இருக்கும். சிற்றூர்களில் அதை வெட்டி வேலியாகக் கட்டுவார்கள். ஆற்றின் கரையோரத்தில் இந்த மூங்கில் வளர்ந்து நிற்கும். அதன் கிளைகளில் பூக்கள் பூத்திருக்கும். ஆற்றுநீரின் வேகத்தில் கரை ஓரங்கள் அரிக்கப்பட்டுக்கொண்டே இருக்கும். அவ்வாறு கொஞ்சம் கொஞ்சமாகக் கரையோரங்கள் கரையும்போது கரையோர மூங்கிலின் வேர்கள் வெளிப்படும். எனவே வேர்களின் பிடிப்பு தளர ஆரம்பிக்கும். அப்போது மூங்கிலின் கிளைகள் மேலும்

வேரல்

கீழுமாக ஆட ஆரம்பிக்கும். அவ்வாறு ஆடுவதையே **'அலங்குதல்'** என்கிறோம்.

விண் பொரு நெடு வரை பரிதியின் தொடுத்த தண் கமழ் அலர் இறால் சிதைய - வானத்தை முட்டிநிற்கும் உயர்ந்த மலையில் சூரிய ஒளியைப் போன்று தேனீக்கள் செய்த குளிர்ச்சியானதும் மணக்கின்றதுமான விரிந்து பரந்த தேன்கூடு கெட,

(பொரு=மோது; நெடு வரை=உயரமான மலை; தொடு=கட்டு, சேர்; தண்=குளிர்ந்த; கமழ்=மணம்வீசு; பரிதி=சூரியன்; அலர்=பரந்த; இறால்=தேன்கூடு)

தேன் குடித்திருப்பீர்கள். தேனீக்கள் என்ற ஒரு வகை வண்டுகள் பலவிதமான பூக்களில் உள்ள தேனை உறிஞ்சிக் கொண்டுவந்து தமது வீட்டில் சேர்த்து வைக்கும். தேனீக்களின் வீடுதான் **தேன்கூடு** அல்லது **தேனடை** எனப்படும். இந்தத் தேன்கூட்டில் நிறைய சிறு சிறு அறைகள் இருக்கும். இந்த அறைகளில்தான் தாங்கள் கொண்டுவந்த தேனை அந்த வண்டுகள் சேமித்து வைக்கும். அவ்வாறு கொஞ்சம் கொஞ்சமாகச் சேர்த்து வைப்பதைத் **'தொடுத்தல்'** என்று கூறுகிறார் புலவர்.

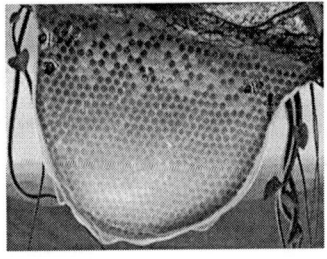

உதிரியான பூக்களை ஒவ்வொன்றாக எடுத்து நாரில் கோர்த்துச் சரமாக ஆக்குவதைப் **'பூத்தொடுத்தல்'** என்கிறோம். அந்த மாதிரிதான் தேனீக்களும் கொஞ்சம் கொஞ்சமாகத் தேனைக் கொண்டுவந்து சேர்த்துத்தான் தங்கள் தேன்கூட்டை உருவாக்குகின்றன என்ற பொருளில்தான் தொடுத்த என்ற சொல்லால் ஆசிரியர் குறிக்கிறார். இவ்வாறாக ஒரு கருத்துக்கு மிகப் பொருத்தமான சொல்லைத் தெரிந்தெடுத்துப் பயன்படுத்துவதை ஆங்கிலத்தில் *Diction* என்கிறோம். இந்த *diction*-இல் சங்கப்புலவர்கள் கைதேர்ந்தவர்கள். எனவே சங்கப் பாடல்களைப் படிக்கும்போது ஒவ்வொரு சொல்லும் ஏன், எதற்காகப்

பயன்படுத்தப்பட்டுள்ளது என்று கூர்ந்து நோக்கினால் அதற்கான காரணத்தை அறிந்து மகிழலாம். இதுவே கவிதை இன்பம் எனப்படும். இந்தக் கவிதை இன்பத்தைச் சங்கப்பாடல்கள் வாரி வாரி வழங்குகின்றன.

பொதுவாகத் தேனீக்கள் தங்கள் தேன்கூட்டை மரங்களின் கிளைகளில் கட்டும். இதிலிருந்து கிடைக்கும் தேன் **கொம்புத்தேன்** எனப்படும். சில சமயம் தேனீக்கள் உயரமான இடங்களில் உள்ள இடுக்குகளில்கூடக் கூடு கட்டுவது உண்டு. சில கோவில்களின் உயரமான கோபுரங்களில் இவ்வாறான கூட்டைக் காணலாம். மலைகளிலும் உயரமான பாறை இடுக்குகளில் தேன்கூடு கட்டப்படலாம். இந்தத் தேனை **மலைத்தேன்** என்று கூறுவர். இப்பாடலில் வரும் ஆறு ஓடும் மலை வானத்தையே முட்டிப்பார்க்கும் அளவுக்கு உயரமானது. இதைத்தான் புலவர் **விண் பொரு நெடு வரை** என்கிறார். தேன்கூடுகள் வட்டமாகக் கட்டப்படும். இதையே சூரியனைப் போன்று கட்டப்பட்ட என்கிறார். உயரமான மலையில் இருப்பதால் தேன்கூடு குளிர்ச்சியுடன் இருக்கும். அகில், சந்தனம் போன்ற மணமுள்ள மரங்களின் பூவிலிருந்து பெறப்பட்ட தேனால் இது கட்டப்பட்டதால், இது **'தண் கமழ் இறால்'** எனப்பட்டது. இத் தேன்கூடு ஒரு பூ மலர்ந்தது போல் தோற்றம் அளிப்பதால் இது **'அலர் இறால்'** என்றும் கூறப்படுகின்றது.

ஒரு தேன்கூட்டுக்கு எத்தனை அடைமொழிகள் என்று பாருங்கள். ஒவ்வொன்றும் அதன் சிறப்பை எடுத்துக்கூறுவது மட்டுமன்றி அதனை அப்படியே படம் பிடித்துக் காட்டுவதைப் போல் அமையவில்லையா? இதைத்தான் அறிஞர்கள் **'சொல் ஓவியம்** அதாவது சொற்களால் வரையப்பட்ட ஓவியம் - என்கிறார்கள். இது மாதிரி **சொல்லோவியங்கள்** தீட்டுவது சங்கப் புலவர்களுக்குக் கைவந்தகலை ஆகும். இவ்வாறு மலையின் உச்சியில் கட்டப்பட்ட தேன்கூடு சிதைகின்ற அளவுக்கு அந்தக் காட்டாறு அடித்துப் புரண்டுகொண்டு வருகிறது எனப் புலவர் கூறுகிறார்.

நன் பல, ஆசினி முது சுளை கலாவ - நல்ல பல ஆசினிகளுடைய முற்றிய சுளை தன்னிடத்தே கலக்க,

(ஆசினி=ஒருவகைப் பலா, முது=நன்கு பழுத்த, கலாவ=கலக்க)

பொதுவாகப் பலாவானது மரங்களின் கிளைகளிலும் மரத்தின்

அடிப்புறத்திலும் காய்க்கும். அவை பழுத்தும், பறிப்பார் இல்லாததால், பழங்களை வெள்ளநீர் மோதித் தாக்க, அவை பிளந்து, அவற்றின் சுளைகள் வெளிவந்து ஆற்று நீரோடு கலந்தன.

மீமிசை, நாக நறு மலர் உதிர - (மலையின்)உச்சியில் சுரபுன்னை மரத்தின் நறிய மலர்கள் உதிர

'மீ' என்றாலும், 'மிசை' என்றாலும் 'மேலே' என்றுதான் பொருள். எனவே 'மீமிசை' என்பது ஒரு பொருட்பன்மொழி எனப் படித்திருப்பீர்கள். இங்கே மீமிசை என்பது மிகவும் உயரமான இடத்தில் என்ற பொருளில் வருகிறது. **நாகம்** என்ற சுரபுன்னை மரத்தின் பூக்கள் நறுமணம் உள்ளவை. அப்பூக்கள் உதிர்ந்து ஆற்று நீரோடு கலக்கின்றன.

யூகமொடு, மா முக முசுக் கலை பனிப்ப - கருங்குரங்கோடு, கரிய முகத்தையுடைய முசுக்கலைகளும் நடுங்க,

(யூகம்=கருங்குரங்கு, மா=கரிய, முசு=நீண்ட வாலுள்ள குரங்கு வகை (langur), கலை=ஆண் குரங்கு, பனிப்ப=குளிரால் நடுங்க)

'**யூகம்**' என்பது '**ஊகம்**' என்றும் அழைக்கப்படும். இதன் உடல் முழுதும் கறுப்பாக இருக்கும். முசு என்ற நீண்ட வால் குரங்கின் முகம் மட்டும் கறுப்பாக இருக்கும். அதன் ஆண்குரங்கு '**கலை**' எனப்படும்.

இந்த யூகங்களும் முசுக்கலைகளும் ஆற்று வெள்ளத்தின் நீர்த் திவலைகள் மேலே படிவதால் குளிரடைந்து நடுங்கின.

பூ நுதல், இரும் பிடி குளிர்ப்ப வீசி - புள்ளிகள் கொண்ட நெற்றியையுடைய கரிய பெண் யானை குளிரும்படி வீசி,

யூகம் - கருங்குரங்கு   முசு - நீண்ட வால் குரங்கு

(பூ=புகர், யானையின் நெற்றியில் உள்ள புள்ளிகள், நுதல்=நெற்றி, மத்தகம், இரும்=கரிய, பிடி=பெண்யானை)

யானையைப் பார்த்திருப்பீர்கள். அதன் நெற்றியைக் கூர்ந்து கவனித்திருக்கிறீர்களா? அடுத்த முறை (தள்ளி நின்று) பாருங்கள். அதன் நெற்றியில் சிறுசிறு புள்ளிகள் இருக்கும். இதனைப் **'புகர்'** என்று கூறுவர்.

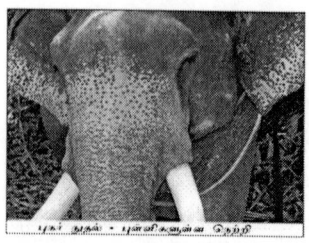
புகர் நுதல் - புள்ளிகளுள்ள நெற்றி

பிடி - பெண்யானை   களிறு - ஆண் யானை

'பிடி' என்பது பெண்யானை என்றால் ஆண்யானைக்கு என்ன பெயர்? **'களிறு'** என்பதாகும். இரும் என்பது கரிய, கறுப்பான எனப் பொருள் தரும். யானை கறுப்பாகத்தானே இருக்கும். அப்படி என்றால் கறுப்பு யானை என்று கூறக் காரணம் என்ன? சங்கப்புலவர்கள் ஒரு சொல்லைத் தேவையில்லாமல் கூறமாட்டார்கள். மலைகளில் திரியும் யானைகளின் உடம்பில் தூசு படிந்திருக்கும். நெடுநாள் படிந்திருக்கும் தூசுகளின் காரணமாக யானையின் உடம்பு மண் நிறமாக மாறியிருக்கும். இந்த யானைகள் நிறைய நீர் உள்ள நீர்நிலைகளைக் கண்டால் மகிழ்ச்சியடைந்து, தங்கள் துதிக்கையினால் நீரை வாரித் தங்கள் உடம்பின் மேல் தூவிக் குளிக்கும். அப்போது அவை தூசு நீங்கிப் பளிச் என்று காணப்படும். அப்போது அவை கன்னங்கரேல் என்று இருக்கும். அவற்றின் நெற்றியின் புள்ளிகளும் தெளிவாகத் தெரியும். இதைத்தான் **'பூ நுதல் இரும் பிடி'** எனப் புலவர்

கூறுகின்றார். அவ்வாறு ஆற்றில் குளித்துவிட்டு ஒரு பெண் யானை வெளியேறுகிறது. அப்போது வேகமாக வரும் ஆற்றுநீரானது நீருக்கு மேல் சிறிது நீட்டிக்கொண்டிருக்கும் ஒரு பாறையின் மேல் சல் என்று மோதியதால் நீர்த் திவலைகள் யானையின் மேல் தெறித்து விழுகின்றன. சலீர் என்று தன் மேல் வீசப்பட்ட குளிர்ந்த நீரினால் யானையின் உடம்பு சிலிர்த்து நடுங்குகிறது. இதைத்தான் புலவர், பூ நுதல் இரும்பிடி குளிர்ப்ப வீசி என்று கூறுகிறார்.

பெரும் களிற்று, முத்து உடை வான் கோடு தழீஇ - பெரிய ஆண்யானையின் முத்தை உடைய வெண்மையான கொம்புகளைத் தழுவி,

(வான்=வெண்மை, கோடு=கொம்பு, யானையின் தந்தம், தழீஇ=தழுவி)

பெண் யானைகள் குளித்துக் கொண்டிருக்க தலைவனான ஆண் யானை காவல் இருக்கும். நீருக்குள்ளிருந்தும் ஆபத்து வரலாம் என்பதால் சிறிதளவு ஆழத்தில் நின்றுகொண்டிருக்கும் ஆண் யானையின் வெண்மையான தந்தங்களைத் தொட்டுக்கொண்டு ஆற்றுநீர் விரைந்து ஓடும். ஆண் யானைகளின் தந்தங்களில் முத்துப்போன்ற உருண்டைகள் உருவாகியிருக்கும் என்று பழைய இலக்கியங்கள் கூறுகின்றன. இதனையே புலவரும் **'முத்து உடை வான் கோடு'** என்கிறார்.

தத்துற்று - தத்துதல் அடைந்து -- தத்துதல் என்றால் என்ன? தவளை நடந்து சென்றது என்று நாம் கூறுவதில்லை. காரணம், நடப்பது என்றால் ஒவ்வொரு காலாக அடியெடுத்து வைப்பதுதான். தவளை தத்திச் செல்கிறது என்றுதான் கூறுகிறோம். காரணம் அது நான்கு கால்களையும் ஒருசேரத் தூக்கித் தாவித் தாவிச் செல்லும். சிறு சிறு தாவல்களாக நடப்பதையே தத்துதல் என்கிறோம்.

தவளை – தத்துதல்

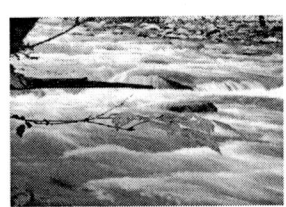

ஆற்று நீர் – தத்தி வருதல்

சிற்றூர்களில் கண்மாய் போன்ற அகன்ற நீர்ப்பரப்புகளில் ஒரு சிறிய பானை ஓட்டை எடுத்து நீரின் மேற்பரப்பைத் தொட்டுக்கொண்டு போவது போல் சிறுவர்கள் வேகமாக வீசி எறிவதுண்டு. நீர்ப்பரப்புக்கு ஏறக்குறைய இணையாக, மிகவும் குறுகிய கோணத்தில் வீசப்படும் அந்த ஓடு, நீர்ப்பரப்பில் பட்டு, பின்னர் சற்று எழும்பி, சிறிது தொலைவுக்குப் பின்னர் மறுபடியும் நீர்ப்பரப்பில் பட்டு, பின்னர் சற்று எழும்பி, இவ்வாறாகத் தாவித் தாவிச் செல்லும். இதைத்தான் தத்துதல் என்கிறோம். வளைந்தும் நெளிந்தும் வேகமாக வரும் ஆற்று நீர் ஆண் யானையின் தந்தங்களில் பட்டு அவற்றின் மேல் ஏறி இறங்கி வருகின்றது. இதைத்தான் புலவர் **'தத்துதலுற்று'** என்கிறார்.

ஆழமற்ற சில இடங்களில் ஆற்றுப்படுகையில் கிடக்கும் பரல் கற்களின் மீது நீர் தவழ்ந்து வரும்போது ஏறியும் இறங்கியும் வரும். அப்போதும் நீர் தத்திவருகிறது எனலாம். எனினும் தண்ணீர் தானாகத் தத்துவது கிடையாது. வேகமாக வரும்போது அதற்கு ஏற்படும் குறுக்கீடுகளினால் அது தாவித் தாவி வர நேரிடுகிறது. எனவேதான் புலவர் நீர் தத்துதலுறுகிறது என்று செயப்பாட்டு வினையில் (passive voice) கூறுகிறார்.

நல் பொன் மணி நிறம் கிளர - நல்ல பொன்னும் மணியும் நிறம் விளங்கும்படி செய்து,

(பொன், மணி - விலையுயர்ந்த கற்கள், கிளர்தல் - மின்னுதல்)

ஆற்றுநீர் பெருங்கற்களை உடைத்து அவற்றை உருட்டிக்கொண்டு வருவதால் அவை கூர் மழுங்கி அழகிய சிறு கூழாங்கற்களாய் மாறும். அந்தக் கூழாங்கற்களின் இடையே அங்கங்கே பொன்னும் மணியுமான விலையுயர்ந்த கற்கள் மின்னிக்கொண்டிருக்கும்.

பொன் கொழியா - (பொடியான) பொன்னைத் தெள்ளி, **கொழி**த்தல் என்பது என்ன? உங்கள் வீட்டில் வயதான பாட்டிமார் இருந்தால் அவர்களைக் கேளுங்கள். செய்து காட்டச் சொல்லுங்கள். அந்தக் காலத்தில் அரிசி இப்போது கிடைப்பது மாதிரி சுத்தமாக இருக்காது. எனவே சுளகில் கொட்டி, முதலில் புடைத்து, உமி போன்ற தூசிகளை நீக்கிவிட்டுப் பின்னர் அரிசியைக் கொழித்து, குருணை, சிறு கற்கள் போன்ற நுண்ணிய பொருள்களை ஒதுக்கி, முழு அரிசியைத் தனியே எடுப்பார்கள். **'சுளகு'** என்பதை **'முறம்'** என்றும் கூறுவார்கள். இரண்டிற்கும் வடிவத்தில் சிறு வேறுபாடு உண்டு. மணலில் விளையாடும்

சிறுவர்கள் உள்ளங்கையில் சிறிதளவு மணலை எடுத்துப் பக்கவாட்டில் கையை ஆட்டி ஆட்டிக் கற்களை நீக்கி மாவு போன்ற மணலைப் பெறுவார்கள். அதற்குக் **குறுமணல்** *(fine sand)* என்று பெயர். அவ்வாறு செய்வதைத் **'தெள்ளுதல்'** என்பார்கள். இக்காலத்தில் பேரூர்களிலும் பட்டணங்களிலும் வாழ்கின்ற சிறுவர்கள் எவ்வளவு இனிய அனுபவங்களை இழந்திருக்கிறார்கள் என்று உணர்ந்திருப்பீர்கள். கரை ஓரத்தில் வரும் ஆற்று நீரானது கடல் அலைகள் கரையைத் தாக்குவதுபோலக் கரையை மோதி மோதித் தாக்கும். ஆனால் அவ்வளவு ஆவேசமாக அல்ல. மேலும் கடல் அலையைப்போல் நேரே தாக்காமல், ஆற்று நீர் கரையைப் பக்கவாட்டில் அலைத்துக்கொண்டே இருக்கும். அவ்வாறு அலைக்கும்போது ஆற்று மணல் கொழிக்கப்பட்டு குறுமணல் நீர் ஒரம் படியும். அந்தக் குறுமணலில் தங்கத் துகள்கள் இருக்கும். இப்பொழுதும் சில குளத்தங்கரைகளில் சிலர் மணலைக் கொழித்துத் தங்கம் சேகரிப்பார்கள். எனவே **'கொழி'** என்பதை **'waft ashore as fine sand by the waves'** என்று கூறலாம். திருமுருகாற்றுப்படையில் ஆறு இவ்வாறு கரையெங்கும் பொன்னைக் கொழித்துக்கொண்டே வருகிறது என்கிறார் ஆசிரியர்.

சுளகில் கொழித்தல்

ஆறு-குறுமணலைக் கொழித்தல்

வாழை முழு முதல் துமிய - வாழையின் பெரிய முதல் துணிக்கப்பட,

(துமி=துணி, வெட்டித் துண்டாக்கு, வெட்டப்பட்டுத் துண்டாகு)

முழுமுதல் என்பது முழுமையான அடிமரம் என்று ஏற்கனவே கண்டோம். கடுமையான வேகத்தில் ஆற்றுவெள்ளம் கரைபுரண்டு ஓடி வருகிறது. அது வாழைமரங்களை அடியோடு சாய்த்து விடுகிறது.

தாழை, இளநீர் விழுக் குலை உதிரத் தாக்கி - தென்னையின்

இளநீரையுடைய நன்கு பருத்த குலைகள் உதிர மோதி
(தாழை=தென்னை மரம், விழு=சிறந்த)

முற்றிய தென்னங்காய்களைப் பிளந்துதான் தேங்காய் எடுக்கிறார்கள். தென்னங்காய்கள் முற்றுவதற்கு முன்னர் உள்ள பருவத்தில் அவற்றை இளநீர்க்காய்கள் அல்லது இளநீர் என்கிறோம். அவற்றின் பருப்பு முற்றாமல் இருக்கும். அதனை இளம்பருப்பு என்கிறோம். இந்தத் தென்னங்காய்கள் கொத்துக் கொத்தாகக் காய்க்கும். அதனைத் தென்னங்குலை என்பார்கள். ஆற்றோரத்தில் உள்ள தென்னை மரங்களில் சில ஆற்றுப் பக்கமாக நீண்டு வளைந்து, ஓடுகின்ற நீரைத் தொட்டுக்கொண்டு இருக்கும். வெள்ளம் பெருக்கெடுக்கும்போது உயர்ந்து வரும் நீர்ப்பெருக்கு அத்தென்னை மரங்களின் குலைகளைத் தாக்கும். அதனால் அதிர்ந்து போய் அந்தக் காய்கள் ஆற்றின் மேலேயே உதிர்ந்து விழும்.

ஆற்றோரத் தென்னை மரம்

தென்னங்குலை

கறிக் கொடி கரும் துணர் சாய - மிளகுக் கொடியின் கரிய கொத்துக்கள் சாய - (கறி = மிளகு, துணர் = கொத்து) மிளகு கொடியில் காய்க்கும். அதுவும் கொத்துக்கொத்தாகத்தான் காய்க்கும். இந்தக் கொத்துக்குத் **'துணர்'** என்று பெயர். மிளகுக் கொடிகள் உயரமான மலைப்பாங்கான இடங்களில்தான் வளரும். கொடி என்பதால் ஏதாவது மரம் அல்லது கொம்பைச் சுற்றிக்கொண்டு தானே அது படர வேண்டும்! மரமே சாயும்போது மரத்தில் படர்ந்த கொடிகளும் அதனோடு சேர்ந்து சாயத்தானே வேண்டும்!

மிளகுக் கொடி

மிளகுக் காய்க் கொத்து

பொறிப் புற, மட நடை மஞ்ஞை பல உடன் வெரீஇ -
பொறியையுடைய முதுகினையும் மடப்பத்தினையுடைய நடையினையும் உடைய மயில்கள் பலவற்றோடே அஞ்சி,

(புறம் = முதுகு, மஞ்ஞை = மயில், வெரீஇ - வெருண்டு)

அடித்துக்கொண்டு வரும் வெள்ளத்தால் ஆற்றின்கரையில் உள்ள எத்தனை பொருள்கள் நிலைகுலைகின்றன என்று பார்த்தோம். இந்த நிலைகுலைவின்போது சடார், மடார் என்ற பேரொலிகள் உண்டாவது இயற்கைதானே! திடீரென்று ஏற்படும் இந்தச் சத்தத்தால் கரையோரத்தில் கூட்டமாய் இருக்கும் மயில்கள் பயந்து ஓட ஆரம்பிக்கின்றன. வெறும் மயில்கள் என்று சொல்லாமல் அவற்றை ஒரு **சொல்லோவியமாக** வரைந்து காட்டுகிறார் புலவர். மயிலின் பின்பக்கம் நீண்டிருக்கும் தோகைகளில் கண் போன்ற ஒரு அமைப்பு இருக்கும். அதனைப் **பொறி** என்பார்கள்.

பொறிப்புற மயில்   மட நடை மயில்

மயிலின் இறக்கைகள் அதன் முதுகுப்புறத்தையும் உடலின் பக்கவாட்டையும் மறைத்திருக்கும். அந்தப்பகுதியிலும் புள்ளி புள்ளியாக இருக்கும். இதனையும் பொறி என்பர். மொத்தத்தில் மயிலின் மேற்பகுதி புள்ளிகளால் நிறைந்திருக்கும். எனவே அதனைப் **'பொறிப் புற மயில்'** என்று ஆசிரியர் குறிப்பிடுகிறார். மயில் நடந்து போவதைப் பார்த்திருக்கிறீர்களா? அந்த நடையை **'மட நடை'** என்று ஆசிரியர் குறிப்பிடுகிறார். அச்சம், மடம், நாணம், பயிர்ப்பு என்ற நான்கும் இளம்பெண்களின் பண்புகள் என இலக்கியங்கள் கூறுகின்றன. இதில் **'மடம்'** என்பது அறியாமை *(ignorance, folly)*, பேதைமை, கபடமின்மை *(credulity)*, மென்மை *(delicacy)* என்றெல்லாம் பொருள் தரும். இந்த **மடப்பம்** பொருந்திய பெண்கள் நடப்பதுபோல மயில்கள் நடப்பதால்

அவற்றை மட நடை மயில் என்கிறார். வெருள் என்பதற்கு மிரள் என்று பொருள். ஜல்லிக்கட்டுகளில் அவிழ்த்துவிடப்படும் காளைகள் பெரும் கூட்டத்தைப் பார்த்தும், அந்தக் கூட்டத்தினர் எழுப்பும் ஆரவாரத்தைக் கேட்டும் திகைத்துப் போய் அங்குமிங்கும் ஓடுவதையே மிரளுதல் என்கிறோம். மரங்கள் சரிவதைப் பார்த்தும், அவை ஏற்படுத்தும் ஒலியைக் கேட்டும் மயில்கள் மிரட்சிகொள்வதையே புலவர் வெரீஇ என்கிறார்.

கோழி வய பெடை இரிய - கோழியின் வலிமையுடைய பேடைகள் விழுந்தடித்து ஓட,
(வயவு=வலிமை, பெடை=பறவைகளில் பெண், இரி=பயந்தோடு)

கோழி என்பது பொதுப்பெயர். **பெடை** என்பது பெட்டைக் கோழியைக் குறிக்கும். அது குஞ்சாக இருந்து முட்டையிடும் பருவம் அடையும்போது அதனை **விடைக்கோழி** என்பர். அப்போது அது வலிமையுள்ளதாக இருக்கும். அதனையே புலவர் **'வயப் பெடை'** என்கிறார். பறவைகள் அமர்ந்திருக்கும் ஒரு மரத்தருகே துடும் என்று ஒரு துப்பாக்கி ஒலித்தால் திடுக்கிட்ட பறவைகள் பயந்துபோய் தங்கள் சிறகுகளை எவ்வளவு பலமாக அடிக்க முடியுமோ அவ்வளவு பலமாக அடித்து எவ்வளவு விரைவாகப் பறக்க முடியுமோ அவ்வளவு விரைவாகப் பறந்து செல்வதையே **'இரிதல்'** என்கிறோம்.

அதாவது திடுக்கிட்டு விழுந்தடித்துக் கொண்டு ஓடுவதுதான் இது. மயில்களை வெருட்டிய காட்சிகளும் ஓசைகளும் அங்கு மேய்ந்து கொண்டிருந்த காட்டுக் கோழிகளையும் திடுக்கிட வைத்திருக்கும். குஞ்சுகளும் வயதான கோழிகளும் வேகமாக ஓடி மறைய, இளம் கோழிகள் தங்கள் இறக்கைகளைப் பட பட வென்று அடித்துக்கொண்டு கெக் கெக் கெக் என்று பெரும் சத்தத்துடன் ஓடுவதையே **'வயப் பெடை இரிய'** என்ற சொற்களால் புலவர் படம் பிடித்துக் காட்டுகிறார்.

கேழலொடு, இரும் பனை வெளிற்றின் புன் சாய் அன்ன குரூஉ மயிர் யாக்கை குடா அடி உளியம் பெரும் கல் விடர் அளை செறிய - ஆண் பன்றியுடன் கரிய பனையின் - (உள்ளே) வெளிற்றினையுடைய - புல்லிய செறும்பை ஒத்த கரிய

நிறத்தையுடைய மயிரினையுடைய உடம்பினையும் வளைந்த அடியினையுமுடைய கரடி பெரிய கல் வெடித்த முழைஞ்சில் சேர,

(கேழல்=ஆண்பன்றி, வெளிற்று=உள்வயிரம் அற்ற தன்மை, சாய்=சிம்பு, அன்ன=போல, குரூஉ=நிறம், யாக்கை=உடம்பு, குடா=வளைவு, அடி=பாதம், உளியம் = கரடி, விடர்= வெடிப்பு, அளை = குகை, *cavern*)

நன்றாக முதிர்ந்த தேக்கு மரத்தின் உட்பகுதி இறுகிப்போய் கெட்டியாக இருக்கும். அதனைப் பிளப்பது கடினம். அதனை **வயிரம் பாய்ந்த கட்டை** என்பார்கள். பனைமரக்கட்டை வெளிப்புறத்தில் இரும்பு போல் கெட்டியாக இருக்கும். ஆனால் அதனைப் பிளப்பது எளிது. காரணம் அதன் உட்பக்கம் குழல்போல் இருக்கும். எனவே பனைமரத்தை **வெளிற்றுமரம்** (*coreless tree*) என்பார்கள். இருப்பினும் அதன் உட்புறத்தில் நீள நீளமான சிம்புகள் இருக்கும். இதனைச் சிறாம்பு, **செறும்பு** அல்லது சாய் என்றும் கூறுவர். ஆங்கிலத்தில் இதனை *fibre* எனலாம். ஆனால் இந்தச் சிம்பு, இரும்புக் கம்பி போல் உறுதியாக இருக்கும். ஒரு கரடியின் உடம்பிலிருக்கும் முடி இந்தச் சிம்பு போல இருக்கும். இதனையே **'இரும் பனை வெளிற்றின் புன் சாய் அன்ன குரூஉ மயிர்'** கரடி என்கிறார் புலவர்.

மிகவும் ஒல்லியான, ஆனால் கெட்டியான தண்டினையுடைய தாவரத்தையே **'புல்'** என்கிறோம். **'புல் சாய்'** என்பதே இலக்கண விதிப்படி புன் சாய் என்றானது. கரடியின் பாதம் வளைந்து

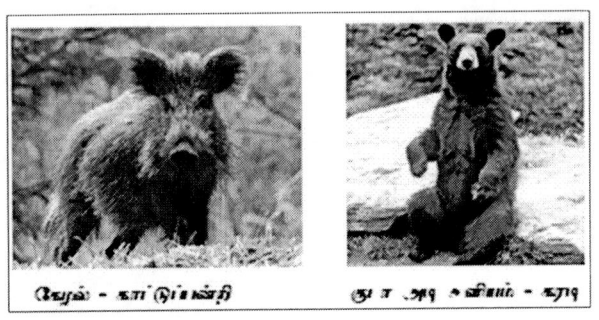

கேழல் - காட்டுப்பன்றி

குடா அடி உளியம் - கரடி

இருக்கும். இதுவே இங்கு **'குடா அடி'** எனப்படுகிறது. வங்கக் கடல் பகுதியை வங்காள விரிகுடா என்பர். வங்கக் கடலின்

கரைப்பகுதியைப் படத்தில் பாருங்கள். அது தமிழ்நாடு, ஆந்திரா, ஒரிசா எனக் கீழிருந்து மேலே சென்று மேற்கு வங்காளம், வங்க தேசம் ஆகிய பகுதிகளில் வளைந்து மியான்மர், மலேசியா எனக் கீழிறங்கும். இந்தப் பெரும் வளைவையே **'குடா'** என்கிறோம். கரடியின் கால்களும் இவ்வாறு குழிவாக வளைந்து இருக்கும் என்பதால் அதனைக் **குடா அடி உளியம்** என்கிறார் புலவர். புலவரின் இன்னொரு **சொல்லோவியம்** இங்கு அருமையாகத் தீட்டப்பட்டுள்ளது. மலையில் பெரிய பாறைகளில் வெடிப்புகள் காணப்படும். அவை சிறிய குகைகள் போன்று இருக்கும். மயில்களையும் கோழிகளையும் வெருட்டி ஓட வைக்கும் சத்தத்தால் பன்றிகளும், கரடிகளும் சிறிய வாயுள்ள குகைகளுக்குள் நெருக்கியடித்துக் கொண்டு ஓடி ஒளிந்துகொள்கின்றன.

கரும் கோட்டு, ஆமா நல் ஏறு சிலைப்ப - கரிய கொம்பினையுடைய ஆமாவினுடைய நல்ல ஏறுகள் முழங்க, (கோடு=கொம்பு, ஆமா=காட்டுப்பசு, ஏறு=காளை, சிலைத்தல்=செருமி முழக்கமிடுதல்)

இத்தனையையும் பார்த்துக்கொண்டிருந்தது காட்டுப்பசு இனத்தின் ஒரு காளை. தன்னுடைய கரேர் என்ற கொம்புகளைத் தூக்கியவாறு சுற்றும் முற்றும் நோட்டம் விட்டது. முரட்டு இனம் ஆயிற்றே. எந்தச் சலசலப்புக்கும் அது அஞ்சவில்லை. எதனையும் எதிர்கொள்ளும் மனத் துணிவுடன் தன் தலையை உயர்த்திப் பெரிதாக முழக்கம் இட்டது.

கருங்கோட்டு ஆமா நல்லேறு

சேணின்று, இழுமென இழிதரும் அருவி - உயரத்தினின்றும் இழும் என்னும் ஓசைபடக் குதிக்கும் அருவி, (சேண்=மிக்கதூரம், இழிதரும் = இறங்கும்)

இவ்வாறான விளைவுகளை எல்லாம் ஏற்படுத்திக்கொண்டு, விரைந்து ஓடி வந்த ஆறு, செங்குத்தான ஒரு

'இழும்' என இழிதரும் அருவி

மலைச்சரிவை அடைகிறது. அங்கிருந்து டமார் என்று பெருத்த ஓசையுடன் அது அருவியாகக் கீழே கொட்டுகிறது. இப்படிப்பட்ட அருவியை உடைய மலைகளைக் கொண்ட பழமுதிர்ச்சோலைக்கு உரிய முருகன் என்று ஆசிரியர் இப்பாடலை முடிக்கிறார்.

3. உள்ளுறை

புலவர் திருப்பரங்குன்றத்தைப்பற்றிக் கூறுகையில் இரவில் தாமரை மலரில் தூங்கிய வண்டுகள் காலையில் கதிரவன் ஒளியில் மலர்கள் விரிய அங்குள்ள நெய்தல் பூக்களில் தேனுண்டு, மாலையில் மலையடிவாரத்தை விட்டு, மலையுச்சியிலிருக்கும் சுனைகளின் மலர்களில் தேனுண்ணச் செல்கின்றன என்று கூறுகிறார்.

இரும் சேற்று அகல் வயல் விரிந்து வாய் அவிழ்ந்த
முள் தாள் தாமரை துஞ்சி வைகறை
கள் கமழ் நெய்தல் ஊதி எல் பட
கண் போல் மலர்ந்த காமரு சுனை மலர்
அம் சிறை வண்டின் அரிக் கணம் ஒலிக்கும்
குன்று -(திருமுருகு. 72 - 77)

கரிய சேற்றினையுடைய அகன்ற வயலில் முறுக்கவிழ்ந்து வாய் மலர்ந்த
முள்ளிருக்கும் தண்டையுடைய தாமரைப் பூவில் தூங்கி, விடியற்காலத்தே,
தேன் கமழும் நெய்தல் பூவை ஊதி, ஞாயிறு மறைய
கண்ணைப்போன்று விரிந்த விரும்பக்கூடிய சுனைப் பூக்களில்,
அழகிய சிறகையுடைய வண்டின் அழகிய திரள் ஆரவாரிக்கும்
- திருப்பரங்குன்றத்தில்...

இதன் உட்பொருள்:

அறியாமை இருளில் கிடக்கும் ஆன்மா தன் ஆணவம் ஒடுங்கி இறைவனைத் தஞ்சம் அடைந்து அவன் தாள்களில் அடங்கிக் கிடந்தால் இறைவனின் மெய்ஞ்ஞான ஒளியில் விழித்து, அவன் அருள் என்னும் தேனைச் சுவைத்து மகிழலாம். பின்னர் நிலையாமை உள்ள இவ்வுலகம் என்னும் அடிவாரத்தை விட்டு, மலையுச்சி போன்ற வீடுபேறு என்ற உயர்ந்த நிலையை அடைந்து, சுவையான தேன் போன்ற பேரின்பம் பருகலாம். **(திரு.ஆர். இராதாகிருஷ்ணன்-பத்துப்பாட்டில் பைந்தமிழ் வளம்)**

தாமரை மலர்களில் வண்டுகள் இரவில் தூங்கின

என்பது முருகனின் தாமரை போன்ற திருவடிகளில் ஒருவர் சரணடையவேண்டும் என்பதைக் குறிக்கின்றது. **தாமரை புரையும் காமர் சேவடி** என்ற குறுந்தொகை கடவுள் வாழ்த்துப்பாடல் நினைவிற்கு வருகின்றது அல்லவா! மலருக்குள் வண்டு தூங்கும்போது தன்னை அதற்குள் ஒடுக்கிக்கொள்ளவேண்டும். தான் என்ற ஆணவம் ஒடுங்கி ஒருவன் தன்னை இறைவனுக்குள் முழுவதுமாய் ஒடுக்கிக்கொள்ளவேண்டும் என்பதை இது குறிக்கின்றது. காலையில் வண்டுகள் விழித்து நெய்தல் மலரின் தேனைக் குடித்தன என்பது ஆன்மா, அறியாமை என்ற இருள் அகல விழிப்புற்று, மெய்ஞ்ஞான ஒளியில் இறைவனின் அருளைப் பெறுகின்றது என்பதைக் குறிக்கின்றது. மலையடிவாரத்தில் வயல்கள் இருக்கின்றன. மலையுச்சியில் சுனைகள் உள்ளன. வண்டுகள் கீழேயுள்ள வயல்களிலிருந்து மேலேயுள்ள சுனைமலர்களுக்குச் செல்கின்றன. ஆன்மாவும் உலகவாழ்க்கை என்னும் கீழ்நிலையிலிருந்து பேரின்பவீடு என்ற உயர்ந்த நிலையை அடைகிறது என்பதைக் குறிக்கின்றது. அரிக்கணம் என்பது வண்டுகள் கூட்டம். திருப்பரங்குன்றத்தில் அடியார் கூட்டம் பெருந்திரளாக வந்து கூடி இறையருள் பெறுகின்றனர் என்பதை இது குறிக்கின்றது.

இதற்கு இது உவமை என்பது போல் நேரிடையாகச் சொல்லாமல் மறைபொருளாக உணர்த்துவதை உள்ளுறை உவமம் என்பர். இந்த உள்ளுறை உவமங்கள் அகப்பாடல்களில் ஏராளமாக உள்ளன. ஆனால் அந்த உள்ளுறை உவமத்தைப் புறப்பாடலிலும் சிறப்பாகக் கையாளமுடியும் என்பதைப் புலவர் நக்கீரர் வெகு அழகாகக் காட்டியுள்ளார்.

திருமுருகாற்றுப்படை கூறும் முருகனின் ஆறுபடைவீடுகள்.

1. திருப்பரங்குன்றம்

இது மதுரைக்குத் தென்மேற்கே 8 கி.மீ தொலைவில் உள்ளது. சென்னை - திருச்சி - மதுரை - 483 கி.மீ. மதுரை - திருப்பரங்குன்றம் - 8 கி.மீ

2. திருச்சீரலைவாய் என்ற திருச்செந்தூர்

இது மதுரைக்குத் தெற்கே 207 கி.மீ தொலைவில் தூத்துக்குடி அருகில் உள்ளது.

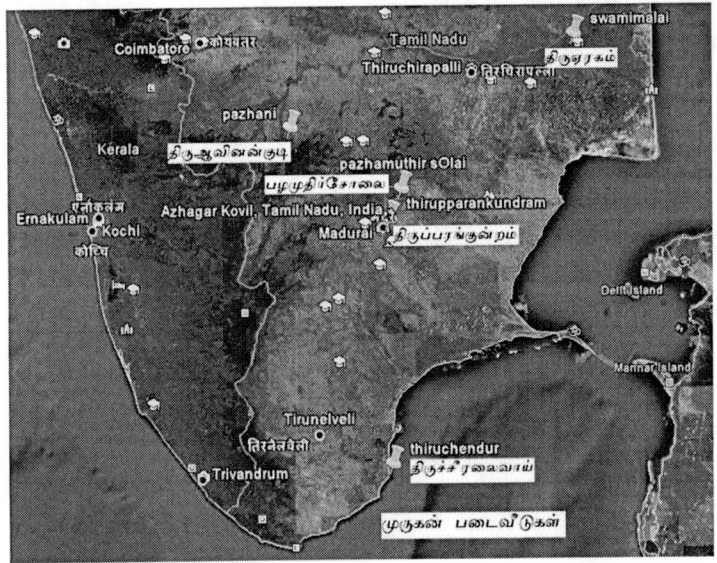

3. திருஆவினன்குடி என்ற பழனி

இது மதுரைக்கு வடமேற்கே 120 கி.மீ. தொலைவிலும் திருச்சிக்குத் தென்மேற்கே 160 கி.மீ. தொலைவிலும் உள்ளது. ஆவி என்ற சங்ககால வேளிர்குல மன்னனின் நகரான பொதினி என்பதுவும் இவ்வூர்தான் என்பர். எனவே இதனை **ஆவிநன்குடி** என்று எழுதவேண்டும் என்பர்.

4. திருஏரகம் என்ற சுவாமிமலை

இது சென்னைக்குத் தெற்கே 280 கி.மீ. தொலைவில் **கும்பகோணம் அருகில்** உள்ளது.

இந்த ஏரகம் என்ற இடம் தமிழ்நாட்டைச் சேர்ந்தது அன்று என்றும் அது துளுநாட்டைச் சேர்ந்த குமாரமலை என்ற மலையில் இருக்கும் குமார சேத்திரம் என்ற ஊர் என்றும் அக் கோவில் இப்போது **குக்கெ சுப்பிரமணியர் கோவில்** என்று அழைக்கப்படுகிறது என்றும் கூறுவர். அக்கோவிலில் இன்றைக்கும் குளித்துவிட்டு ஈரத்துணியுடன் இருக்கும் அந்தணர்களால் பூசை செய்யப்படுகிறது என்றும் கூறுவர்.

5. குன்றுதோறாடல்

இது ஓர் இடம் அல்ல. குன்றிருக்கும் இடமெல்லாம் குமரன் இருக்குமிடம் என்ற நோக்கில் அமைந்துள்ளன இதன் வரிகள்.

6. பழமுதிர்ச்சோலை

இது மதுரைக்கு வடக்கே 22 கி.மீ. தொலைவில் உள்ளது. அழகர்கோவில் என்ற இடம் இந்த மலையின் அடிவாரம். இங்கிருந்து சுமார் 2 கி. மீ. தூரம் மலையில் செல்லவேண்டும். நல்ல பாதை உண்டு. பழமுதிர்ச்சோலை என்பதுவும் ஓர் இடம் அன்று - ஓர் அடைமொழியே என்பர்.

இனி, அடுத்த பாடலான பொருநராற்றுப்படை பற்றிக் காண்போம்.

பொருநராற்றுப்படை

2
பொருநராற்றுப்படை

இந்தப் பாட்டுக்குத் தலைவன் **சோழன் கரிகால் பெருவளத்தான்**. இவன் காவிரிப்பூம்பட்டினத்தைத் தலைநகராகக் கொண்டு ஆண்ட சோழ மன்னன். இவன்தான் காவிரி ஆற்றுக்குக் குறுக்காகக் கல்லணையைக் கட்டியவன் என்பார்கள். இந்தக் காவிரிப்பூம்பட்டினம் காவிரியாறு கடலில் கலக்கும் இடத்தில் இருந்த ஒரு துறைமுகப்பட்டினம். இப்போது இந்நகரம் இல்லை. இவன் காலத்திற்குப் பின்னர் சுனாமி போன்றதொரு ஆழிப்பேரலையாகிய ஒரு பேரழிவு வந்து இப்பட்டினத்தை விழுங்கிவிட்டது என்று கூறுவர். கடலினால் ஏற்படும் இத்தகைய பேரழிவை அன்றைய நாட்களில் கடல்கோள் என்பார்கள். கடல் விழுங்கியது போக மீதமுள்ள சிறு பகுதி இன்றைக்குப் பூம்புகார் என்ற சிறிய ஊராக இருக்கிறது. 248 அடிகளைக் கொண்ட இப் பாடலின் ஆசிரியர் **முடத்தாமக் கண்ணியார்** என்ற பெண்பாற் புலவர்.

பொருநன் என்பவன் பாடி நடிப்பவன். கரிகாற்சோழ மன்னனிடம் பாடி நடித்து அவனிடம் நிறையப் பரிசுப் பொருள்களைப் பெற்றுத் திரும்பும் ஒரு பொருநன் வரும் வழியில் வறுமையில் வாடிக்கொண்டிருக்கும் இன்னொரு பொருநனைக் காண்கிறான். அவனிடம் கரிகாலனைப் பற்றிய பெருமைகளை எடுத்துக்கூறுகிறான். அந்த மன்னனிடம் சென்று நீயும் இவ்வாறு பரிசுகளைப் பெற்று உன் வறுமையைப் போக்குவாய் என்று அவனை ஆற்றுப்படுத்தும் விதமாக இப்பாடல் அமைந்துள்ளது.

1. பொருநராற்றுப்படை - உரைநடைச்சுருக்கம்

வளமிக்க ஊர்களில் விழாக்கள் நடைபெறும் காலங்களில்

பொருநர்கள் சென்று தங்கள் கலைத்திறமையைக் காட்டி மக்களை மகிழ்விப்பது வழக்கம். அப்போது அவர்களுக்குப் பரிசுகளும் உணவும் வேண்டிய அளவு கிடைக்கும். விழா முடிந்த பின்னர் அவர்கள் விழா நடக்கும் வேறு ஊர்களுக்கோ அல்லது பரிசுகள் தரும் மன்னரிடமோ செல்வர்.

அப்படிப்பட்ட ஒரு பொருநனின் குடும்பம் பயணம் மேற்கொண்டுள்ளது. பாடினி தன் யாழில் பாட்டிசைத்துக் கொண்டு வருகிறாள். ஓடிக்களைத்த நாயின் தொங்குகின்ற நாக்கைப் போன்ற பாதங்களைச் செம்மண் நிலங்களின் சரளைக் கற்கள் உறுத்தியதால், அந்தப் பாடினியின் கால் பொத்துப்போய்விட்டது. எருக்களம் செடியின் மொட்டுக்கள் பழுத்ததைப் போன்ற நீர் கோர்த்த கொப்புளங்களுடன் நண்பகலிலும் மாலையிலும் நடப்பதைத் தவிர்த்து மெல்ல

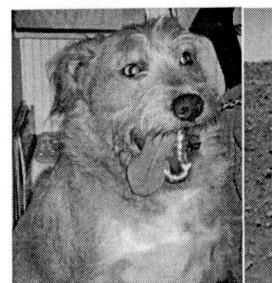  

நாயின் நாக்கு   செம்மண் நிலம்   எருக்களம் மொட்டு

மெல்ல நடந்து வருகிறாள். இவ்வாறு காட்டிலும் மேட்டிலும் அலைந்து திரிந்து காய்ந்துபோன ஒரு மரத்தின் நிழலில் தங்கி அங்கிருக்கும் தெய்வத்தை வணங்கினர். அப்போது அங்கு இன்னொரு பொருநனைக் காண்கின்றனர். புதிதாய் வந்தவன் இவர்களைப் பார்த்து,

இந்தக் கூத்தர்களின் தலைவனே, நீங்கள் எங்கெல்லாம் அலைந்து திரிந்திருப்பீர்கள், இப்போது எந்த நிலையில் இருப்பீர்கள் என்பதெல்லாம் எனக்குத் தெரியும். வழி தப்பிப்போய் வேறு பாதையில் சென்றிடாமல் நான் வரும் வழியில் என்னை எதிர்ப்பட்டது நீங்கள் செய்த நல்வினைப்பயனே. நான் கூறுவதைக் கொஞ்சம் பொறுமையாகக் கேளுங்கள். உங்கள் பசித்துன்பம் அறவே நீங்கவேண்டும் என்று நீங்கள் விரும்பினால் உடனடியாக நீங்கள் செல்லவேண்டிய அரசன் ஒருவன் உண்டு. தாமதிக்காமல்

ப.பாண்டியராஜா

அவனிடம் செல்வீர்.

பழுத்த மரத்தை நாடிச் செல்லும் பறவையைப் போல் நானும் இளைத்த மேனியனாய் அவனிடம் ஒருநாள் அதிகாலை சென்றேன். நம்மைப்போல் வருவோர்க்கு என்றும் அடைக்காத அவன் வாயிலில் நுழைந்து என் தடாரிப்பறையை இயக்கி அதன் தாளத்திற்கேற்பப் பாட ஆரம்பித்தேன்.

நான் முடிப்பதற்கு முன்னரே அவன் நெடுநாள் பழகியவன் போல் வரவேற்றுப் பேசி, எங்களைத் தன் அருகில் இருத்திக்கொண்டான். எங்களுடைய பழைய கிழிந்த ஆடைகளை நீக்கி, அழகான புதிய ஆடைகளைத் தந்தான். மகளிர் பருகுதற்கு இனிய கள்ளைப் பொற் கலங்களில் ஊற்றி ஊற்றிக் கொடுத்தனர். நாங்கள் அதனை வயிறாரக் குடித்து எங்கள் பயணக் களைப்பு நீங்க மகிழ்ச்சியுடன் இருந்தோம். அந்த அரண்மனையின் ஒரு பக்கத்தில் தங்கி எங்கள் மனவருத்தம் முழுதும் நீங்க, இனிதாகத் துயின்றோம். காலையில் விழித்துப் பார்த்தபோது எங்கள் கண்களையே நம்பமுடியவில்லை. முந்தைய நாள் மாலையில் அப்படி ஒரு வறுமை! காலையில் கண்டோர் வியக்கும் செல்வச் செழிப்பு! இது கனவோ என்று எங்கள் நெஞ்சம் மயங்கியது. எங்களைச் சுற்றியிருந்த சிறுவரின் குரலால்தான் அது உண்மைநிலை எனப்புரிந்தது. பின்னர் அரசனிடம் சென்றோம். எங்களைத் தூரத்தில் கண்டபோதே வாருங்கள், வாருங்கள் என்று அழைத்தான் அவன். நாங்களும் அவனுக்கு எங்கள் பணிவையும் வணக்கத்தையும் தெரிவித்தோம்.

பின்னர் தகுந்த நேரத்தில் எமக்கு உணவு அளித்தான். செம்மறி ஆட்டின் இறைச்சியை வேகவைத்தும் நெருப்பில் சுட்டும் சுடச்சுடக் கொடுத்தான். வாய்க்குள் சூடு தாங்காமல் ஒற்றி ஒற்றிச் சாப்பிட்டோம். அவை அலுப்புத்தட்டிய பின்னர் சுவையுள்ள பலவிதமான பலகாரங்களைத் தந்தான். நாங்கள் எங்கள் மத்தளங்களை முழக்க, மகளிர் யாழை இசைக்க, இனிமையாகப் பல நாள்கள் சென்றன. ஒரு நாள் அரிசிச் சோற்றையும் உண்க என்று கூறிக் குருணை இல்லாத முழு அரிசியைப் பக்குவமாய்ச் சமைத்து, பொறித்த கறியுடன் உண்ணச் செய்தான். வேண்டுமளவு அவற்றையெல்லாம் உண்டோம். இவ்வாறு பகலும் இரவும் இறைச்சியைத் தின்று தின்று எங்கள் பற்கள்கூட மழுங்கிப்போய்விட்டன. ஓய்வின்றித் தின்றதினால் உணவே வெறுத்துப் போய்விட்டது. எனவே ஒரு நாள் நாங்கள்

ஊருக்குப் போகிறோம் என்று மெதுவாகக் கூறினோம். அதற்குள் கிளம்பிவிட்டீர்களா? என்று எங்களைக் கோபித்துக்கொண்டு, பின்னர் யானைகளையும் அவற்றின் கன்றுகளையும் இன்னும் விரும்பிய எல்லாவற்றையும் கொள்க என்று கூறினான். நாங்களும் எங்களுக்கு வேண்டிய அளவுக்கு அவற்றை எடுத்துக்கொண்டு வருகின்றோம்.

அந்த அரசன் யார் தெரியுமா? அவன் சோழ நாட்டு மன்னன் கரிகால் வளவனே. தாயின் வயிற்றில் இருக்கும்போதே அவன் தந்தை இளஞ்சேட்சென்னி இறந்துவிட்டதால் பிறக்கும் முன்னரே அரசுரிமை பெற்றவன் அவன். அவன் வலிமையை அறிந்த பகைவர் அவன் ஏவலைக் கேட்டு நடப்பர். அவ்வாறு கேட்காதோரின் நாட்டு மக்கள் என்னாகுமோ என்று கலங்கிக்கொண்டிருப்பர். கடலின் மேல் தன் கதிர்களைப் பரப்பி எழும் காலைக் கதிரவன் எல்லாரும் விரும்பும் வெப்பத்தை அளித்து விண்ணில் ஊர்ந்து வருவது போல், கரிகாலன் தான் பிறந்து தவழ்ந்ததன் தொட்டே ஆட்சிப் பொறுப்பைத் தன் தோள்களில் தாங்கிக்கொண்டான்.

யாளியின் குட்டி, தான் பால்குடி மறந்த அளவிலேயே வேட்டைக்குச் சென்று தன் முதல் வேட்டையிலேயே ஒரு பெரிய ஆண் யானையைக் கொல்வதுபோல், கரிகால் வளவன் தன் இளம் வயதிலேயே சேரனையும் பாண்டியனையும் பறந்தலை என்ற ஊரில் ஒருசேர வென்றவன். அப்பேர்ப்பட்ட பெரு மன்னனின் பாதம் பணிந்து அவனை வணங்கி நிற்பீர். அப்போது தன் கன்றைப் பார்க்கின்ற தாய்ப்பசு போல அவன் உங்களைக் கனிவுடன் பார்ப்பான். உங்கள் கைத்திறமையை நீங்கள் காட்டும் முன்னரே அழுக்கடைந்த உங்கள் கிழிசல் ஆடையை அகற்றி, பட்டாடைகளைத் தருவான். பொற்கலங்களில் தெளிந்த கள்ளை வேண்டிய அளவு உண்க உண்க என்று கொடுத்துக்கொண்டே இருப்பான்.

பின்னர், பாணர்களுக்குத் தலையில் பொற்றாமரைகளைச் சூடுவான். பாடினியர்க்கு முத்து மாலைகளை அளிப்பான். குதிரைகள் பூட்டிய பெரிய தேரில் உங்களை உரிய மரியாதை செய்து ஏற்றிவிடுவான். கூடவே வயல் நிறைந்த பல ஊர்களையும் முரசறைவதற்கு அவன் வைத்திருக்கும் பல யானைகளையும் தருவான். உமக்குக் கிடைத்த பொருள்களை உம்மோடு வந்தவர்க்கு நீர் பகிர்ந்து கொடுத்த பின்னர் எப்படியும் நீங்கள்

போய்த்தானே ஆகவேண்டும் என்பதை உணராமல் சீக்கிரம் உங்களை வழியனுப்பவும் மாட்டான்.

இத்தனைக்கும் காரணம் கரிகால் பெருவளத்தான் ஆளும் சோழ நாட்டின் மிக்க வளப்பமே. கடல் சூழ்ந்தது அவன் நிலப் பரப்பு. இருப்பினும் உள்நாட்டின் ஒவ்வொரு சிறு பகுதியிலும் வயல்கள் உண்டு. அவற்றைச் சுற்றித் தென்னந்தோப்புகள் உண்டு. அவற்றினூடே நெற்குதிர்கள் கொண்ட குடியிருப்புகள் உண்டு. அவற்றில் கடவுளர்க்குப் பலி செலுத்திக் காக்கைக்கு வைத்த குருதிச் சோற்றைக் காக்கைகள் தின்று தீர்க்க முடியாது. எனவே அவை பசியின்றி வீட்டோரத்தில் உள்ள நொச்சிச்செடியின் நிழலில் பொரித்த ஆமைக்குஞ்சுகளைக்கூடத் தின்பதற்கு விருப்பமின்றி அவற்றைப் பார்த்துக் கொண்டிருக்கும். சிறுவர்கள் மணல்வீடு கட்டி மகிழ்ந்திருப்பர். முதியவர் வழக்காடும் இடங்களில் தம் பகை தீர்ந்து செல்வர். மயில்கள் பலாப்பழச் சுளைகளைத் தின்று, காஞ்சி, மருத மரங்களின் நிழலில் ஆடும்.

வளம் மிகுந்த சோழநாட்டில் நானிலங்களும் அடுத்தடுத்து அமைந்திருக்கும். சுறாமீன்கள் சுற்றித் திரியும் கடற்கரைகளில் இறால் மீனைத் தின்ற நாரைகள் அருகில் உள்ள புன்னை மரக் கிளைகளில் அமர்ந்திருக்கும். அப்போது உயர்ந்து எழும் கடல் அலைகளின் உரத்த ஓசையினால் வெருண்டு பறந்து சென்று வேறு இடம் தேடும். அடுத்திருக்கும் மருத நில வயல்களிலோ கரும்பு வெட்டுவோர், நெல்லறுப்போர் ஆகியோரின் ஆரவாரம் கேட்ட வண்ணமாகவே இருக்கும். அதனை அடுத்து நெய்தல் நில அடப்பங்கொடிகளோடு, பகன்றைக் கொடிகளும் படர்ந்து கிடக்கும் புன்கு மரச் சோலைகளிலும் ஞாழல் மரச் சோலைகளிலும் இடம் இல்லாமல் அதனையும் தாண்டி, செம்முல்லைக் கொடிகளும் காந்தளும் காட்டு முல்லைக் கொடிகளும் தேற்றா மரத்தின் உதிர்ந்த பூக்களும் பொன் போன்ற கொன்றைப் பூக்களும் மணி போன்ற காயா மலர்களும் உடைய முல்லைநிலத்தில் நடந்து திரியும். இறுதியில் மலையடிவாரப் பனை மரத்தின் மடல்களில் தங்கியிருக்கும். மக்கள் குடியிருக்கும் பாக்கத்தில் குலைகுலையாய்க் காய்த்த தென்னை மரங்களும் தார் தாராய்ப் பழுத்த வாழை மரங்களும், செழுத்த காந்தள் செடிகளும், மலர்களைக் கொண்ட சுரபுன்னை மரங்களும் அடர்ந்து இருக்கும். அவற்றிலுள்ள ஆந்தைகள் உடுக்கை போல் முழங்க, வண்டுகள் யாழ் போன்ற இசை எழுப்ப, அதற்கேற்றாற்போல் மயில்கள்

தோகைகளை விரித்தவாறு நிலவைப் போன்ற பல வெண்மணல் திட்டுகளில் அங்குமிங்கும் இடம்பெயர்ந்து ஆடும்.

அடுத்தடுத்து அமைந்த நானிலங்களும் வளப்பம் நிறைந்தவை. அங்கு மலைநாட்டோர் தேனையும், கிழங்கையும் சுமந்து வந்து அதற்குப் பண்டமாற்றாக மீனவரிடம் மீனும், அதன் எண்ணெயும், தென்னங்கள்ளும் வாங்கிச் செல்வர். இனிக்கும் கரும்புடன் நெல் அவலையும் கூறு வைத்து விற்போர், அவற்றை மானின் தசைக்கும் மதுவிற்கும் மாறுகொள்வர். குறிஞ்சிப் பண்ணைப் பரதவர் பாடித் திரிவர். நெய்தல் மலர்களை மலைவாழ் மக்கள் சூடிக்கொள்வர். முல்லை மக்கள் வயல்வெளிப் பாடல்களைப் பாடிக் களிப்பர். உழவர்கள் முல்லைக் கொடிகளைப் போற்றிப் புகழ்வர். காட்டுக் கோழிகள் நெற்கதிரைக் கொத்தித் தின்னும். வீட்டுக்கோழிகள் தினையைக் கவர்ந்து போகும். மலைக்குரங்குகள் நெய்தற் கழிகளில் நீராடும். அங்கிருக்கும் நாரைகள் மலையில் கூடுகட்டும்.

இவ்வாறு நான்கு வளங்களும் ஒன்றற்கொன்று நெருக்கமாய் அமைந்து அவற்றை நிரம்பப் பெற்ற சோழநாட்டைக் குறைகள் ஏதுமின்றித் தம் ஒரே குடையின் கீழ் நெடுங்காலம் ஆண்டுவரும் சோழ மரபில் வந்த கரிகாலன் நீடு வாழவேண்டும்.

நரந்தம் - lemon grass

போரடித்தல்

இச் சோழ நாட்டின் வளமெல்லாம் காவிரி ஆறால் கிடைப்பது. எனவே நாட்டில் மழை பொய்க்கும் வறட்சிக் காலங்களிலும், நுரை ததும்ப வரும் காவிரிப் புனலால் ஏரிகளும், குளங்களும் எப்போதும் நிரம்பிக் கிடக்கும். வறட்சியினால் மரம், செடி, கொடிகள் பட்டுப்போனாலும் ஆற்றுநீரால் அடித்துக்கொண்டு வரப்படும் மணம் மிக்க நறையும், நரந்தமும், அகிலும், ஆரமும் ஆங்காங்குள்ள மக்களின் அன்றாடத் தேவையைத் தீர்க்கும். வயல்கள் நல்ல விளைச்சலைக் கொடுக்கும்.

விளைந்த நெல்லை அறுத்துப் போரடித்துப் போட்ட சூட்டுத் தாள்கள் மலைமுகடு போல் அடுக்கிக் கிடக்கும். அடித்துச் சேர்த்த நெற்பொலிகள் குன்றுபோல் குவிந்து கிடக்கும். நெல்லை உலுக்கிக் குலுக்கிக் கட்டிய மூடைகள் இடைவெளி இல்லாமல் எங்கும் கிடக்கும். மிகவும் உயர்ந்த வகைச் செந்நெல்லே, ஒரு வேலி நிலத்தில் ஓராயிரம் கலம் விளையும். இப்படிப்பட்ட காவிரி ஆற்றின் காவலனே இந்தக் கரிகாலன்.

புதிய பொருநனின் கூற்றுடன் பொருநராற்றுப்படை முடிகிறது. அதன்பின் முந்தைய பொருநனும் கரிகால் வளவனிடம் சென்று, பரிசுகள் பெற்று வறுமை தீர வாழ்ந்திருப்பான்.

2. பொருநராற்றுப்படை - சிறப்புக் காட்சிகள்

1. யாழின் அமைப்பு

மகர யாழ், தோணி யாழ், யாளி யாழ்

யாழைப்பற்றிய பல அழகிய குறிப்புகள் இந்நூலில் உள்ளன. யாழ் பல வடிவங்களில் இருந்துள்ளது. அதன் உருவத்தைப் பொறுத்து அதிலுள்ள நரம்புகளின் எண்ணிக்கை வேறுபடும். **பேரியாழ்** *(21 நரம்புகள்),* **மகரயாழ்** *(19 நரம்புகள்),* **சகோட யாழ்** *(14 நரம்புகள்),* **செங்கோட்டு யாழ்** *(7 நரம்புகள்)* என யாழ் நான்கு வகைப்படும். மேலும் இந்த யாழை வாசிக்கும் மக்கள் வாழும் நிலப்பகுதியின் பெயராலும் அது அழைக்கப்படும். மலைப்பகுதியும், மலைப்பாங்கான பகுதியும் **குறிஞ்சி நிலம்** என்று அழைக்கப்படும். இதன் மக்கள் வாசிக்கும் யாழ் **குறிஞ்சி யாழ்** எனப்படும். மழையும் வேறு வளமும் இல்லாத நிலம் **பாலை** எனப்படும். பாலை நில மக்கள் வாசிக்கும் யாழ் **பாலை யாழ்** எனப்படும். பண்டைய நாட்களில் இராகம் என்பதை **'பண்**

என்று அழைப்பர். இதுவும் **குறிஞ்சிப்பண், பாலைப்பண்** என்று பல்வேறு வகைப்படும்.

யாழ் இன்றைக்கு நம்மிடம் இல்லை. அதன் பரிணாம வளர்ச்சிதான் வீணை என்று கூறுகிறார்கள். யாழைப் பற்றி இலக்கியங்களில் காணப்படும் குறிப்புகளையும் சில செவிவழிச் செய்திகளையும் வைத்துக் கற்பனையில் உருவாக்கப்பட்டவையே இங்குள்ள படங்கள்.

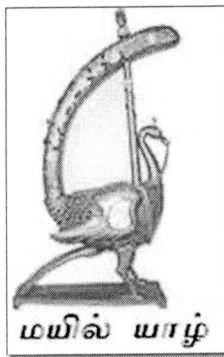

மயில் யாழ்

மயில் யாழ்

யாழின் உறுப்புகள்

யாழின் உறுப்புகளாகப் புலவர் இங்கே குறிப்பிடுவன: பத்தல், தோல், போர்வை, ஆணி, தண்டு, வார்க்கட்டு. முதலில் யாழைப்பற்றிய இவரது வருணனையைப் பார்ப்போம்.

1. குளப்பு வழி அன்ன கவடு படு பத்தல்
2. விளக்கு அழல் உருவின் விசியுறு பச்சை
3. எய்யா இளம் சூல் செய்யோள் அம் வயிற்று
4. ஐது மயிர் ஒழுகிய தோற்றம் போல
5. பொல்லம் பொத்திய பொதியுறு போர்வை
6. அளை வாழ் அலவன் கண் கண்டு அன்ன
7. துளை வாய் தூர்ந்த துரப்பு அமை ஆணி
8. எண் நாள் திங்கள் வடிவிற்று ஆகி
9. அண்நா இல்லா அமைவரு வறு வாய்
10.பாம்பு அணந்து அன்ன ஓங்கு இரு மருப்பின்
11.மாயோள் முன்கை ஆய் தொடி கடுக்கும்
12.கண்கூடு இருக்கை திண் பிணி திவவின்
13.ஆய் தினை அரிசி அவையல் அன்ன
14.வேய்வை போகிய விரல் உளர் நரம்பின்

15.கேள்வி போகிய நீள் விசி தொடையல்
16.மணம் கமழ் மாதரை மண்ணி அன்ன
17.அணங்கு மெய் நின்ற அமைவரு காட்சி -பொரு 4-20

1. குளப்பு வழி அன்ன கவடு படு பத்தல் - (மானின்) குளம்பு (பதிந்த) இடத்தைப் போன்று பகுக்கப்பட்ட (இரண்டு பக்கமும் தாழ்ந்து நடுவுயர்ந்த) பத்தல்;

(குளப்பு=குளம்பு; கவடு=பிளவு; பத்தல்=யாழின் குடம் போன்ற ஓர் உறுப்பு)

வீணைக்குக் குடம் போன்றது யாழின் **பத்தல்.** அதன் மேல்பகுதி, மானின் குளம்புத் தடம் போன்று இருபுறமும் தாழ்ந்து, நடுவில் உயர்ந்து இருக்கும். குடம் போன்ற இந்த அமைப்பு, ஒரே வார்ப்பாகச் செய்யப்பட்டு, மேல்பக்கம் ஒன்று சேர்க்கப்பட்டுள்ளது. எனவே அதன் பொருத்துவாய் சற்று உயர்ந்திருக்கும். இதற்குப் புலவர் கையாண்டுள்ள உவமை கருத்தைக் கவர்கிறது.

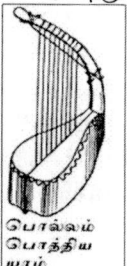

பொல்லம் பொத்திய யாழ்

மான் குளம்புத் தடம்

2. **விளக்குஅழல் உருவின் விசியுறு பச்சை -** விளக்குப் பிழம்பின் நிறமுடையதும் விசித்துப் போர்க்கப்பட்டதும் ஆகிய தோல்,

(அழல்=தீக்கொழுந்து; விசி=இறுகக் கட்டுதல்; பச்சை=தோல்)

குடம் போலுள்ள பத்தரை, விளக்கின் நெருப்பு நிறத்தைப் போன்ற பொன்னிறத் தோலினால் இழுத்து இறுக்கமாக மூடுவார்கள்.

3, 4, 5 - எய்யா இளம் சூல் செய்யோள் அம் வயிற்று ஐது மயிர் ஒழுகிய தோற்றம் போல பொல்லம் பொத்திய பொதியுறு போர்வை - அறியப்படாத இளைய கருவையுடைய சிவந்தவளின் அழகிய வயிற்றின்மேல் மென்மையான மயிர் ஒழுங்குபடக் கிடந்த

தோற்றத்தைப் போல, இரண்டு தலைப்பையும் கூட்டித் தைத்த, பொதியைக் கொண்ட போர்வை

(எய்யா=மற்றவரால் அறியப்படாத; செய்யோள்=சிவந்த மேனியள்; ஐது=மெல்லிய; பொல்லம் பொத்துதல்=இரண்டு தலைப்பினையும் இழுத்துச் சேர்த்து மூட்டுதல்; பொதி=மூடை; போர்வை=உறை)

தோல்மீது பத்தரை வைத்து இரண்டு பக்கங்களிலும் உள்ள இரண்டு நுனிகளையும் இழுத்துக் கட்டுவார்கள். இழுத்துக் கட்டப்பட்ட தோலில் வாய் பிளந்திருக்கும் நடுப்பகுதியை இறுக்கமாக இணைத்துத் தைப்பார்கள். அப்போது அது ஒரு துணிப்பொதியைப் போலிருக்கும். இக்காட்சி கருவுற்றிருக்கும்

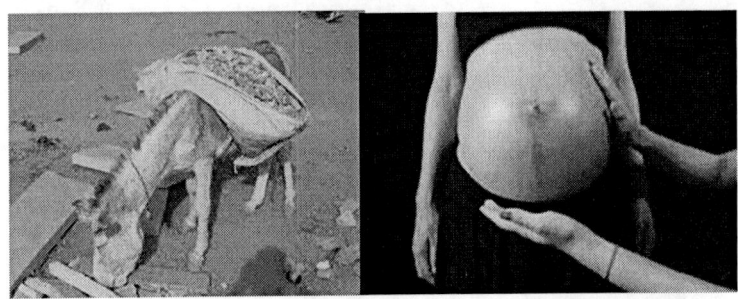

பொல்லம் பொத்தப்படாத பொதி   எய்யா இளஞ்சூல் ஐது மயிர் ஒழுங்கு

ஒரு இளம்பெண்ணின் வயிறைப் போல் இருந்ததாகப் புலவர் கூறுகிறார். இணைப்புத் தையல் அவள் வயிற்றின் நடுவில் இருக்கும் மெல்லிய மயிரைப் போலிருந்தது. கருவுற்றுச் சிறிது காலமே ஆகியிருக்கும் பெண்ணின் வயிறு ஓரளவேதான் புடைத்திருக்கும் என்பதால் மற்றவர்கள் எளிதில் கண்டுபிடிக்க முடியாது. அந்த நேரத்தில்தான் வயிற்றின் நடுவில் உள்ள மயிர் ஒழுங்கு தெரியும் என்பதால் எய்யாஇளஞ்சூல் என்று புலவர் கூறுகிறார். பத்தரை மூடிய தோல் பொன்னிறமானதால் செய்யோள் வயிறு என்கிறார்.

6, 7. அளை வாழ் அலவன் கண் கண்டு அன்ன துளை வாய் தூர்ந்த துரப்பு அமை ஆணி - வளையில் வாழ்கின்ற நண்டின் கண்ணைக் கண்டது போன்ற (இரண்டையும் சேர்க்கத் திறந்த) துளைகள் மறைய முடுக்கிய ஆணி

நண்டுக் கண்கள்

(அளை = நண்டு வளை; அலவன்=நண்டு; துரப்பு = ஆணியை உட்செலுத்துதல்; தூர்தல் = துளைகளை மூடல்)

போர்வையின் வாயை இருபுறமும் சேர்த்துத் தைப்பதற்குத் துளைகள் போடப்பட்டிருக்கும். இந்தத் துளைகளில் ஆணிகள் செருகப்பட்டிருக்கும். இந்த ஆணிகளின் தலை நண்டுக் கண்களைப் போல் இருந்தது.

8, 9. எண் நாள் திங்கள் வடிவிற்று ஆகி அண்நா இல்லா அமைவரு வறு வாய் - (அமாவாசை கழிந்த) எட்டாம் நாள் (தோன்றும்) திங்களின் வடிவில் உள்நாக்கு இல்லாத (நன்றாக) அமைதல் பொருந்திய வறிய வாய், (அண்நா=உள்நாக்கு; வறு வாய்=ஒன்றுமில்லாத வாய்)

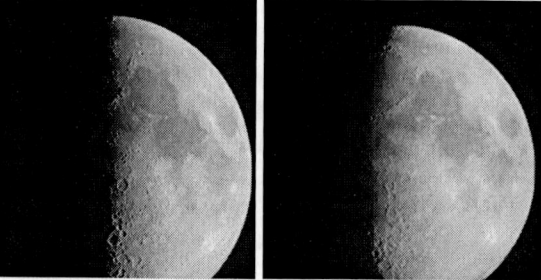
ஏழரை நாள் திங்கள்   எட்டரை நாள் திங்கள்

எட்டாம் நாள் திங்கள் ஏறக்குறைய அரைவட்ட வடிவில் இருக்கும். யாழின் பத்தர் ஒரு குடம் போன்று இருக்கும். அதன் வாய் வட்ட வடிவில் இருக்கும். ஒரு மர உருளியை எடுத்து மயில் போன்றோ யாளி போன்றோ அல்லது மீன் போன்றோ வடிவமைப்பார்கள். எனவே அதன் வயிற்றுப்பகுதி உருண்டு திரண்டு குடம் போல் இருக்கும். இதுவே பத்தர். இந்தப் பத்தர் உள்ளீடற்றதாக (HOLLOW) இருக்கவேண்டும். எனவே பத்தரின் மேற்பகுதியில் வட்டமாக ஒரு திறப்பு வைப்பார்கள். இதுவே அதன் வாய். இந்த வட்டத்தில் முழுவதுமாகக் குடையாமல், அதன் பாதியை மட்டும் ஆழமாக உளியால் குடைந்தெடுப்பார்கள்.

இதன் வழியாகவே மற்ற பாதி மரமும் குடையப்படும். எனவே அந்தக் குடம் பாதி மூடப்பட்ட வாயைக் கொண்டதாக இருக்கும். திறந்திருக்கும் இந்த அரைவட்ட வாய்தான் எட்டாம் நாள் திங்கள் போலிருப்பதாகப் புலவர் கூறுகிறார். நமது வாயின் உட்பகுதியில் உள்நாக்கு அமைந்திருக்கும். ஆனால் இது உள்நாக்கு இல்லாத வெறும் வாய் என்ற புலவரின் கூற்று அவர் இந்த உவமையை எவ்வளவு கவனமாகக் கையாளுகிறார் என்பதையும் ஒரு நகைச்சுவை உணர்வோடு இதனைக் கூறுகிறார் என்பதையும் வெளிப்படுத்தும். இந்தப் பத்தரைத்தான் தோலினால் மூடி வாயைத் தைத்து உறை அமைப்பார்கள். இப்பகுதியில்தான் நரம்புகள் கட்டப்படும்.

10. பாம்பு அணந்து அன்ன ஓங்கு இரு மருப்பின் - பாம்பு தலையெடுத்தது போன்ற ஓங்கிய கரிய தண்டு,

(அண=தலையை உயர்த்து; அன்ன=போன்ற; இரு=கரிய; மருப்பு=விலங்கின்கொம்பு)

பத்தரின் மேல் மாட்டுக் கொம்பு போன்ற ஒரு வளைவான தண்டு இருக்கும். இதுவே தலையை உயர்த்திய பாம்பு போல் இருப்பதாகப் புலவர் கூறுகிறார். இது பெரும்பாலும் கறுப்பாக இருக்குமாதலால் **இரு மருப்பு** எனப்பட்டது.

பாம்பு அணந்து அன்ன

ஓங்கு இரு மருப்பு

11, 12. மாயோள் முன்கை ஆய் தொடி கடுக்கும், கண்கூடு இருக்கை திண் பிணி திவவின் - கருநிறப்பெண்ணின் முன் கையில் அணியப்பட்ட அழகிய வளையலை ஒத்ததும் (ஒன்றோடொன்று) நெருங்கி இருக்கின்றதும் திண்ணிய பிணிப்பையுடையதும் ஆகிய வார்க்கட்டு;

(ஆய்=அழகிய; தொடி=வளையல்; கண்கூடு=நெருக்கமாக இரு; திவவு= யாழ்த் தண்டிலுள்ள நரம்புக்கட்டு).

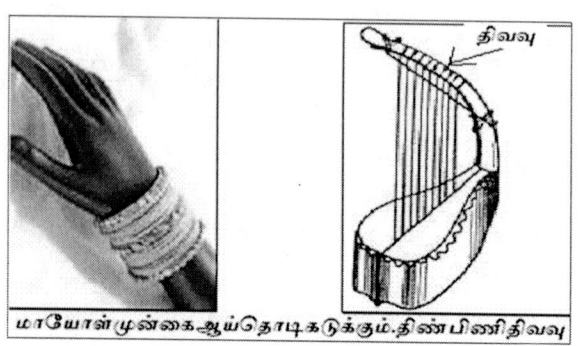

மாயோள் முன்கை ஆய்தொடி கடுக்கும். திண் பிணி திவவு

பத்தலிலிருந்து நரம்பை இழுத்துத் தண்டின் மேல்பகுதியில் கட்டுவார்கள். தண்டின் அப்பகுதி, ஒரு பெண்ணின் முன்கையைப் போலிருக்கும். அத்தண்டு கரிய நிறமாதலால் மாயோள் முன்கை என்றார் புலவர். சில பெண்கள் கைகளில் ஒன்றிரண்டு வளையல்களே அணிந்திருப்பர். ஆகையால் அவை இடம் விட்டு இருக்கலாம். ஆனால் யாழில் நிறைய நரம்புகள் இருப்பதால் அவை நெருக்கமாக அமைந்திருக்கும். கை வளையல்கள் ஓரளவு தொள தொள என்றிருக்கும். ஆனால் இந்த நரம்புகள் அப்படி இல்லாமல் இறுக்கமாகக் பிணிக்கப்பட்டிருப்பதால் திண்பிணி திவவு என்றார்.

13, 14, 15. ஆய் தினை அரிசி அவையல் அன்ன வேய்வை போகிய விரல் உளர் நரம்பின் கேள்வி போகிய நீள் விசி தொடையல் -

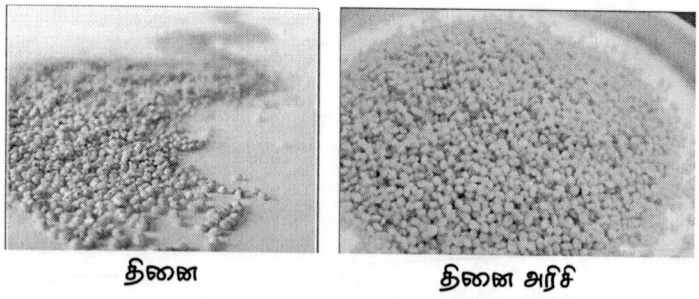

திணை

திணை அரிசி

ஆய்ந்தெடுத்த தினை அரிசியின் குற்றலைப் போன்ற

(யாழ் நரம்பின் குற்றமாகிய) வேய்வை போக விரலால் அசைக்கும் நரம்பின் இசை முற்றுப் பெறுமாறு இழுத்துக்கட்டிய விசித்தலையுடைய தொடர்ச்சி

ஆய் தினை என்பதற்கு, அழகிய தினை, (சிறு கல், சொங்கு போன்றவற்றைத் தேடிப் பொறுக்கி எடுத்து நீக்கி) ஆய்ந்தெடுத்த தினை அல்லது மிகவும் நுணுகிய தினை என்றெல்லாம் பொருள்கொள்ளலாம். நெல்லுக்கு உமி போன்று, தினை போன்ற தானிய மணிகள் ஒரு மெல்லிய புறத்தோலால் மூடப்பட்டிருக்கும்.

பழங்காலத்தில் அரவை இயந்திரங்கள் கிடையாது. எனவே தானியங்களை உரலில் போட்டு உலக்கையால் குற்றி அத்தோலைத் தனியே பிரிப்பார்கள். பின்பு அதை அள்ளிச் சுளகில் போட்டுப் புடைத்துத் தேவையற்ற பகுதியை நீக்குவார்கள். இன்றும் அவ்வாறு செய்பவர்கள் உண்டு. இப்போது இதனைக் கைக்குத்தல் அரிசி என்பர். அன்றைய நாட்களில் எல்லாமே கைக்குத்தல் அரிசிதான். இப்படி எடுக்கப்பட்ட தினையரிசியைத்தான் **அவையல்** என்கிறார் புலவர். உரலில் போட்டுக் குற்றுவது அவைப்பது ஆகும். அவ்வாறு அவைத்து எடுக்கப்பட்டதை அவையல் என்கிறோம். வேய்வை என்பது யாழ் நரம்பிலுள்ள குற்றம். மூளையிலிருந்து உணர்வுகளை எடுத்துச்செல்லும் நாளங்களை நரம்புகள் என்கிறோம். விலங்குகளின் உடலிலிருந்து எடுக்கப்படும் நரம்புகளைத்தான் யாழில் கட்டி மீட்டுவார்கள். அந்த நரம்புகளை நன்றாகத் தேய்த்துத் தேய்த்து வேண்டிய அளவுக்கு நுண்ணியதாக ஆக்குவார்கள். நரம்புகள் சிலவற்றில் அங்கங்கே சிறியதாகப் புடைப்புகள் இருக்கும். இவை சிறிய உருண்டைகளாக இருக்கும். இவற்றைப் பிசிர் அல்லது சிம்பு என்று கூறுவர். இவற்றைத்தான் **வேய்வை** என்கிறார் புலவர். இந்தப் பிசிர் தினையரிசியைப் போல் இருப்பதாகக் கூறும் புலவரின் உவமைநயம் எண்ணி எண்ணி இன்புறத்தகுந்தது. பிசிர் தட்டிய நரம்புகளிலிருந்து வரும் ஓசை இனிமையுள்ளதாக இருக்காது. பிசிர்தட்டிய நரம்புகள் குற்றமுள்ள நரம்புகளாகும். எனவே நரம்புகளை நன்கு தேய்த்துப் பிசிர்களை அகற்றுவதையே **வேய்வை போகிய** நரம்பு என்கிறார். **உளர்** என்பதற்கு **நீவு** அல்லது **கோது** என்று பொருள். பறவைகள் ஈரத்தில் நனைந்து விட்டால் தங்கள் அலகுகளைச் சிறகுகளுக்குள் விட்டு நீவிவிடும். இதைக் கோதிவிடுதல் என்றும் கூறுவர்.

அவ்வாறே பொருநன் தன் யாழின் நரம்புகளைத் தடவிக்கொடுக்கிறான் என்பதனையே **விரல் உளர் நரம்பின்** என்கிறார் புலவர். ஏதேனும் ஒரு துறையை முற்றும் கற்றுணர்ந்தவர்களைத் **துறைபோகிய புலவர்** என்பர். கற்றுப் பெறும் அறிவு **கல்விஞானம்** ஆகும். கேட்டுப் பெறும் அறிவு **கேள்விஞானம்** ஆகும். இரண்டையும் பெற்றவர்களைத்தான் **கல்வி, கேள்விகளில் சிறந்தோர்** என்பர். இன்றைக்கும் கிராமத்துக் கலைஞர்கள் தங்கள் இசையறிவை எந்த நூலையும் படித்துத் தெரிந்துகொள்வதில்லை. அன்றைய பொருநரும் அப்படியே. சிறுவயதிலிருந்தே பெரியோர்கள் நரம்புகளைக் கட்டுவதைப் பார்த்துப் பார்த்தே ஒருவர் நரம்புகளை எந்த அளவுக்கு இழுத்துக் கட்டவேண்டும் என்பதைத் தெரிந்துகொள்கிறார். விசி என்பது இறுக்கிக் கட்டுவதைக் குறிக்கும். **தொடையல்** என்பது தொடர்ச்சியான ஒரு அமைப்பு. இன்றைக்கிருக்கும் நரம்பிசைக்கருவிகளில் ஒவ்வொரு நரம்புக்கும் ஒரு திருகு இருக்கும். அதன் மூலம் ஒரு நரம்பை மட்டும் இறுக்கவோ, தளர்த்தவோ முடியும். ஆனால் யாழில் ஒரே நரம்பைக் கீழேயுள்ள துளைகளில் கோர்த்தும் மேலேயுள்ள கொம்பில் சுற்றியும் தொடர்ச்சியாக இழுத்துக்கட்டுவார்கள். இதைத்தான் புலவர், **கேள்வி போகிய நீள் விசி தொடையல்** என்கிறார்.

உரலில் அவைத்தல் - சுளகில் கொழித்தல்

16. மணம் கமழ் மாதரை மண்ணி அன்ன அணங்கு மெய் நின்ற அமைவரு காட்சி - (புது) மணக்கோலப் பொலிவுள்ள மாதரை ஒப்பனைசெய்து கண்டாற் போன்ற, (யாழ்க்குரிய) தெய்வம் நிலைத்துநின்ற (நன்கு)அமைந்து வரப் பெற்ற தோற்றம்,

மொத்தத்தில் மணக்கோலம் பூண்ட ஒரு பெண்ணை ஒப்பனை செய்தது போல அந்த யாழ் விளங்கியது. **மண்ணுதல்** என்பது அலங்கரித்தலைக் குறிக்கும். **அணங்கு** என்பது இங்கே இல்லுறை தெய்வத்தைக் குறிக்கும். அந்தத் தெய்வமே குடிகொண்டிருக்கும் யாழ் என்கிறார் புலவர். ஒப்பனை மிகச் சிறப்பாக அமைந்தால் இன்று நன்றாக அமைந்துவந்திருக்கிறது என்று இன்றும் நாம் கூறுவது வழக்கம். அவ்வாறு நன்றாக அமைந்துவந்த தோற்றம்

என்பதனையே **அமைவரு காட்சி** என்கிறார் புலவர். பல சொற்களின் நேர்ப்பொருள் தமிழில் காலங்காலமாக மாறாமல் இருக்கின்றன. சில சொற்றொடர்கள் தங்களுக்குரிய நேர்ப்பொருளோடு கூடுதலான பொருளையும் கொண்டிருக்கும். அந்தப்பொருள் காலங்கள்தோறும் மாறலாம் அல்லது சில ஆண்டுகளில் மறைந்துபோகலாம். ஆனால் வெகுசில சொற்றொடர்களே காலங்காலமாகத் தம் குறிப்புப் பொருளையும் சுமந்துகொண்டு நிலைத்து நிற்கின்றன. அத்தகைய சொற்றொடர்களில் இதுவும் ஒன்று. ஒரு யாழின் பல உறுப்புகளையும் புலவர் மிகவும் அழகாக விளக்கியிருப்பது அந்த யாழையே நம் கண்முன் நிறுத்துவது போலிருக்கிறது. இப்போது நாம் இழந்துவிட்ட யாழை மீட்டுருவாக்கம் செய்வதற்கு இந்த வருணனை மிகவும் உதவியாக இருக்கும்.

2. பாடினிக் காட்சி

யாழை வாசிக்கும் பெண் **'பாடினி'** எனப்படுவாள். இதனை மீட்டிக்கொண்டே ஆடும் பெண் **'விறலி'** எனப்படுவாள். யாரேனும் ஒரு மன்னனிடம் சென்று பரிசில் பெறலாமே என்ற எண்ணத்துடன் வரும் கூட்டத்தினரின் வருத்தம் தீர அவர்களுடன் வரும் பாடினி அவ்வப்போது யாழில் சில பாடல்களை மீட்டுவாள். அந்தக் காட்சியை வருணிக்கும் புலவர் முதலில் பாடினியின் அழகைப் பற்றி விதந்து ஓதுகிறார்.

1. அறல் போல் கூந்தல், பிறை போல் திரு நுதல்,
2. கொலை வில் புருவத்து கொழும் கடை மழைக் கண்,
3. இலவு இதழ் புரையும் இன் மொழி துவர் வாய்,
4. பல உறு முத்தின் பழி தீர் வெண் பல்,
5. மயிர் குறை கருவி மாண் கடை அன்ன
6. பூ குழை ஊசல் பொறை சால் காதின்,
7. நாண் அடச் சாய்ந்த நலம் கிளர் எருத்தின்,
8. ஆடு அமை பணைத் தோள், அரி மயிர் முன்கை,
9. நெடு வரை மிசைய காந்தள் மெல் விரல்,
10. கிளி வாய் ஒப்பின் ஒளி விடு வள் உகிர் (பொரு 25-34)

1. அறல் போல் கூந்தல், பிறை போல் திரு நுதல் - ஆற்றின் கருமணல் போன்ற கூந்தலினையும் பிறை போல் அழகிய நெற்றியையும்,

(அறல்=ஆற்றுப் படுகையில் காணப்படும் கரிய குறுமணல்)

மிகுந்த வெள்ளம் வந்து அது வடிந்த பின் ஆற்றுப்படுகையில் அங்கங்கே மணல் திட்டுகள் காணப்படும். அவற்றின்மீது நீர் ஏறி இறங்கிச் சென்றதனால் அவை நுண்ணிய மணல் துகள்களையே கொண்டிருக்கும். கரும் பாறைகளை உடைத்து வந்த துகள்கள் அவற்றில் அங்கங்கே வரி வரியாக அல்லது திரள் திரளாகப் படர்ந்திருக்கும். இதையே **'அறல்'** என்று கூறுகிறோம். ஆற்று நீர் அவற்றின்மீது சென்றதன் விளைவாக அந்தக் கருமணல் அலை அலையாகக் காணப்படும். சில சமயம் கடற்கரைகளில்கூட இதனைக் காணலாம். கருமையாகவும் நெளி நெளியாகவும் (curls) உள்ள பெண்களின் கூந்தலைப் புலவர் **'அறல் போல் கூந்தல்'** என்று கூறுவர். சில புலவர்கள் ஓர் ஆற்றின் அழகைப்பற்றிக் கூறும்போது அதில் படர்ந்திருக்கும் கருமணல் பெண்களின் அலைஅலையான கூந்தலைப் போல் காணப்படுவதாகவும் கூறுவர்.

பெண்களின் நெற்றி சிறியதாகவும் வளைந்தும் இருந்தால் அது அவர்களின் முகத்திற்கு மேலும் அழகூட்டும். அவ்வாறு அளவோடு இருக்கும் நெற்றி இரண்டு புறங்களிலும் காதுப்பக்கம் வளைந்து சிறிதாகக் குறையும். இது குப்புறப்படுத்திருக்கும் பிறை நிலவு போல் இருக்கும். இதையே புலவர்கள் பிறை நுதல் என்பர். திரு என்பதற்கு அழகு, செல்வம், மேன்மை, பொலிவு, வளமை என்ற பல பொருள்கள் உண்டு. பிறை போன்று அழகியதாக அமைந்த நெற்றியையே புலவர் **'பிறை போல் திரு நுதல்'** என்கிறார்.

2. கொலை வில் புருவத்து கொழும் கடை மழைக் கண் - கொலை செய்யும் வில் போன்ற புருவத்தினையும், அழகிய கடையையுடைய குளிர்ச்சியுள்ள கண்ணினையும்,

(கொழும்=செழுமையான; கடை=இறுதிப்பகுதி, ஓரம்; மழை=குளிர்ச்சி)

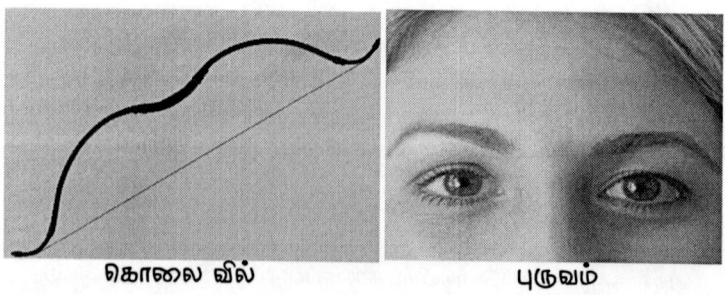

கொலை வில்　　　　　புருவம்

சிறுவர்களின் விளையாட்டுக்காகச் செய்யப்படும் வில் ஒரே தப்பையினால் அமைந்திருக்கும். ஒரு தப்பையைக் கால் வட்ட வடிவில் வளைத்து அதன் இரு முனைகளையும் கயிற்றால் இறுக்கக் கட்டுவார்கள். அந்தக் கயிற்றுக்கு **நாண்** (chord)என்று பெயர். இந்த நாணில் அம்பை வைத்து வில்லின் நடுப்பகுதியில் இலேசாகப் பிடித்து நாணை இழுத்துப் பிடிப்பார்கள். இதற்கு **நாணேற்றுதல்** என்று பெயர். பின்னர் குறிவைத்து நாணில் உள்ள பிடியை விட்டால் அம்பு விரைந்து பாயும். பொதுவாக ஒரு பெண்ணின் புருவத்தை இந்த வில்லுக்கு ஒப்பிடுவார்கள். ஆனால் இங்கே புலவர் பாடினியின் புருவம் ஒரு கொலை வில்லைப்போல இருந்தது என்கிறார். கொலை வில் என்பது வேட்டைக்காகப் பயன்படுத்தப்படுவதாகும். எனவே அம்பு மிக்க விசையுடனும் அதிக தூரத்திற்கும் செல்லவேண்டும். இதற்காக அது ஒரு தனி அமைப்பில் செய்யப்படும். படத்தைப் பாருங்கள்.

வில்லின் நடுப்பகுதி சற்றுக் கீழே இறங்கியும் அதன் இரண்டு பக்கங்களிலும் வளைவுகள் ஏறி இறங்கி இருப்பதையும் கவனியுங்கள். இப்போது கண்ணாடியில் உங்கள் முகத்தைப் பாருங்கள். மூக்கின் மேற்பகுதிதான் வில்லின் நடுப்பகுதி. இரண்டு பக்கங்களிலும் உள்ள புருவங்கள் வில்லின் இரண்டு வளைவுகள். புருவ மயிர் சற்றுத் தட்டையாக இருந்தால் சில பெண்கள் அழகு நிலையங்களுக்குச் சென்று அதனை மழித்துவிட்டு, வில் போன்று வளைவாகப் புருவம் வரைந்துகொள்வார்கள். அதுவே இயற்கையாக அமைதல் வெகு சிறப்பு அல்லவா! பாடினிக்கும் புருவங்கள் அவ்வாறு சிறப்பாக அமைந்திருந்தன என்கிறார் புலவர்.

பொதுவாகப் பெண்கள் கண்ணுக்கு மையிட்டுக்கொள்வார்கள். வேடமிட்டு நடனமாடும் பெண்கள் கண்களுக்கு நிறையவே மையிடுவர். அதோடு கண்ணின் ஓரங்களைச் சற்று நீட்டியும் விடுவர். இதனையே புலவர் '**கொழும் கடை மழைக் கண்**' என்கிறார். மழை என்பது இங்கே குளிர்ச்சியைக் குறிக்கும். நாம் மிகவும் விரும்பும் ஒருவர் நமது வீட்டிற்கு வந்தால் அவரைச் சிரித்த முகத்தோடு வரவேற்கிறோம். அப்போது நமது முகத்தின் தோற்றத்தை இனிய முகம் அல்லது இன்முகம் என்று கூறுவர். எந்த விருந்தினரையும் இன்முகத்தோடு உபசரிப்பது தமிழர் பண்பு. அப்படியான இன்முகப் பார்வையையே **குளிர்ந்த பார்வை** என்கிறோம். நம் நாடு ஒரு வெப்பமான நாடு.

அதனால் குளிர்ச்சி நமக்குப் பிடிக்கும். ஆனால் மேல் நாடுகளில் பெரும்பாலும் பனியும் குளிர்ச்சியுமே. எனவே அவர்களுக்கு வெப்பம் வரவேற்கத்தக்கது. எனவே கனிவான, மகிழ்ச்சியான பார்வையை அவர்கள் *a warm look* என்றும் கடுமையான, வெறுப்பான பார்வையை *a cold look* என்றும் கூறுகிறார்கள். ஒரு நாட்டின் தட்பவெப்பநிலைகூட அந்நாட்டு மொழியை எவ்வளவு பாதிக்கிறது பார்த்தீர்களா!

சில பெண்களின் முகம் இயற்கையிலேயே புன்முறுவலுடன் இருப்பதுபோல் இருக்கும். அதனைச் **சிரித்த முகம்** என்போம். அவர்களின் கண்களைச் **சிரிக்கும் கண்கள்** என்போம். இப்படித்தான் அந்தப் பாடினியும் இருந்திருப்பாள் போலும். ஆகவேதான் புலவர் அவள் கண்களைக் **'கொழும் கடை மழைக் கண்'** என்கிறார்.

3. இலவு இதழ் புரையும் இன் மொழி துவர் வாய் - இலவின் இதழை ஒக்கும் இனிய சொல்லையுடைய சிவந்த வாயினையும்,

(இலவு=இலவ மரம், பூ; புரையும்=போன்ற; துவர்=சிவப்பு)

பஞ்சு நமக்கு இரண்டு விதங்களில் கிடைக்கிறது. பருத்திச் செடியின் காய்கள் முற்றி வெடிக்கும். அவற்றினுள் பஞ்சு இருக்கும். அடுத்து இலவ மரத்தின் காய்களும் முற்றி வெடிக்கும். அவற்றினின்றும் நமக்குப் பஞ்சு கிடைக்கும். அதனை இலவம் பஞ்சு என்பர். **'இலவு காத்த கிளி போல்'** என்று ஓர் உவமை உண்டு. அதன் பொருள் என்ன என்பதைப் பெரியவர்களிடம் கேட்டுத் தெரிந்துகொள்ளுங்கள். இந்த இலவ மரத்தின் பூக்களின் இதழ்கள் சிவப்பாக இருக்கும். அதே போன்று பாடினியின் உதடுகள் சிவப்பாக இருப்பதாகப் புலவர் கூறுகிறார்.

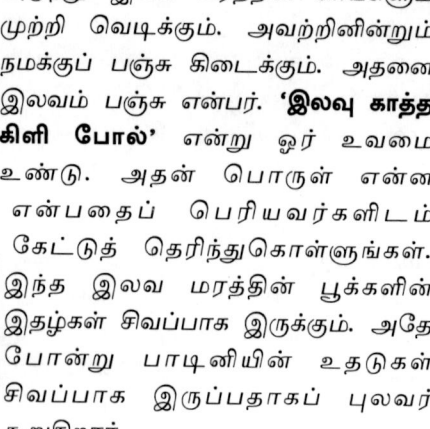

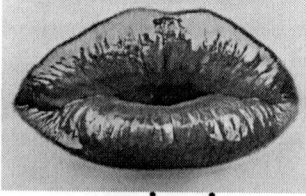

இலவு இதழ்

துவர் வாய்

பெண்களின் உதடுகள் சிவப்பாக இருப்பது அவர்களின் அழகைக் கூட்டும். அவ்வாறு இல்லாத பெண்கள் தங்கள் உதட்டுக்குச் சிவப்புச் சாயம் பூசிக்கொள்வர். நம் பாடினி இயற்கையழகு மிக்கவள் அல்லவா! அதனால் இயற்கையாகவே அவள் உதடுகள் சிவந்து காணப்படுகின்றன.

பெண்களின் குரல் இயல்பாகவே மென்மையானதாக இருக்கும். அதோடு சில பெண்கள் பேசுவதே கொஞ்சிக் கொஞ்சிப் பேசுவது போல் இருக்கும். நம் பாடினியின் பேச்சும் அவ்வாறுதான் என்பதையே **'இன் மொழி'** என்கிறார் புலவர்.

4. பல உறு முத்தின் பழி தீர் வெண் பல் - பலவும் சேர்ந்த முத்துக்கள் போல் குற்றம் தீர்ந்த வெண்மையான பல்லினையும்,

நமது பற்கள் அவ்வளவும் ஒரே அளவோடு இருப்பதில்லை. அதே போல் ஒரே வடிவத்திலும் இருப்பதில்லை. நகைக் கடைகளில் முத்துக்களைக் கொட்டிக் காண்பிப்பார்கள். ஒன்று உருண்டையாகவும் ஒன்று சற்று நீளமாகவும் ஒன்று பெரியதாகவும் ஒன்று சிறியதாகவும் அவை பலவிதமாக இருக்கும். அவற்றில் ஒருசில குறையுள்ளதாக இருக்கும். முத்துக்கள் பொதுவாக வெள்ளையாகத்தான் இருக்கும். ஏதேனும் ஒவ்வொன்று சற்றுப்

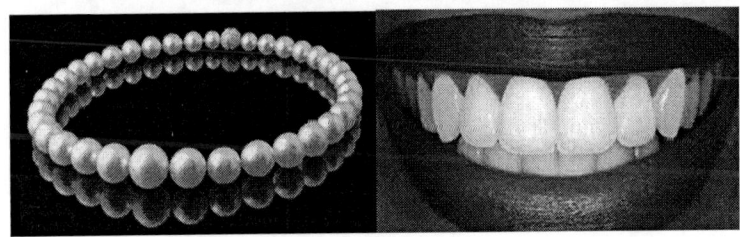

பல உறு முத்து ; பழி தீர் வெண் பல்

பழுப்பு நிறத்திலும் இருக்கும். அவ்வாறெல்லாம் இல்லாமல் பாடினியின் பற்கள் குற்றமற்ற, பளீர் என்று வெண்மையான பற்கள் என்பதையே புலவர் இவ்வாறு குறிப்பிடுகிறார்.

5, 6. மயிர் குறை கருவி மாண் கடை அன்ன, பூங் குழை ஊசல் பொறை சால் காதின் - கத்தரிக்கோலின் சிறப்பான கைப்பிடி போன்ற அழகான காதணிகள் அசைந்தாடுவதன் பாரத்தைத் தாங்கிக் கொள்ளும் காதினையும்,

(மயிர் குறை கருவி=கத்தரிக்கோல்; மாண்=சிறந்த; கடை=இறுதிப் பகுதி; பூ=அழகிய; குழை=காதணி; பொறை=பாரம்)

அன்றைய நாட்களில் ஆண்களும் தலைமுடியைக் கத்தரித்துக் கொள்வதில்லை என வரலாற்றறிஞர்கள் கூறுகிறார்கள். மேலும் அக்காலத்தில் துணியை வெட்டிச் சட்டை தைக்கும் பழக்கமும் இல்லை. ஆடு போன்ற விலங்குகளின் மயிரைக் குறைப்பதற்கே அவர்கள் கத்தரிக்கோலை வைத்திருந்தனர். அன்றைக்குக் கத்தரிக்கோல் என்ற பெயர் இருந்ததா என்று தெரியவில்லை. ஆனால் புலவர் அதனை **மயிர் குறை கருவி** என்று விளக்கமாகக் குறிப்பிடுகிறார். நாம் சாவி என்பதை இன்றும் சில கிராம மக்கள் தொறக்குச்சி என்கிறார்கள். திறவுகோல் என்பதன் பேச்சு வழக்கு இது. இது போலவேதான் அதுவும். சரி கத்தரிக்கோலின் கைப்பிடியைப் போல் காது இருக்குமா? அவ்வளவு பெரிய துளை காதில் எப்படி இருக்கும்? சிற்றூர்ச் சிறுவர்கள் தங்கள் ஊரில் உள்ள சில வயதான பாட்டியின் காது இவ்வாறு இருப்பதைப் பார்த்திருப்பார்கள். அவர்களுக்கு இது ஓர் அதிசயம் அன்று. காது வளர்த்த பாட்டி என்றுகூட அவர்களை அழைப்பார்கள்.

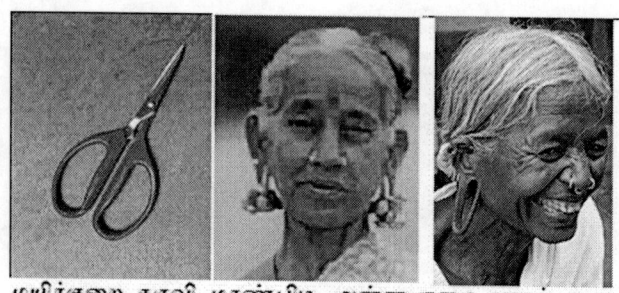

மயிர்குறை கருவி மாண்பிடி அன்ன..குழை ஊசல்..காது

சங்க காலத்தில் தமிழ்நாட்டில் எல்லாப் பெண்களுமே காது வளர்த்திருந்தார்கள். இப்பழக்கம் அண்மைக்காலம் வரை சிற்றூர்களில் இருந்து வந்துள்ளது. நம் நாட்டில் ஏறக்குறைய எல்லாக் குழந்தைகளுக்கும் குறிப்பாகப் பெண் குழந்தைகளுக்குக் காது குத்தும் பழக்கம் இன்னும் உண்டு. அந்நாட்களில் காதுப்புண் ஆறிய பிறகு துளையில் ஒரு சிறிய தக்கையைச் செருகிவைப்பார்கள். சிறிது நாட்கள் கழித்துக் கொஞ்சம் பருமனான தக்கையைச் செருகுவார்கள். இப்படியாகத் தக்கையின் பருமனைக் கூட்டிக்கொண்டே செல்வார்கள். இறுதியில் காதின் மடல்கள் நீண்ட துளைபோல் ஆகிவிடும். அது அப்போது ஒரு

கத்தரிக்கோலின் கைப்பிடியைப் போல் இருப்பதாகக் கூறுகிறார் புலவர். கடை என்பது கத்தரிக்கோலின் கடைசிப் பகுதியான அதன் கைப்பிடியாகும். அதனைப் புலவர் **மாண் கடை** அதாவது சிறந்த கடை என்று ஏன் குறிப்பிடுகிறார்? அக்காலத்தில் இயந்திரங்கள் கிடையாது. எனவே கத்தரிக்கோல் ஒரு கொல்லன் பட்டறையில் கையால் தட்டித் தட்டித்தான் செய்யப்படும். எனவே அது ஒரு ஒழுங்கற்ற வடிவில்தான் பெரும்பாலும் இருக்கும். ஆனால் கைதேர்ந்த ஒரு கொல்லன் மிகவும் கவனத்துடன் செய்யும் கத்தரிக்கோலின் கைப்பிடி சிறப்பானதாக அமையும். அப்படிப்பட்ட சிறப்பான தோற்றத்தையுடைய கைப்பிடியைப் போல் என்பதைத்தான் **'மாண் கடை'** என்கிறார் புலவர்.

காது வளர்த்தபின் அதில் கனமான நகையை அணிவார்கள். இதுவே **குழை** எனப்படும். சிற்றூர்களில் அதை **தண்டட்டி** என்பார்கள். பெண்கள் தலையை ஆட்டி ஆட்டிப் பேசும்போது இந்தக் குழை ஊஞ்சலில் ஆடுவதுபோல் அங்குமிங்கும் ஆடும். இருப்பினும் காது மடல்கள் அறுந்துவிடுமோ என்று அவர்கள் கவலைப்படுவதில்லை. ஏனெனில் தங்கள் காது மடல்கள் தாங்கிக்கொள்ளும் அல்லது பொறுத்துக்கொள்ளும் அளவிற்கான கனம் உள்ள நகைகளையே அவர்கள் அணிவார்கள். இதைத்தான் புலவர் **பொறை சால் காது** என்று கூறுகிறார் புலவர். பொறை என்பதற்குப் பாரம் என்று பொருள். பொறுத்துக்கொள்ளுதல் என்றும் கூறலாம்.

ஒரு காதை வருணிப்பதற்காகப் புலவர் என்னவெல்லாம் சிந்தித்திருக்கிறார், எவ்வளவு நுணுக்கத்துடன் அதனை விளக்குகிறார் என்று எண்ணும்போது வியப்பாக இருக்கிறது அல்லவா!

7. நாண் அட சாய்ந்த நலம் கிளர் எருத்தின் - நாணம் (தன்னை) அழுத்த (பிறரை நோக்காது) கவிழ்ந்த அழகு மிகுந்த கழுத்தினையும்,

(நாண்=நாணம், வெட்கம்; அடு=வெல்லு; கிளர்=மிகு; எருத்து=கழுத்து)

நாணம் என்பது இயற்கையிலேயே பெண்களுக்கு அமைந்துள்ளது. அக்காலத்தியப் பெண்கள் பெரும்பாலும் கல்வியறிவு இல்லாதவர்களாகவும் வெளியுலகத் தொடர்பு அற்றவர்களாகவும் இருந்ததினால் நாணம் அவர்களை வெகுவாகவே

ஆட்கொண்டிருந்தது. ஆனால் இக்காலத்தியப் பெண்கள் கல்வியறிவையும் வெளியுலகத் தொடர்பையும் வெகுவாகவே கொண்டிருப்பதால் தங்கள் நாண உணர்வைக் கட்டுப்படுத்தி, உலகத்தை நிமிர்ந்து நோக்கும் திறன் படைத்தவர்களாக இருக்கிறார்கள். இது வரவேற்றற்கு உரியதே. நாணத்தைப் பெண்கள் கட்டுப்படுத்த முடியாதபோது நாணம் அவர்களை வென்றுவிடுகிறது. அப்போது அவர்கள் தலை தானாகச் சிறிது குனிந்துகொள்கிறது. இதைத்தான் புலவர் **நாண் அட சாய்ந்த** என்று கூறுகிறார். கழுத்தின் பின் பகுதியான பிடரியை **எருத்து** என்பார்கள். தலை கவிழும்போது ஒரு பெண்ணின் கழுத்துப்பகுதி சற்று நீளமாகத் தெரியும். அதில் அணிந்துள்ள அணிகலன்கள் கழுத்துக்கு மேலும் அழகூட்டும். இதை மனத்தில் கொண்டே **'நலம் கிளர் எருத்தின்'** என்று புலவர் கூறுகிறார்.

8. ஆடு அமை பணை தோள், அரி மயிர் முன்கை - அசைகின்ற மூங்கில் (போன்ற) பெருத்த தோளினையும் ஐம்மை மயிரினையுடைய முன்கையினையும் (அமை=கெட்டிமூங்கில்; பணை=பருத்த; அரி=மென்மை, நுண்மை; முன்கை=மணிக்கட்டு)

உறுதியாக அமைந்த தோள்களைப் புலவர் மூங்கில் போன்ற தோள் என்பர். உழைக்கும் மகளிர் தம் கைகளினால் நீரிறைத்தல், நீர் நிறைந்த பானைகளைத் தூக்குதல் போன்ற கடினமான வேலைகளைச் செய்வதால் அவர்களின் தோள்கள் இறுகிப்போய் இருப்பதையே **அமை தோள்** என்கிறார். அமை தோள் என்பது வினைத்தொகை ஆகி அமைந்த தோள் என்ற பொருளும் தரும் என்பதால் அமை என்பது மூங்கிலை மட்டும் இங்கு குறிக்கும் என்று காட்ட ஆடுகின்ற மூங்கில் அதாவது **ஆடு அமை தோள்** என்கிறார் புலவர். நம் தலையைத் தவிர உடலின் மற்ற சில பாகங்களிலும் மயிர் முளைத்திருப்பதைக் காணலாம். ஆண்களுக்கு அம் மயிர் கறுப்பாகவும் சற்று முரடாகவும் இருக்கும். ஆனால் பெண்களுக்கு அம் மயிர் மெல்லியதாக இருக்கும். கையின் மணிக்கட்டுப் பகுதியிலும் இலேசாக மயிர் காணப்படும். அதனைத்தான் புலவர் **'அரி மயிர்'** என்கிறார்.

9. நெடு வரை மிசைய காந்தள் மெல் விரல் - உயரமான மலையின் உச்சியிலிருக்கும் காந்தள் (போன்ற) மெல்லிய விரல்களையும், (வரை=மலை; மிசை=மேல், உச்சி)

காந்தள் மலர்

பெண்களின் விரலுக்குக் காந்தள் பூவையே பெரும்பாலும் ஒப்பிட்டுக் கூறுவார்கள். காந்தள் பூவின் இதழ்கள் நிறத்திலும், உருவத்திலும் விரல்கள் போலவே அமைந்திருக்கும். படத்தைப் பார்த்தால் ஒத்துக்கொள்வீர்கள். காந்தள் ஒரு மலைப்பூ என்பதால் **'நெடு வரை மிசைய காந்தள்'** என்று சிறப்பித்துக் கூறப்படுகிறது.

10. கிளி வாய் ஒப்பின் ஒளி விடு வள் உகிர் - கிளியின் வாயைப் போன்ற, ஒளிவிடுகின்ற பெரிய நகங்களையும்,

(கிளிவாய்=கிளிமூக்கு; ஒப்பு=போன்றது; வள்=பெரிய,வளமுள்ள; உகிர்=நகம்)

கிளியின் மூக்கு முன்புறம் வளைந்து சற்றுக் கூர்மையாக இருக்கும். அதோடு அது சிவப்பாகவும் இருக்கும். அக்காலத்துப் பெண்கள் தங்கள் நகத்தை ஒட்ட வெட்டாமல் கிளியின் மூக்கைப் போன்று சற்று நீளமாகவும் கூர்மையானதாகவும் வைத்திருந்திருக்க வேண்டும். மேலும் மருதாணி போன்ற நிறமூட்டிகளால் அவற்றைச் சிவப்பாகவும் வைத்திருந்திருக்க வேண்டும்.

இவ்வாறாகப் புலவர்களின் வருணனைகள் மிக்க அழகுடனும், நுணுக்கமாகவும் அமைந்திருப்பது சங்கப்பாடல்களின் தனிச் சிறப்பாகும். மேலும் அவர்களின் உவமைகள் இயற்கையோடு ஒட்டியே அமையும். இவ்வாறான வருணனைகளும் உவமைகளும் செய்யுளுக்கு அழகு சேர்ப்பதால் இவற்றை **அணி** என்று குறிப்பிடுவர். அணி என்பது அழகு எனப் பொருள்படும். இந்த அணியில் பலவகை உண்டு என்று தமிழ் இலக்கணத்தில் படிப்பீர்கள். ஒருவரை மகிழ்விப்பதற்காக அவரிடம் இல்லாத சிறப்புகளையெல்லாம் அவரிடம் இருப்பதாக மிகவும் புகழ்ந்து கூறுவது உண்டு. இவை மிகைப்படுத்தப்பட்ட கூற்றுகள் ஆகும். இதனை **உயர்வு நவிற்சி அணி** என்று கூறுவர். பிற்கால இலக்கியங்களில் இவை மிகுதியாகக் காணப்படும். ஆனால் சங்கப் பாடல்களில் இந்த உயர்வு நவிற்சி அணி ஏறக்குறைய இல்லை என்று கூறலாம். இதுவும் சங்கப் பாடல்களின் மற்றொரு சிறப்பாகும்.

இனி, பொருநராற்றுப்படையில் இன்னும் ஒரு காட்சியைப் பார்ப்போம்.

3. பரிசில் மாட்சி

மன்னர்கள் தங்களை நாடி வந்து, பாடி மகிழ்விப்போருக்குக் கொடுக்கும் பரிசினையே பரிசில் என்கிறோம். கரிகால் வளவனைப் பாடி வந்த பொருநனுக்கும் பரிசில் கிடைக்கிறது. அதன் சிறப்பே மாட்சி எனப்படும்.

கரிகால் வளவனிடம் தான் பெற்ற பரிசில்களைப் பற்றிக் கூற வந்த பொருநன் முதலில் வேந்தன் தன்னை வரவேற்ற விதத்தைப் பற்றிக் கூறுகிறான். முதலில் அவனுடைய அழுக்கடைந்த ஆடைகளைக் களைந்து மன்னன் அவனுக்குப் புதிய ஆடைகளை அணிவிக்கிறான். இதனைப் புலவர் எவ்வாறு விவரிக்கிறார் என்பதைப் பார்ப்போம்.

வேரொடு நனைந்து வேற்று இழை நுழைந்த
துன்னல் சிதாஅர் துவர நீக்கி
நோக்கு நுழைகல்லா நுண்மைய பூ கனிந்து
அரவு உரி அன்ன அறுவை நல்கி - பொரு 80 - 83

வேர்வையால் நனைந்து பிற (நூல்) இழைகள் உள்ளே ஓடுமாறு தைக்கப்பட்ட

கந்தையை முழுவதும் அகற்றி,

பார்வை நுழைய முடியாத நுண்மையை உடைய, பூத்தொழில் நன்கு அமைந்த,

பாம்பின் தோலைப் போன்ற துகிலைக் கொடுத்து,

(வேர்=வேர்வை; இழை=நூல்; துன்னல்=தைத்தல்; சிதார்=கிழிந்த துணி; துவர=முற்றிலுமாக; நோக்கு=பார்வை; நுழைகல்லா=நுழைய முடியாத; பூ=பூ வேலைப்பாடு; கனிந்து=அழகாக அமைந்து; அரவு=பாம்பு; உரி=தோல்; அறுவை=துகில்,ஆடை; நல்கு=கொடு)

நீண்ட தூரம் நடந்து வந்ததினால் ஏற்பட்ட வேர்வையால் பொருநனின் மேலாடை முழுதும் நனைந்திருந்தது என்பதை **'வேரொடு நனைந்து'** என்கிறார் புலவர்.

அக்காலத்தில் சாதாரண மக்கள் பருத்தி நூலினால் நெய்யப்பட்ட

ஆடைகளையே அணிந்திருந்தனர். காலப்போக்கில் அந்த ஆடைகள் கிழியும்போது ஊசியில் நூலைக் கோர்த்துத் தைப்பார்கள். இந்த நூல் அந்த ஆடையின் நூலினின்றும் வேறுபட்டதுதானே. இதைத்தான் புலவர் **'வேற்று இழை நுழைந்த'** என்று கூறுகிறார். அதாவது கிழிந்து தைக்கப்பட்ட ஆடை என்பதை எவ்வளவு அழகாகக் குறிப்பிடுகிறார் இப்புலவர்! மீண்டும் மீண்டும் தைத்துப் போட்டதால் பொருநனின் ஆடை கந்தலாகப் போய்விட்டது. மன்னன் இந்தக் கந்தல் ஆடையை முற்றிலும் களையச்செய்கிறான். இதனையே புலவர் **துன்னல் சிதாஅர் துவர நீக்கி** என்கிறார்.

எவ்வளவுதான் தைக்கப்பட்டாலும் நைந்துபோனதால், துணியைத் தூக்கிப்பிடித்துப் பார்த்தால் ஒரு பக்கம் இருப்பது மற்ற பக்கம் தெரியும். அவ்வளவு கந்தலாகிப்போன ஆடை அது. அதனையே போட்டுப் பழகிவிட்ட பொருநன் இப்பொழுது தனக்குக் கொடுக்கப்பட்ட துணியையும் தூக்கிப்பிடித்துப் பார்க்கிறான். இது அருமையான புதுத்துணி ஆயிற்றே! எனவே அந்தப் பக்கம் இருப்பது ஒன்றும் தெரியாது. அது மட்டும் அல்ல, அத்துணி அழகிய பூ வேலைப்பாடு அமைந்துள்ளதாய் இருக்கக் காண்கிறான். ஏனோதானோ என்று வரையாமல் மிகவும் நுணுக்கமாக வரையப்பட்ட பூ வேலைப்பாடு அது. அங்குமிங்குமாய் ஒன்றிரண்டு என்றில்லாமல் நிறையப் பூக்கள் அவ்வாறு வரையப்பட்டிருந்தன. **'நோக்கு நுழைகல்லா நுண்மைய பூ கனிந்து'** என்ற அழகிய தொடரில் உள்ள ஒவ்வொரு சொல்லும் எத்தனை கருத்துக்களை எத்துணை இயல்பாக எடுத்துக் கூறுகிறது பாருங்கள்!

பாம்பின் மேல்தோல் மிகவும் மெல்லியதாய் இருக்கும். அவ்வப்போது இந்த மேல்தோல் பாம்பின் உடலிலிருந்து கழன்று வந்துவிடும். இதனைப் பாம்புச்சட்டை என்பர் மக்கள். பின்னர் பாம்பின் உடலில் வேறு தோல் வளர்ந்துவிடும். வேலி ஓரங்களில் பாம்புச் சட்டையைக் கண்டால் அந்தப்பக்கம் பாம்பு நடமாட்டம் இருப்பதாகக் கூறி மக்கள் எச்சரிக்கையாக இருப்பர். இந்தப் பாம்புச்சட்டை மிகவும் மெல்லியதாய் இருக்கும். தனக்குக் கொடுக்கப்பட்ட துணி முரட்டுத்துணி அல்ல என்று கூறுவதற்குப் பதிலாக பாம்புச்சட்டை போன்ற துணி என்று கூறுகிறான் பொருநன். இதைத்தான் புலவர் **அரவு உரி அன்ன அறுவை** என்கிறார். அரவு என்பது பாம்பு, உரி என்பது மேல் தோல். சிற்றூர் மக்கள் எப்போதும் சிறுசிறு

83

உவமைகளைக் கொண்டே பேசுவர். பட்டுக் கன்னம் என்றும், பவள வாய் என்றும், முத்துப் பல் என்றும், முருங்கைப்பூச் சிரிப்பு என்றும் அவர்கள் தங்களைச் சுற்றியிருக்கும் பொருள்களைக் கொண்டே வெகு இயல்பாகப் பேசுவர் என்பதைப் புலவர் எவ்வளவு அழகாகக் காண்பிக்கிறார் பாருங்கள்! **அறுவை** என்பது வேட்டியைக் குறிக்கும். வெட்டப்படுவது வேட்டி என்பது போல் அறுக்கப்படுவது அறுவை. நீளமாக நெய்யப்பட்ட துணியை வேண்டிய அளவுக்கு வெட்டி வெட்டி எடுப்பார்கள் அல்லது அறுத்து அறுத்து எடுப்பார்கள். எனவேதான் அது வேட்டி என்றும் அறுவை என்றும் அழைக்கப்பட்டது. மீந்துபோன சிறுசிறு துண்டுப் பகுதிகளைத்தான் துண்டு என்கிறோம்.

4. அப்படி ஒரு வறுமை

சுற்றுவட்டாரத்தில் மனித நடமாட்டமே இல்லாத ஓரிடத்தில் நீங்கள் மாட்டிக்கொண்டீர்கள் என்று வைத்துக்கொள்வோம். உதவிக்கு யாரும் இல்லை. உங்களுக்குப் பசிக்க ஆரம்பிக்கிறது. கொஞ்சம் கொஞ்சமாகப் பசி முற்றிப்போய், கண்கள் இருளடைய, காதுகள் அடைத்துக்கொள்ள மயங்கும் நிலைக்கு வந்துவிடுகிறீர்கள். அப்போது உங்களுக்கு உதவி கிடைக்கிறது. உங்கள் வயிற்றை நிரப்பி உங்கள் வீட்டில் கொண்டுபோய் விடுகிறார்கள். நன்றாகத் தூங்கி மறுநாள் எழுந்து சுற்றுமுற்றும் பார்க்கிறீர்கள். இன்னும் முந்திய நாள் நினைவுகள் முற்றிலும் மறையவில்லை. யாரோ ஒருவர் வந்து என்ன நடந்தது என்று கேட்கிறார். உங்களுக்கு நேர்ந்ததைக் கூற ஆரம்பிக்கிறீர்கள். "யப்பா, நேற்று இந்நேரமெல்லாம், பசி, பசி, அப்படியொரு பசி" என்கிறீர்கள். மிகவும் அதிகமான பசி என்பதையே நீங்கள் அவ்வாறு கூறுகிறீர்கள். இது இன்றைக்கும் நாம் வழங்கும் ஒரு சொல்மரபு. இதைப் பண்டறி சுட்டு என்று தமிழ் இலக்கணம் கூறுகிறது. அப்படி ஒரு பசியை நான் கண்டதில்லை அதற்கு ஒப்பாக எதையும் சொல்லமுடியாது எனவே அது சொல்லில் அடங்காதது என அதை விரிக்கலாம். சொல்விற்கெட்டாத, சொல்லவொண்ணாத என்று இதற்கு உரை கூறியிருக்கிறார்கள். எனக்கு அப்போது மிகுந்த பசி வந்தது என்று கூறுவதற்கும் இதற்கும் எவ்வளவு வேறுபாடு உண்டு! ஒரு உணர்ச்சிப் பிழம்பான கூற்று அது.

முதல் நாள் மாலையில் மிகுந்த வறிய நிலையில் இருந்த

பாணன், கரிகாலனிடம் வந்து பரிசில் பெற்று, புத்தாடைகள் அணிந்து, வயிறார உண்டு, தேறல் குடித்து மகிழ்ந்து, இனிது தூங்கி, மறுநாள் காலை கண்விழிக்கின்றான். சுற்றுமுற்றும் பார்க்கின்றான். முதலில் ஒன்றும் புரியவில்லை. சற்று நேரம் கழித்து நடந்ததை நினைவுகூர்ந்து, தன்னையே ஒருதரம் பார்த்துக்கொள்கிறான். பின்னர் கூறுகிறான்:

மாலை அன்னதோர் புன்மையும், காலை
கண்டோர் மருளும் வண்டுசூழ் நிலையும் - பொரு 96,97

(அன்னதோர்=அப்படியொரு, புன்மை=வறுமை)

உணர்ச்சிகளை வெளிக்கொட்ட அன்றும் இன்றும் ஒரே தமிழ்தான்!

முழுக்க முழுக்க இவ்வாறான அழகிய வருணனைகளால் புலவர் தமது நூலை மிக அழகாக இயற்றியிருக்கிறார்.

5. காவிரி வளம்

ஒரு நாடு வளமுள்ள நாடு என்றால் அங்கு நீர்நிலைகள் நிரம்பிக் கிடக்கும். அதனால் விளைநிலங்களில் பச்சைப் பயிர்கள் தலையசைத்து அழைக்கும். பறவை இனங்கள் பலுகிப் பெருகும். விலங்கினங்கள் விரும்பி மேயும். நெடிது உயர்ந்த மரங்களும் நிழல் தரும் சோலைகளும் காண்பவரின் கண் நிறைக்கும். அதில் மயில்கள் ஆடும். குயில்கள் கூவும். செடி கொடிகள் செழித்து வளரும். பூ வகைகள் பூத்துச் சிரிக்கும். அப்பூவின் மேல் வண்டினங்கள் ஆர்ப்பரிக்கும். தேனடைகள் நிறைந்தொழுகும். மகளிர் நீண்ட சரங்களை நிறையச் சூடுவர். அதின் நறுமணத்தால் நால் திசையும் மணக்கும். நெய்யும் தேனும் நிரம்பி வழியும். நெல்லும் கரும்பும் கழனியை நிறைக்கும். அதனால் உழவர் களிப்பர். பண்டங்கள் மலியும். வாணிபம் செழிக்கும். வணிகர் மகிழ்வர். கரிகால் வளவனின் சோழநாடு இதைப் போல் பன்மடங்கு வளம் உடையது. இதற்கெல்லாம் காரணம் காவிரி ஆறு. வானம் பொய்த்து வற்கடம் சூழ்ந்தாலும் அருவிகள் வற்றி அழகிழந்து போனாலும் கஞ்சங்கொல்லைகள் நீரின்றிக் கருகிப்போனாலும், காட்டுத்தீயினால் மலைகள் களையிழந்து போனாலும் சோழநாட்டில் உணவுப்பஞ்சம் ஏற்படாது. ஏனெனில் நறுமணமிக்க கொடிகளையும், நாணல்களையும், அகிலையும் சந்தனத்தையும் அள்ளிக்கொண்டுவந்து காவிரியாறு துறைகள்தோறும் குவித்துவிடுகிறது. நுரைத்துக்கொண்டும்

ஆர்ப்பரித்துக்கொண்டும் வரும் பெருவெள்ளம் ஏரி, குளம், குட்டை எல்லாவற்றையும் நிறைத்துவிடுகிறது. **நுரைத்தலை குரைப்புனல் வரைப்பகம் புகுதொறும்** *(240)* என்ற வரிகளில் உள்ள பெருமையும், பெருமிதமும், அழகும், அணிநலமும் திரும்பத் திரும்பப் படித்து இன்புறத்தகுந்தது. இவற்றையெல்லாம் புலவர் ஏறக்குறைய ஐம்பது அடிகளுக்கும் மேலான சொற்களால் அழகுறப் பாடியிருப்பது படிப்போர் மனத்தைக் கொள்ளை கொள்ளும். இவ்வளவு சிறப்புகள் மிக்க இப் பாடலைப் பெற்றது நமது பெரும் பேறாகும்.

இனி அடுத்ததாகப் பத்துப்பாட்டில் மூன்றாவது பாடலான சிறுபாணாற்றுப்படை பற்றிப் பார்ப்போம்.

சிறுபாணாற்றுப்படை

3

சிறுபாணாற்றுப்படை

பாணர் என்போர் பாடுவதில் வல்ல கலைஞர்கள். தமது பாட்டுக்கு இனிமை சேர்க்க அவர்கள் பலவித இன்னிசைக் கருவிகளை இசைப்பார்கள். அவற்றில் யாழை இசைப்பவர்கள் யாழ்ப்பாணர் எனப்படுவர். இலங்கையில் யாழ்ப்பாணம் என்றோர் ஊர் உண்டு. ஒருவேளை அது யாழ்ப்பாணர்களின் குடியிருப்பாக இருந்திருக்கலாம். யாழ் ஒரு நரம்பிசைக் கருவி ஆகும். அதில் உள்ள நரம்புகளின் எண்ணிக்கையைக் கொண்டு அது பெரிய யாழ், சிறிய யாழ் எனப்பட்டது. இலக்கண விதிகளின்படி பெரிய யாழ் பேரியாழ் என்றும் சிறிய யாழ் **சீறியாழ்** என்றும் அழைக்கப்பட்டது. பெரிய யாழை வாசிக்கும் பாணர் பெரும்பாணர் என்றும் சிறிய யாழை வாசிக்கும் பாணர் **சிறுபாணர்** என்றும் அழைக்கப்பட்டனர்.

ஒரு மன்னனிடம் பரிசுகளைப் பெற்றுத் திரும்பிய சிறுபாணன் ஒருவன் வறிய நிலையிலிருக்கும் இன்னொரு சிறுபாணனைக் கண்டு அவனும் தன்னைப் போல் அந்த மன்னனிடம் சென்றால் பரிசுகள் பெறலாம் என்று அவனை ஆற்றுப்படுத்திக் கூறுவதே **சிறுபாணாற்றுப்படை** என்னும் இந்தப் பாடல். 269 அடிகளைக் கொண்ட இந்தப்பாடல் நத்தத்தனார் என்ற புலவரால் பாடப்பட்டது. அவர் இடைக்கழி நாட்டைச் சேர்ந்த நல்லூர் என்ற ஊரினைச் சேர்ந்தவர். எனவே அவர் **இடைக்கழி நாட்டு நல்லூர் நத்தத்தனார்** என்று அழைக்கப்படுகிறார். இவரால் பாடப்பட்ட மன்னன் நல்லியக் கோடன் என்பவன். இவன் ஓய்மான் என்னும் நாட்டை ஆண்டு வந்தவன். எனவே இவன் **ஓய்மானாட்டு நல்லியக்கோடன்** எனப்பட்டான்.

இந்நூலில் கடையெழு வள்ளல்களைப் பற்றிக்

கூறப்பட்டிருப்பதால் இது கடையெழு வள்ளல்களின் காலத்திற்கும் பிற்பட்டது என்பது பெறப்படும்.

1. சிறுபாணாற்றுப்படை - உரைநடைச்சுருக்கம்

இளவேனில் முடிந்து முதுவேனில் தொடங்கும் கோடைக்காலம் அது. கிழக்கு வானத்தில் காலையில் தோன்றிய சூரியன் கொஞ்சம் கொஞ்சமாக உச்சிக்கு ஏறி வெப்பத்தை உமிழும் நேரம். அப்பொழுது ஒரு சிறுபாணன் தன் குடும்பத்தினருடன் நடந்து வந்து கொண்டிருக்கிறான். அப்பொழுது ஒரு காட்டாறு குறுக்கிடுகிறது. வேனில் காலமாதலால் அதில் நீர் மிகச் சிறிய அளவிலேயே வருகிறது. இந்தக் காட்டாறு எங்கிருந்து வருகிறது என்று பாணன் திரும்பிப் பார்க்கிறான். தொலைவில் ஒரு உயரமான மலை. அதிலிருந்து ஒரு சிறிய கோடு போல் சிற்றருவி ஒன்று விழுகிறது. ஒரு காலத்தில் அவன் மனைவி மார்பில் போட்டுக் கொண்டிருந்த முத்து மாலையைப் போல் அது ஒரு வெள்ளைக் கோடாகத் தெரிகிறது. மழைக்காலத்தில் வந்த வெள்ளத்தால் உண்டான கருமணல் ஆற்றில் வரி வரியாகப் படர்ந்திருக்கிறது. அந்தக் காட்டாற்றின் கரையில் சோலைகள் போல் அடர்ந்த மரங்கள் இருக்கின்றன. குயில்கள் அம் மரங்களில் பூத்த பூக்களில் தங்கள் அலகை விட்டுக் குடைந்து பார்க்கின்றன. அதனால் கீழே விழுந்த பூக்கள் ஆற்றின் கருமணலில் உதிர்ந்து கிடக்கின்றன. அந்தக்காட்சி ஒரு பெண்ணின் விரித்த கருங்கூந்தலில் சூடிய பூக்கள் போல் இருப்பதாகக் கற்பனை செய்துகொண்டு தனக்குள் மகிழ்கிறான் பாணன்.

ஆற்றைக் கடக்க அடியெடுத்து வைத்த பாணனின் குடும்பம் சுடுகின்ற கருமணலின் சூடு பொறுக்க முடியாமல் கால்களைப் பொத்திப் பொத்தி வைத்து மெதுவாகச் செல்கிறது. அடுத்துக் கிடக்கும் கூழாங்கற்களும் அனலாய்ப் பொசுக்குகின்றன. மெல்ல மெல்ல ஆற்றைக் கடந்தபின் அவர்கள் அங்கிருந்த ஒரு மரத்தின் நிழலில் தங்குகிறார்கள். அதற்கடுத்து மரங்களே இல்லாத பரந்த செம்மண் காட்டு நிலம் வறண்டு கிடக்கிறது. அதன் ஊடே ஒரு ஒற்றையடிப் பாதை வளைந்து நெளிந்து செல்கிறது.

வந்த களைப்புத் தீர, பாணனின் குடும்பத்துப் பெண்கள் படுத்து விடுகின்றனர். அவர்களை இரக்கத்துடன் அவன் ஏற இறங்கப் பார்க்கிறான். தலை மயிர் விரிந்து கிடக்கிறது. ஓடிவந்து இளைத்து நிற்கும் நாயின் தொங்குகின்ற நாக்கைப் போல்

அவர்களின் பாதங்கள் சிவந்து கிடக்கின்றன. சற்று வயதான பெண்களின் கால்களை இளையவர்கள் அமுக்கிவிடுகிறார்கள். இவர்களின் துன்பம் தீர்க்க, பாணன் தன் யாழை மெதுவாக வாசிக்க ஆரம்பிக்கிறான். தன்னை மறந்திருந்த சிறுபாணன் ஆளரவம் கேட்டுத் திரும்பிப் பார்க்கிறான். அங்கே செல்வர் போல் தோற்றம் அளிக்கும் ஒருவர் நிறைய ஆட்களுடன் நின்றுகொண்டிருக்கிறார். ஒவ்வொருவர் தலையிலும் கைகளிலும் மூட்டை முடிச்சுகள். வியப்படைந்த பாணன், "நீங்கள் யார்? எங்கிருந்து வருகிறீர்கள்? இந்த மூட்டைகளுக்குள் என்ன வைத்திருக்கிறீர்கள்" என்று கேட்கிறான். புதிதாய் வந்தவன் சொல்கிறான், "பாணரே, நானும் உம்மைப் போன்ற ஒரு சிறுபாணன்தான். நாங்கள் ஓய்மான் என்னும் நாட்டிலிருந்து வருகிறோம். அதன் மன்னனாகிய நல்லியக்கோடன் என்பானிடம் சென்று பாட்டுக்கள் பாடி அவனை மகிழ்வித்து அவனிடம் நிறையப் பரிசுப்பொருள்கள் பெற்றுத் திரும்புகிறோம். அந்தப் பரிசுப் பொருள்கள்தான் இந்த மூட்டைகளுக்குள் இருக்கின்றன". அமர்ந்திருந்த பாணன் சற்றே யோசித்துப் பார்த்துவிட்டு, "இந்த நல்லியக் கோடன் யார்? இவனிடம் போகாமல் சேரன், சோழன், பாண்டியன் என்ற மூவேந்தர்களுள் ஒருவனிடம் சென்றிருந்தால் உங்களுக்கு இன்னும் நிறையக் கிடைத்திருக்கும் அல்லது ஏழு வள்ளல்கள் என்று நாடே அறியும் அதியமான், பாரி, பேகன், காரி, ஓரி, ஆய், நள்ளி ஆகியோரில் யாராவது ஒருவரிடம் சென்றிருந்தாலும் இன்னும் அதிகமாய்க் கிடைத்திருக்குமே" என்கிறான். சிரித்துக்கொண்டே புதியவன் "நீர் சொல்லும் இடங்களெல்லாம் எனக்கும் தெரியும். ஆனால் அங்கெல்லாம் கிடைப்பதைவிட எனக்கு நிரம்பவே கிடைத்திருக்கிறது. கொஞ்சம் பொறுமையாகக் கேட்டால் அவ்வளவையும் உமக்கு விளக்கிக் கூறுகிறேன்" என்று கூறுகிறான். "சொல்லும்" என்ற சிறுபாணனிடம் புதியவன் கூற ஆரம்பிக்கிறான்.

சேரனின் தலைநகரான வஞ்சிமா நகரம் மிகுந்த நீர்வளம் உடையது. வாய்க்காலின் ஓரங்களில் பூத்துக்கிடக்கும் கழுநீர்ப் பூக்களை மேயச் செல்லும் எருமைகள் அங்கு நீந்திவரும் கொழுத்த மீன்களை மிதித்து நசுக்கும். அங்கு வளர்ந்து கிடக்கும் மஞ்சள் இலைகளை உரசிக்கொண்டே மேய்ந்து செல்லும்.

செங்கழுநீர் மலர்

மஞ்சள் செடி

மேய்ந்த பின் மிளகுக் கொடிகள் சுற்றிக் கிடக்கும் பலா மரத்தின் நிழலில் காட்டு மல்லிகைக் கொடிகளின் மீது படுத்துக்கொண்டே அசைபோடும். மேற்குக் கரையின் காவலனாகிய குட்டுவன் மரபில் வந்தவன்தான் வஞ்சியின் அரசன். அவன் பெயரும் குட்டுவன் என்பதே. அவன் வடநாட்டின்மீது படையெடுத்து அங்குள்ள மன்னர்களையெல்லாம் வென்று இமயமலை வரை சென்று அங்கு தனது வில்சின்னத்தைப் பொறித்தவன். அப்படிப்பட்ட வஞ்சியில் கிடைத்திருக்கக்கூடிய பரிசிலும் நான் வாங்கிவந்த இந்தப் பரிசிலுக்கு ஈடாகாது.

இன்னும் கேளும். **மதுரையின் மன்னன் பாண்டியன்** தெற்குக் கடற்கரையின் காவலன். அவனது கடற்கரைப் பட்டினம் கொற்கை. அங்கு விளையும் உப்பை உள்நாட்டுக்கு மாட்டு வண்டிகளில் எடுத்துச் செல்லும் உப்பு வணிகர் தம் மனைவி மக்களுடன் பயணம் செய்வர். அப்போது அவர்களது சிறுவர்களின் விளையாட்டு எது தெரியுமா? கொற்கைக் கடலில் கிடைக்கும் முத்து உள்ளே இருக்கும் சிப்பிகளையே கிலுகிலுப்பையாக்கிக் குலுக்குவதே. அந்த அளவுக்கு வளம் மிக்க பாண்டியநாட்டின் மன்னனான செழியனின் தலைநகரான தமிழ் வளர்க்கும் மதுரையின் தெருக்களைப் பார்த்தாலே மகிழ்ச்சி பொங்கும். அப்படிப்பட்ட மதுரையில் கிடைத்திருக்கக்கூடிய பரிசிலும் நான் வாங்கிவந்த இந்தப் பரிசிலுக்கு ஈடாகாது.

சிப்பிக்குள் முத்து

அது மட்டுமல்ல. கிழக்குக் கடற்கரைக்குக் காவலனாகிய **சோழ மன்னனின்** நாட்டைப் பற்றியும் சொல்லுகிறேன் கேளும். சோழ நாட்டில் இயற்கையாய் அமைந்த நீர்நிலைகள் பல உண்டு. அவற்றை அங்கு பொய்கை என்பார்கள். அவற்றின் கரைகள்

ஓவியம் வரைந்தது போல் அவ்வளவு அழகாக இருக்கும். அந்தக் கரைகளில் மணம் மிக்க மலர்களைக் கொண்ட கடம்ப மரங்கள் சரம் சரமாய்ப் பூக்கும். அந்தப் பூக்களிலிருந்து கீழே விழும் இந்திர கோபம் போன்ற சிவந்த மகரந்தத் தூள்கள் தாமரை மொட்டுகள் மேல் உதிரும். அதனால் தெய்வத்தன்மை கொண்ட அந்தத் தாமரை மலர்கள் அங்குள்ள பெண்களின் அழகிய முகம் போல மலர்ந்து சிரிக்கும். அந்தத் தாமரை மலர்களின் உள்ளே தேன் எடுக்கச் செல்லும் வண்டுகள் மகிழ்ச்சியுடன் பாடிக்கொண்டே இருக்கும். அவ்வளவு வளப்பம் மிக்க சோழநாட்டின் மன்னன் செம்பியன் என்றைக்கும் புகழை நாடிச் சென்றதில்லை. மாறாக புகழ் அவனை நாடி வரும். அவன் பகைவரின் கோட்டைகளைத் தகர்ப்பதில் வல்லவன். அவனது தலைநகரான உறையூரில் வசிப்போர் அந்நகரைவிட்டு வேறு ஊர்களுக்குக் குடிபெயர்ந்து போவதில்லை. அப்படிப்பட்ட சிறப்புடைய உறையூரிலும் நான் இப்போது வாங்கி வந்திருக்கும் பரிசிலுக்கு ஈடான பரிசில் கிடைத்திருக்காது.

அப்புறம் **ஏழு வள்ளல்கள்** என்று சொன்னீர். அவர்களையும் எனக்குத் தெரியும். அவர்களின் கொடைப் பண்பைப் பற்றியும் தெரியும். **பேகன்** என்று ஒரு மன்னன். விலங்குகளை வேட்டையாட ஒரு நாள் காட்டிற்குச் சென்றான். அப்பொழுது மழை வந்துவிட்டது. ஒரு மரத்தடியில் ஒதுங்கினான். அங்கே ஒரு மயில் படுத்துக் கிடந்தது. பொதுவாக மயில்கள் மழை என்றால் மகிழ்ச்சியாக ஆடும். ஆனால் அந்த மயிலுக்கு உடல்நலம் சரியில்லை போலும். குறுகிப்போய் படுத்துக்கொண்டு குளிரில் நடுங்கிக்கொண்டிருந்தது. பேகன் என்ன செய்தான் தெரியுமா? தான் அணிந்திருந்த விலையுயர்ந்த மேலாடையை அதற்குப் போர்த்திவிட்டான். அவ்வளவு இளகிய மனம் படைத்தவன் அவன்.

பறம்பு மலையின் தலைவன் **பாரி வள்ளல்**. அவன் எப்படிப்பட்டவன் தெரியுமா? அவனும் ஒருநாள் வேட்டைக்குச் சென்றான். வழியில் ஒரு மரத்தடியில் தன் தேரை நிறுத்திவிட்டு அவன் காட்டிற்குள் சென்றான். நீண்ட நேரம் கழித்துத் திரும்பி வந்து தன் தேரை எடுத்தான். தேர் எதிலோ சிக்கிக்கொண்டது போல் தெரிந்தது. கீழே இறங்கிப் பார்த்தால் ஒரு முல்லைக் கொடி தேரின் சக்கரத்தில் இறுகச் சுற்றிக்கொண்டிருந்தது. அதைப் பிய்த்து எறிந்துவிட்டு அவன் புறப்பட்டுப் போயிருக்கலாம்.

மிகவும் இளகிய மனம் படைத்தவன் ஆயிற்றே. தன் தேர் அந்தக் கொடியின் பந்தலாக இருந்துவிட்டுப் போகட்டும் என்று குதிரைகளை அவிழ்த்துக் கூட்டி வந்துவிட்டான். எப்பேர்ப்பட்ட வள்ளல் அவன்!

அப்புறம் காரி என்று அழைக்கப்படும் **மலையமான் திருமுடிக்காரி**. வேல் எறிவதில் மிக்க திறமையுடையவன். அருமையான வெள்ளைக் குதிரை ஒன்றை வளர்த்து வந்தான். வேல் எறிவதில் தன்னை மிஞ்சும்படி யாரேனும் இருந்தால் அவருக்குத் தன் குதிரையையும் தன் நாட்டின் ஒரு பகுதியையும் பரிசாகத் தருவதாக அறிவித்தான். யாராலும் அவனை வெல்ல முடியவில்லை. அப்பொழுது ஓர் இரவலன் அவனிடம் பரிசில் வேண்டி நின்றான். காரி என்ன செய்தான் தெரியுமா? தான் பரிசாக அறிவித்த குதிரையையும் நாட்டையும் அந்த இரவலனுக்குப் பரிசிலாக அளித்துவிட்டான். என்ன இரக்கம் பார்த்தாயா?

அடுத்து **ஆய்** என்னும் வள்ளலைப் பற்றிக் கூறுகிறேன். இவன் வில் வித்தையில் மிகுந்த திறமை உள்ளவன். அவனிடம் மிகுந்த ஒளிவிடும் நீலமணி ஒன்று இருந்தது. அதோடு நாக நாட்டின் விலையுயர்ந்த ஆடை ஒன்றும் இருந்தது. ஒரு நாள் அவன் வெளியே செல்லும்போது ஓர் ஆல மரத்தடியில் சிவலிங்கம் ஒன்று வெறுமையாய்க் கிடந்தது. தன் நீலமணியை அதன் அருகில் வைத்தான். தன் விலையுயர்ந்த நாக ஆடையை அதற்குச் சுற்றுவித்தான். நீலமணியின் ஒளியிலும் நாகத் துகிலின் பளபளப்பிலும் அந்த லிங்கம் மிளிர்வதைக் கண்டு மனம் உருகி வழிபட்டான். அதியனைப் பற்றி இன்னும் நான் கூறவில்லையே.

அதியமான் நெடுமான் அஞ்சி என்ற இவன் கடல் போல் பெரும் படை வைத்திருப்பவன். ஒருநாள் இவன் அரசவையில் இருக்கும்போது ஔவை என்ற பெரும் புலவர் அவனைப் பாடச் சென்றார். அப்போது அங்கு ஒரு குறவன் வந்தான். ஒரு நெல்லிக்கனியைக் கொண்டு வந்தான். யாரும் ஏறமுடியாத ஒரு உயரமான மலையின் உச்சியில் இருக்கும் ஒரு நெல்லி மரத்தின் தித்திப்பான கனி அது. அதன் சிறப்புக்களை எடுத்துக் கூறிய அவன் "மன்னனே, இந்தக் கனியை உண்போர் நோய்நொடி இன்றி நீண்ட நாள் வாழ்வார்கள். எனவேதான் இதனை மன்னனாகிய நீர் உண்டால், நீண்ட நாள் வாழ்ந்து மக்களையும் வாழ்விப்பீர் என்று

சொன்னான். அப்போது ஔவையும் வந்துசேர்ந்தார். அதியன் என்ன செய்தான் தெரியுமா? அவ்வளவு சிறப்புமிக்க கனியை அதன் அருமையை முதலில் சொல்லாமல் அவன் ஔவைக்குக் கொடுத்து உண்ணும்படி சொன்னான். அவர் அதை உண்டதும் அந்தக் கனியின் சிறப்பை எடுத்துக்கூறி "ஔவையே, நீர் நீண்ட நாள் வாழ்ந்தால் இன்னும் பல பாட்டுக்கள் எமக்குக் கிடைக்கும். அதனால் தமிழ் மேலும் வளம் பெறும்" என்றுரைத்தான். எவ்வளவு பெரிய மனம்!

அடுத்து, **நள்ளி** என்ற வள்ளல், உள்ளொன்று வைத்துப் புறம் ஒன்று பேசாத திறந்த மனம் உடையவன். தன்னை நாடி வந்தோர் மகிழும்படி அவர்களுக்குத் தங்கள் வாழ்க்கையை நடத்தத் தேவையான எல்லாவற்றையும் குறையாமல் கொடுக்கும் உயர்ந்த பண்பினன். இறுதியாக, **ஓரி** என்ற வள்ளல் தன் நாட்டின் ஒரு பகுதியான குறும்பொறை என்ற பகுதியையே தன்னைப் பாடி வந்த கூத்தர்களுக்குப் பரிசிலாக வழங்கியவன்.

"இவ்வாறான இந்த ஏழு வள்ளல்களில் ஏதேனும் ஒருவரிடம் சென்றிருக்கக்கூடாதா என்று என்னைக் கேட்கிறீர். இந்த ஏழு பேரும் மொத்தமாகக் கொடுத்திருக்கக்கூடிய அளவிலும் மேலாகவே நான் நல்லியக்கோடனிடம் பெற்றேன்" என்கிறான்.

அப்படியும் மனநிறைவு அடையாத அந்தச் சிறுபாணன், புதியவனை அரைமனத்தோடு ஏறிட்டுப் பார்க்கிறான். அவன் மன ஓட்டத்தைப் புரிந்துகொண்ட புதியவன் மேலும் கூற ஆரம்பிக்கிறான்.

"பாணரே, நானும் உம்மைப் போல் மிகக் கொடிய வறுமையில் உழன்றவன்தான். என் வீட்டிலிருந்த ஒரு பெண் நாய் குட்டிபோட்டது. கண் திறக்காத அந்த குட்டிகளுக்குக் கூடப் பால் கொடுக்க வழியற்ற வற்றிய மடியுடன் அந்த நாய் அடுப்படி மூலையில் போய் சுருண்டு படுத்துக்கொள்ளும். நெடுங்காலத்திற்கு முன் கட்டிய அந்த வீட்டின் செம்மண் சுவர்கள் அங்கங்கே உதிர்ந்துபோய்க் கிடக்கும். அவற்றின் உள்ளே இருக்கும் மூங்கில் கழிகள் கறையான் அரித்துக் கிடக்கும். கீழே விழுந்து கிடக்கும் செம்மண் குவியல்களில் குப்பைக் காளான்கள் முளைத்துக் கிடக்கும். பசியால் வாடும் எங்கள் வயிற்றை நிரப்ப, என் மனைவி குப்பையில் முளைத்திருக்கும் கீரையைப் பிடுங்கி வந்து வேகவைப்பாள். அதில் போட உப்புக் கூட வீட்டில்

இருக்காது. வெறும் கீரையை நாங்கள் உண்பதை வெளியில் உள்ளோர் பார்த்தால் கேவலமாக இருக்குமே என்று எண்ணிக் கதவை அடைத்துக்கொண்டு சாப்பிடுவோம். அப்படிப்பட்ட நிலையிலிருந்த நாங்கள் இப்பொழுது மணிகள் ஒலிக்கும் யானைளுடன் மிகப்பெரிய தேர்களையும் வைத்திருக்கிறோம் என்றால் எல்லாம் அவன் தந்தவை. நீங்களும் அவனிடம் சென்றால் உங்களுக்கும் இவ்வாறான பரிசுகள் கிடைக்கும்".

இதனைக் கேட்ட சிறுபாணன் மிகுந்த உற்சாகத்துடன் நிமிர்ந்து உட்கார்கிறான். "ஐயா நாங்களும் அந்த நல்லியக்கோடனிடம் செல்வதற்கு விரும்புகிறோம். அவனிடம் செல்வதற்கான வழியை எங்களுக்குச் சொல்லுங்கள்" என்கிறான். அதற்கு அந்தப் புதியவன் "சொல்கிறேன்" என்று கூறி அவர்களுக்கு வழிசொல்ல ஆரம்பிக்கிறான்.

"ஐயா, நீங்கள் இதோ இந்தப் பாதையிலேயே சென்றால் முதலில் **எயில்பட்டினம்** என்றொரு ஊரை அடைவீர்கள். மிகுந்த வளம் உள்ள ஒரு கடற்கரைப்பட்டினம் அது. அங்குள்ள பரதவர் மிகவும் இனிமையாகப் பழகுவர். உங்களுக்குக் குழல் என்ற சுவையான மீனைச் சுட்டுத் தருவர். கரும்புச் சாறைக் காய்ச்சி வடித்துக் குடிக்கக் கொடுப்பர். வயிறார உண்ட பின்னர் நீங்கள் நல்லியக்கோடனின் புகழைப் பாட, சிலர் தங்கள் புல்லாங்குழல்களை இசைக்க அவற்றின் தாளத்திற்கேற்ப உங்கள் பெண்கள் ஆட மகிழ்ச்சியோடே அங்கு நாளைக் கழிக்கலாம்.

"பின்னர் இந்த நெய்தல் நிலத்தைவிட்டுப் புன்செய்க் காடுகளும், சிறு குன்றுகளும் நிறைந்த முல்லை நிலத்தைக் கடந்து செல்ல வேண்டும். வழியெல்லாம் வளம் கொழிக்கக் காண்பீர்கள். பச்சை அரும்புகளைக் கொண்ட அவரைக்கொடிகள் பவழம் போலப் பூத்துக் குலுங்கும். காயா மலர்கள் மயில் கழுத்துப்போல் மலர்ந்து சிரிக்கும். செழித்து வளர்ந்த கொடிகளில் முசுண்டைப் பூக்கள் அவிழ்ந்த கொட்டான் போல் அழகுடன் கிடக்கும். காந்தள் மலர்கள் கைவிரல் போல் பூத்துத் தொங்கும். கம்பங் கொல்லைகளின் ஊடே செல்லும் காட்டுப் பாதைகளின் ஓரங்களில் தம்பலப் பூச்சிகள் ஊர்ந்து திரியும். தொலைவில் தெரியும் சிறுகுன்றுகளின் வெடிப்புகளில் சிற்றருவிகள் குதித்தோடும். அம்மலைகளின் முகடுகளில் சூரியன் மறைவதைக் கண்டவாறே இருட்டு வருவதற்குள் நீங்கள் வேலூர் என்னும் ஊர்

போய்ச் சேர்ந்துவிடலாம். அங்கே எயிற்றியர் எனப்படும் மக்கள் குடிசைகளில் வசிக்கின்றனர். இந்த வெயில் காலத்தில் அந்தக் குடிசைகளுக்கு உள்ளே கூட அனலாய் இருக்கும். அங்கிருக்கும் பெண்கள் மாநிற மேனியர். மங்கிப்போன ஒன்றிரண்டு வளையல்கள் அணிந்திருப்பர். இருப்பினும் அவர்களின் சமையல் அவ்வளவு சுவையாக இருக்கும். சுடச்சுடச் சோறுபோட்டு, சுவையான புளிக்குழம்பு ஊற்றி ஆமானின் சுட்ட கறி வைத்து அருமையாக விருந்து படைப்பார்கள்.

அதன் பின்னர் நீங்கள் உங்கள் பயணத்தைத் தொடர்ந்தால், வளம் மிக்க வயல்கள் பல சூழ்ந்த மருத நிலத்தை அடைவீர்கள். அங்குள்ள **ஆமூர்** என்னும் ஊருக்கு நீங்கள் போகவேண்டும். அது ஒரு பெரிய ஊர். எனவே கடுமையான காவலை உடையது. சுற்றிலும் நீர் நிறைந்த அகழியைக் கொண்டது. ஆன்றோர் பலரைக் கொண்டது. பெருமிதமாக நடைபோட்டு எதையும் இழுக்கும் பேராற்றல் கொண்ட காளைகள் உள்ள உழவர் வீடுகள் அங்கே உண்டு. அவர் வீட்டு இளம்பெண்கள் செழித்து வளர்ந்த கூந்தலை உடையவர். அவர்கள் தம் வாயிலில் நின்று "அப்பா வாருங்கள், அம்மா வாருங்கள்" என்று உங்களை உறவுசொல்லி அழைப்பர். வெள்ளை வெளேர் என்ற அரிசிச்சோற்றை நண்டுக்கறியுடன் உமக்கு வழங்குவர்."

இன்னும் எவ்வளவு தூரம் போகவேண்டும் என்று கேட்க நினைத்த சிறுபாணனிடம் அவன் தொடர்ந்து கூறினான்.

"நல்லியக்கோடனின் இருப்பிடம் அங்கிருந்து மிகவும் பக்கத்திலேயே உள்ளது. அது எப்போதும் விழாக்கோலம் பூண்டதாகவே இருக்கும். நம்மைப் போன்றவர்களும், புலவர்களும், வேதம் ஓதும் அந்தணர்களும் அவனுடைய அரண்மனை வாசலில் எப்போதும் தடையின்றி நுழையலாம். செய்ந்நன்றி மறவாத செம்மல், சிற்றினம் சேராத பெருந்தகை, இன்முகம் காட்டும் இனியவன் என்று அறிஞர்கள் புகழும் ஆன்றோன். அஞ்சி வந்தார்க்கு அடைக்கலம் அளிப்பவன், கோபம் கொள்ளாதவன், எதிர்ப்பவரை வெல்பவன், எதிர்த்துத் தோற்றவரை மன்னிப்பவன் என்று வாட்போரில் மிகச்சிறந்த மறவர்களாலும் வாழ்த்தப்படுபவன். நினைத்ததை முடிப்பவன், பிறர் நெஞ்சங்களில் இனிப்பவன், தன் போக்கே சரி என்று கொள்ளாதவன், பிறர் மனப்போக்கையும் புரிந்து நடப்பவன்

என்று பெண்களால் பெருமையாகப் பேசப்படுபவன். அறிவில் குறைந்தோரிடம் அவரளவில் பேசுபவன், அறிவு நிறைந்தோரிடம் அவரினும் பெரியவன், எதிரில் நிற்பவரின் ஏற்றம் அறிந்தவன், ஏற்ற பரிசுகளை இறைத்து மகிழ்பவன் என்றெல்லாம் பாடுவதே வாழ்வெனக் கொண்ட பரிசிலரால் போற்றப்படுபவன். அப்படிப்பட்ட நல்லியக்கோடன், விண்மீன்களின் நடுவே ஒளிவீசும் வெண்மதிபோலத் தன் அரசவையில் வீற்றிருப்பான். நீங்கள் நேராக அவனிடம் செல்லலாம். அங்கு உங்கள் ஏற்றமிகு யாழின் இனிய நரம்புகளை மீட்டி முதியவர்க்குக் குவித்த கைகளை உடையவனே, வீரர்க்குத் திறந்த மார்பை உடையவனே, உழவர்க்கு உரமாய்த் திகழ்பவனே, தேரோரைத் தெருட்டும் வேலை உடையவனே என்று அவனைப் புகழ்ந்து பாடலாம். அந்த அளவில் உடனே அவன் தன் ஏவலரை வருவித்து உங்களுக்கு வேண்டுவன செய்வான்".

நல்லியக்கோடன் என்னென்ன சிறப்புச் செய்வான் என்பதையும் கேட்பதற்கு ஆவலோடு இருந்த அந்தக் கூட்டத்தினரைப் பார்த்து, அந்தப் புதியவன் தொடர்ந்து பேச ஆரம்பிக்கிறான்.

"மூங்கிலின் மேல்தோலை உரித்தது போன்ற மென்மையான, அப்பழுக்கிலாத ஆடையை உடுத்துவிப்பான், நாக்கில் பட்டவுடனே உங்களைத் துள்ளி எழச்செய்யும் நல்ல கள்ளை நயமுடன் குடிக்கச் செய்வான். சிறந்த சமையல் நூல்களில் கூறப்பட்டவாறு சமைக்கப்பட்ட பலவிதமான உணவுப் பொருள்களை உண்ணச்செய்வான். இளவெயில் கதிரவன் போல் எடுப்பான தோற்றமுள்ள பளபளக்கும் பொன்கலத்தில் நீர் விரும்புவன கொடுத்திடுவான். நீர் போதும், போதும் என்றாலும் தணியாத விருப்பத்துடன் தானே நின்று உண்ணச்செய்வான்.

"அது மட்டும் அல்ல. வேற்று நாடுகளுக்குச் சென்று அங்குள்ள மன்னர்களை வென்று தன் படைத்தலைவர்கள் கொண்டுவந்த பல்வேறு பொருள்களையும் அவன் உமக்கு அள்ளி அள்ளித் தருவான். அத்துடன் அழகிய மரச் சிற்ப வேலைப்பாடு அமைந்த சக்கரங்களுடன் தொழில் வல்ல தச்சரும் கொல்லரும் திறம்பட உருவாக்கிய தேர்களைக் கொடுப்பான். அவற்றை இழுப்பதற்கு குதிரைகளையும் மிஞ்சும் வேக நடை கொண்ட வெள்ளைக் காளைகளையும் அவற்றை ஓட்டுபவர்களையும் கொடுப்பான். இவற்றை எல்லாம் நீர் சென்ற அன்றே தாமதம் இன்றிக்

கொடுத்து உம்மை வழியனுப்பி வைப்பான். எவரிடமும் நிலைத்து நிற்காத புகழைத் தன்னிடமே தக்கவைத்துக்கொண்ட அந்த நல்லியக்கோடனை விரும்பிச் சென்று வேண்டியதைப் பெற்று வாருங்கள்" என்று கூறி அவர்களை வழியனுப்பிவைக்கிறான் அந்தப் புதியவன்.

2. சிறுபாணாற்றுப்படை - சிறப்புக்காட்சிகள்

சிறுபாணாற்றுப்படையின் சுருக்கத்தை உரைநடையில் கண்டோம். இந்நூலில் கூறப்பட்டுள்ள செய்திகளைக் காட்டிலும் அச்செய்திகள் சொல்லப்பட்ட முறையே இதனை ஒரு இறவாப் பேரிலக்கியம் ஆக்குகிறது. பொருள் பொதிந்த சொற்களைக் கொண்டு ஏற்றம் நிறைந்த இனிய நடையில் சிந்தனையைத் தூண்டும் சிறந்த உவமைகளுடன் எழுதப்பட்டது இந்நூல். இவற்றில் சிலவற்றை இனிக் காண்போம்.

1. முகம் போன்ற தாமரை

நறுநீர் பொய்கை அடைகரை நிவந்த
துறுநீர் கடம்பின் துணைஆர் கோதை
ஓவத்து அன்ன உண்துறை மருங்கில்
கோவத்து அன்ன கொங்குசேர்பு உறைத்தலின்
. . . . .
திருமுகம் அவிழ்ந்த தெய்வத் தாமரை (சிறு 68 - 73)

மணமிக்க பொய்கையின் எழுப்பப்பட்ட கரையில் நின்று வளர்ந்த
செறிவுத் தன்மையுள்ள கடம்பின் இணைப்புள்ள மாலை (போன்ற மலர்கள்),
ஓவியம் போன்று அழகாயுள்ள நீர் உண்ணும் துறையின் பக்கத்தில்
தம்பலப்பூச்சியை ஒத்த தாதுக்கள் சேர்ந்து உதிர்தலால்,
. . . .
(பெண்களின்)அழகிய முகம் போல மலர்ந்த
தெய்வத்திற்குரிய தாமரை,

பொதுவாக அழகான பெண்களின் முகத்தை மலர்ந்த தாமரை மலருக்கு ஒப்பிடுவார்கள். தாமரை மலர்கள் எப்போதுமே மிக அழகாக இருக்கும். எனவே அழகாக இருக்கும் பெண்களின் முகத்தை அழகிய தாமரை மலர் போன்ற முகம் என்று கூறுவது வழக்கம். இங்கே தாமரை மலர் அழகினில் மிகச்சிறந்தது.

எனவே அழகிய பெண்களின் முகத்தையும் மிகச் சிறந்த தாமரை மலருக்கு ஒப்பிடுவார்கள். ஆனால் நத்தத்தனார் தாமரை மலரை அழகிய பெண்ணின் முகம் போன்றது என உவமையை மாற்றிக் கையாளுகிறார். இது புதுமையும் மிக்க நயமும் உடையது மட்டுமன்றி தாமரை மலர் ஓர் அழகிய பெண்ணின் முகத்தைப் போல் இருந்தது என்னும் அளவுக்கு அங்குள்ள பெண்களின் முகம் சிறந்த அழகுள்ளதாக இருந்தது என்பதையும் மறைமுகமாகச் சுட்டிக்காட்டுகிற புலவரின் திறம் வியந்து பாராட்டற்குரியது.

அடுத்து பொய்கையின் தாமரை மலர்கள் தாமாக மலரவில்லையாம்! கரையில் இருக்கும் கடம்ப மரங்களின் பூவிலிருந்து உதிர்ந்த பூந்தாதுகள் அம் மலரை மலரச் செய்தனவாம்! கடம்ப மரம் முருகனுக்கு உரியது. எனவே அது

துறு நீர்க் கடம்பு

துணை ஆர் கோதை ..

கோவம்-இந்திரகோபம்

தெய்வத் தன்மையுடையது. அம்மலரின் தாது, தாமரைப் பூவின் மேல் உதிர்ந்து அம் மலரை மேலும் தூயதாக்குகிறது. **கோவத்து அன்ன கொங்கு** என்பதில் உள்ள கோவம் என்பது இந்திரகோபம் எனப்படும் ஒருவகைப் பூச்சி ஆகும். இதைத் தம்பலப்பூச்சி அல்லது வெல்வெட்பூச்சி (Trombidium grandissimum) என்பர் இந்தப் பூச்சி கார்காலத்தில் ஈரப்பதமுள்ள நிலங்களில் ஊர்ந்து திரியும். இதன் சிவப்பு நிறம் மிக அருமையானது. அவ்வாறான சிவப்பு நிறத்தில் கடம்புப் பூக்களின் பூந்தாதுகள் இருந்தனவாம்.

இந்த இந்திரகோபத்தை ஒத்த சிவப்பான தாதுக்கள் ஏற்கனவே சிவந்திருக்கும் தாமரை மலரில் விழுந்தால் எப்படி இருக்கும்! என்ன ஓர் அற்புதமான கற்பனை பாருங்கள்!!

ஓவியம் வரைவோர் மிகவும் விரும்பி வரையும் இயற்கைக் காட்சி, குளத்து மலர்களையும் மரங்களையும்தான். அப்படி ஓர் அழகான ஓவியத்தைப் பார்த்தால் அப்படியே நேரில் பார்ப்பது போல் இருக்கிறது என்று வியந்து பாராட்டுவோம். அழகான ஒரு பொய்கை - அதில் உயர்ந்து, செறிந்து வளர்ந்த மரங்கள் - மரங்களில் மாலையாய்ப் பூத்திருக்கும் மலர்கள் - இவற்றைக் கண்ட புலவர் அக்காட்சி ஓர் அழகான ஓவியம் போல் தோன்றுகிறது என்று கூறுகிறார். **ஓவத்து அன்ன உண்துறை** என்ற சொற்றொடர் திருமுகம் - தாமரை போன்று ஒரு புதிய கோணத்தில் பார்க்கும் பார்வையையே காட்டுகிறது. சங்கப்புலவர்கள் மரபுப் பாடல்களையே இயற்றியிருக்கலாம். ஆனால் மரபை மீறிச் சிந்தித்திருக்கிறார்கள் என்பதையே இது காட்டுகிறது. "மாற்றி யோசி" என்று இக்காலத்தில் சிலர் புதுமையாகக் கூறுவது நினைவுக்கு வரவில்லையா?

2. தூங்கும் ஒட்டகம்

எயில் பட்டினம் ஆற்றங்கரையில் அமைந்த கடற்கரைப் பட்டினம். அந்த ஆறு ஓங்கி உயர்ந்த மலைகளில் பிறந்து முல்லைநிலக் காடுகளில் குதித்தோடி மருதநில வயல்களை மகிழ்வித்து இறுதியில் நெய்தல் நில உப்பங்கழிகளை நிறைத்த பின்னர் கடலில் சங்கமமாகும். கடலில் கலக்கும் இடத்தில் எந்த ஆறும் கடலின் அலைகளை எதிர்கொள்ளும். அதனால் அதன் வேகம் தணிந்து பல திசைகளில் பரந்து ஓடும். அப்போது, தான் இதுவரை அடித்துக் கொண்டுவந்த மரங்களைக் கரைகளில் ஒதுக்கும். இந்த எயில் பட்டின ஆறும் அவ்வாறே செய்கிறது.

அந்த மரங்கள் எல்லாம் மணம் மிக்க அகில் மரங்கள். கண்டவர் எவரும் உடனே கவர்ந்து சென்றுவிடுவார்கள். ஆனால் பல அகில் மரங்கள் தினந்தோறும் கரையொதுக்கப்படுவதால் அவை குவிந்து கிடக்கின்றன. இதனைக் கண்ட புலவர் பாடுகிறார்,

ஓங்கு நிலை ஒட்டகம் துயில் மடிந்து அன்ன
வீங்கு திரை கொணர்ந்த விரை மர விறகின்
கரும் புகை செந்தீ மாட்டி - சிறு 154-156

உயர்ந்து நிற்கும் ஒட்டகம் (படுத்து)உறங்கிக் கிடந்ததைப் போல,
மிகுந்து வரும் அலை கொண்டுவந்த மணமுள்ள (அகில்)மர விறகால்
கரும் புகையுடைய சிவந்த நெருப்பை மூட்டி,

ஒட்டகம் தூங்கிக்கிடப்பதைப் போல மரக்கட்டைகள் குவிந்து கிடந்தன என்கிறார் புலவர். ஒட்டகம் தமிழ்நாட்டைச் சேர்ந்த விலங்கு அல்ல. இன்றைக்குச் சில கோயில்களில் ஒட்டகங்கள் உண்டு. சங்ககாலத்தில் மன்னர்களிடம் ஒட்டகங்கள் இருந்திருக்கலாம். அவை தூங்குவதைப் புலவர் பார்த்திருக்கிறார். ஒட்டகம் மற்ற விலங்குகளைப் போல் தூங்குவது இல்லை. படத்தைப் பாருங்கள். ஒட்டகம் தலையை முன்னால் நீட்டித் தரையில் வைத்துக் கொண்டு தூங்கும். அதன் முதுகுப்புறம் மணலைக் குவித்தது போல் கூம்பு வடிவில் ஆனால் கரடு முரடாக இருக்கும். ஆற்றுநீரால் மேலும் மேலும் கொண்டுவந்து ஒதுக்கப்படும் மரக்கட்டைகள் ஒன்றன்மீது ஒன்றாய்க் கிடக்கும். அவற்றில் மிகவும் நீளமான கட்டைகளே அடியில் கிடக்கும். சிறிய கட்டைகள் அவற்றின் மேல் நிலைகொண்டு படுத்திருக்கும். மிகச்சிறிய கட்டைகள் உச்சியில் கிடக்கும். அதற்கு மேல் விழும் நீளமான கட்டைகள் புரண்டு விழுந்து அடுத்தடுத்துக் கிடக்கும். எல்லாமே ஆற்றை ஒட்டி நீளவாக்கிலேயே கிடக்கும்.

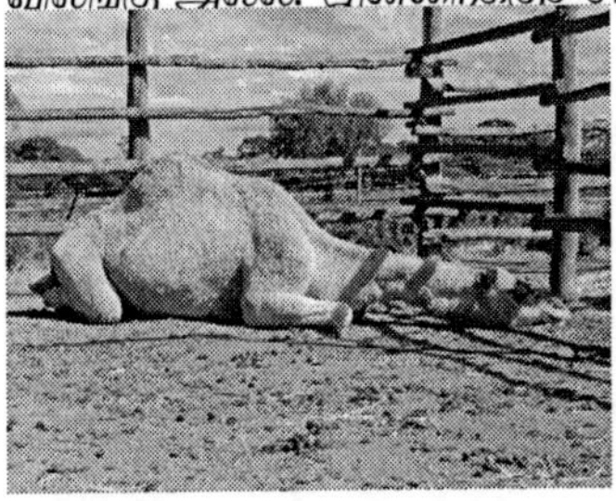

இதனைக் கண்ட புலவருக்கு அவர் என்றைக்கோ அரண்மனையில் பார்த்த ஒட்டகங்கள் நினைவிற்கு வந்ததால் பொருத்தமான உவமை நமக்குக் கிடைத்திருக்கிறது!

அகில் ஒரு மணமுள்ள மரம். சந்தன மரத்துக்கு ஒப்பானது.

இதன் காய்ந்த கட்டையைச் சிறுசிறு துண்டாக்கி அவற்றில் நெருப்பு மூட்டி அதன் புகையில் பெண்கள் தங்கள் தலைமயிரை உலர வைப்பார்கள். அவ்வளவு மதிப்பு மிக்க அகில் மரம் இங்கே விறகாகப் பயன்படுத்தப்படுகிறது. அவ்வளவு வளம் மிக்க நாடு என்பதைப் புலவர் இங்கே குறிப்பால் உணர்த்தியிருக்கின்றார். இவ்வாறாகக் குறிப்பால் பொருளுணர்ந்து மகிழ்வதையே இலக்கிய இன்பம் என்கிறோம். இவ்வாறான குறிப்புப் பொருள்கள் சங்க இலக்கியத்தில் நிறைய உண்டு.

ஆறு கொண்டுவந்த அகில் கட்டைகள் ஈரப்பதத்துடன் இருக்கும். அவற்றை அப்படியே கரும்புச்சாறு காய்ச்சுவதற்கு விறகாக எரிக்கின்றனர். அப்போது அவற்றினின்று வரும் புகை கறுப்பாகவே இருக்கும். இருப்பினும் நிறையக் கட்டைகள் சுற்றிலும் எரிவதால் நெருப்பு கொழுந்துவிட்டு எரியும். தீக்கொழுந்துகள் சிவப்பாகத்தானே இருக்கும். **'கரும் புகை செந்தீ மாட்டி'** என்று தம் வருணனையை வண்ணமயமாக்குகிறார் புலவர். பொதுவாகப் புலவர்கள் தாங்கள் கூறவரும் காட்சிகளைப் புகைப்படம் போல் படம்பிடித்துக் காண்பிப்பர். எனவேதான் இவர்களைச் **சொல்லோவியர்கள்** என்கிறோம். அந்த ஓவியத்தையும் ஒரு கறுப்பு - வெள்ளைப் படமாக இன்றி வண்ணப்படமாக நம் கண் முன் நிறுத்துகிறார் புலவர். அதிலும் **கறுப்புப் புகையில்** தெரியும் **சிவப்புத் தீ** என்ற தொடர் அவ்வளவு அழகான முரண்சுவையுடன் அமைக்கப்பட்டிருக்கிறது என்பதையும் கண்டு மகிழலாம்.

3. மலர்கள் நிறைந்த முல்லை நிலம்

முல்லை என்பது ஒரு மலரையும் ஒரு நிலவகையையும் குறிக்கும். முல்லை நிலம் பெரும்பாலும் வானம் பார்த்த பூமியைக் கொண்டதாக இருக்கும். எனவே கார்காலத்தில் பெய்யும் மழையால் செடி கொடிகள் தழைத்து எங்கு நோக்கினும் பசுமையாகக் காட்சியளிக்கும். அந்த அழகைப் புலவர் தன் அழகிய வரிகளால் அழகுக்கு அழகூட்டும் நேர்த்தியைப் பாருங்கள்.

பை நனை அவரை பவழம் கோப்பவும்
கரு நனை காயா கண மயில் அவிழவும்
கொழும் கொடி முசுண்டை கொட்டம் கொள்ளவும்
செழும் குலை காந்தள் கை விரல் பூப்பவும்

கொல்லை நெடு வழி கோபம் ஊரவும்
முல்லை சான்ற முல்லை அம் புறவின் - சிறு 164 - 169

பச்சை அரும்புகளையுடைய அவரை, பவழம் போல்
பூக்களைத் தொடுக்கவும்,
கரிய அரும்புகளையுடைய காயாக்கள் கூட்டமான
மயில்களின் கழுத்துகளைப் போலப் பூக்கவும்,
கொழுத்த கொடியுடைய முசுட்டை, கொட்டம் போன்ற
பூவைக் கொள்ளவும்,
செழுமையான குலையினையுடைய காந்தள் கைவிரல் போலப்
பூக்கவும்,
கொல்லையிலுள்ள நெடிய வழியில் இந்திர கோபம் ஊர்ந்து
செல்லவும்,
முல்லை ஒழுக்கம் பொருந்திய முல்லைக்கொடி படர்ந்த
அழகிய காட்டில்,
(நனை = அரும்பு, மொட்டு; கணம் = கூட்டம்;
கொட்டம்=கொட்டான்)

அவரையில் பல வகை உண்டு. பொதுவாக அவரைப்பூவின் மொட்டுகள் பச்சையாக இருக்கும். பூவின் நிறம் பவளம் போன்றிருக்கும். அவரை பூப்பது பவளங்களைக் கோத்தது போல் இருக்கும் எனவேதான் புலவர் பவளம் கோப்பவும் எனப் பொருத்தமாகக் கூறியிருக்கிறார்.

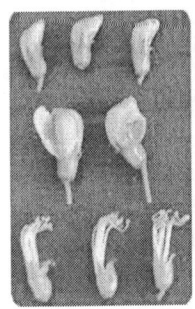
பை நனை

அவரைப்பூ

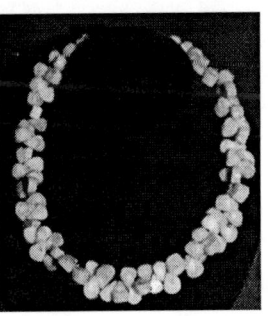
பவளம் கோப்ப

காயாம்பூவின் மொட்டுகள் கறுப்பாக இருக்கும். பூ மயில் கழுத்து நிறத்தில் இருக்கும். காயாம்பூ மிகுதியாகப் பூக்குமாதலால் கூட்டமான மயில் என்று புலவர் கூறுகிறார்.

முசுண்டைக்கொடி செழித்து வளரும். எனவே அதனை

கரு நனை காயா

மயில் கழுத்து

கொழுங்கொடி முசுண்டை என்றார்.

கொழுங்கொடி முசுண்டை

முசுண்டைப்பூ

ஓலையால் செய்யப்பட்ட ஒரு சிறிய பெட்டியே கொட்டான் எனப்படும். இன்னமும் சில்லுக்கருப்பட்டியைக் கொட்டானில் போட்டுத்தான் தருகின்றனர். அந்தக் கொட்டானைப் போன்றே முசுண்டைப்பூ இருக்கும். காந்தள் மலர் கைவிரல்கள் போல் இருக்கும் என்பதை ஏற்கனவே பார்த்திருக்கிறோம். ஏறக்குறைய சங்கப் புலவர்கள் அத்தனை பேருமே பெண்களின் விரல்களைப் பற்றிச் சொல்லும்போது காந்தள் விரல் என்றுதான் குறிப்பிடுவார்கள். அந்த அளவுக்கு இரண்டும் ஆச்சரியமான உருவ ஒற்றுமை கொண்டவை.

கோபம் என்பது இந்திரகோபம் என்ற **தம்பலப்பூச்சி** என்று முன்னர்க் கண்டோம். நல்ல சிவப்பு நிறமுள்ள இப்பூச்சி கார்காலத்தில் காணப்படும். சில நாட்களே வாழக்கூடிய இவை ஈரப்பதமுள்ள இடங்களில் கூட்டம் கூட்டமாகக் காணப்படும். இவை கொல்லை வழிகளில் ஊர்ந்து திரிந்தன என்று கூறுவதன் மூலம் முல்லைநிலத்தின் வளத்தைப் புலவர் குறிப்பிடுகிறார் என்று

கொள்ளலாம். அது மட்டுமல்ல, ஏற்கனவே புலவர் காட்டிய வண்ணக் கலவையான சூழலுக்கு இவையும் தம் பங்குக்குச் சிவப்பு நிறத்தை ஊட்டி அழகு செய்தன எனலாம்.

முல்லை நிலம் முல்லைப்பூவுக்குப் பேர்போனது. எனவேதான்

முல்லைப்பூ

முல்லை நிலம்

முல்லை சான்ற முல்லையம் புறவு என்கிறார் புலவர்.

4. நிலவைக் கவ்விய பாம்பு

ஒரு நாட்டிற்கு வளம் சேர்ப்பது அதன் வயல்வெளிகளே. வயல்வெளிகள் நிறைந்த நிலப்பகுதியை மருதநிலம் என்கிறோம். நீர்வளம் இல்லையென்றால் இந்த வயல்களும் வறண்டுவிடும். நல்லியக்கோடனின் நாடு நீர்வளம் மிக்கது என்று கூறவந்த புலவர் இங்கும் ஓர் அழகிய **சொல்லோவியத்தைக்** காட்டுகிறார்.

நறும் பூ கோதை தொடுத்த நாள் சினை
குறும் கால்க் காஞ்சி கொம்பர் ஏறி
நிலை அரும் குட்டம் நோக்கி நெடிது இருந்து
புலவுக் கயல் எடுத்த பொன் வாய் மணிச் சிரல்
வள் உகிர் கிழித்த வடு ஆழ் பாசடை
முள் அரை தாமரை முகிழ் விரி நாள் போது
கொங்கு கவர் நீலச் செம் கண் சேவல்
மதி சேர் அரவின் மானத் தோன்றும்
மருதம் சான்ற மருதத் தண் பணை - சிறு 178 - 186

நறு மலர்களின் மாலை போல நாள்தோறும் பூக்கும் கிளைகளைக் கொண்ட
குட்டையான அடிமரத்தை உடைய காஞ்சிமரத்தின் கொம்பில் ஏறி,
நிலையான நீர் இல்லாத குளத்தை(க் கூர்ந்து) பார்த்து, நெடும்பொழுதிருந்து

புலால் நாறும் கயலை எடுத்த பொன்னிற வாயுள்ள நீலநிற
மீன்கொத்தியின்
பெரிய நகம் கிழித்த வடு அழுந்தின பச்சை இலையுடன்
முள் தண்டு உடைய தாமரையின் அரும்பு விரிந்த அன்றைய
பூவின்
தேனை நுகர்கின்ற நீல நிற, சிவந்த கண்ணுடைய
வண்டுக்கூட்டம்
திங்களைச் சேர்கின்ற (கரும்)பாம்பு போலத் தோன்றும்,
மருத ஒழுக்கம் நிறைந்த மருதநிலத்தின் குளிர்ந்த
வயல்வெளிகள்

நீர் நிறைந்த குளங்களைக் கொண்ட மருதநிலம் என்பதுவே கூறவந்த பொருளாகும். அதை நேரிடையாகச் சொன்னால் அது உரைநடை ஆகும். எனவே இங்கே ஒரு குளத்தங்கரைக் காட்சியைச் சொல்லால் வடிக்கிறார் புலவர்.

ஒரு குளத்தில் தாமரை பூத்திருக்கிறது. அதில் ஒரு பூ அன்றுதான் மலர்ந்திருக்கிறது. **அன்றலர்ந்த மலர்** என்று இப்போது கூறுகிறோம். இதைத்தான் புலவர் **முகிழ் விரி நாள் போது** என்கிறார். எனவே அதில் தேன் நிறைய இருக்கும். அது வெள்ளைத் தாமரையாக இருக்கவேண்டும். ஒரு வண்டுக்கூட்டம் அதை மொய்த்துக் கொண்டிருக்கிறது. இக்காட்சி வெண்ணிலவைப் பாம்பு விழுங்குவது போன்று இருந்தது என்று புலவர் கூறுகிறார். உங்கள் கற்பனைக் குதிரையைத் தட்டிவிடத் தயாராகுங்கள்! சந்திர கிரகணம் என்பது என்ன என்று உங்களுக்குத் தெரியும். சூரிய ஒளி பூமியின்மீது விழும்போது ஏற்படும் நிழல் கூம்பினுள் (cone of shadow) சந்திரன் நுழைய நேரிடும்போது சந்திர கிரகணம் ஏற்படுகிறது. அந்த நிழல் கூம்பைத்தான் நம் முன்னோர் பாம்பு என்று கூறினர். கூம்பின் நுனி பாம்பின் வால். கூம்பிற்குள் சந்திரன் நுழைகிறது என்பதற்குப் பதிலாக பாம்பு வந்து சந்திரனை விழுங்குவதாகக் கூறினர். நிழலைவிட்டுச் சந்திரன் வெளியே வருவதையே பாம்பு அதை உமிழ்ந்துவிட்டதாகக் கூறினர். இது அவர்களின் கற்பனைத்திறமா அல்லது மூட நம்பிக்கையா என்பது அவரவர் சொந்தக்கருத்து. இன்றைக்கும் நம்மில் பலர் கொண்டிருக்கும் இந்த நம்பிக்கை பண்டைக் காலத்திலேயே இருந்திருக்கிறது. தாமரை மலர்மீது மொய்த்திருக்கும் வண்டுக்கூட்டம் நிலவை விழுங்கும் பாம்பு போல் இருந்தது என்று அவர் கூறி முடித்திருக்கலாம். புலவரின் கற்பனைத்திறன் இதோடு முடியவில்லை. காஞ்சி மரத்தின்

கிளையில் காத்திருந்த மீன்கொத்தி, மீன் ஒன்றைக் கொத்தித் தூக்க, அதன் கால் நகங்களால் கிழிக்கப்பட்ட இலைகளைக் கொண்ட தாமரை என்ற புலவரின் வருணனை நீளமானதாகவும் தேவையற்றதாகவும் தோன்றலாம். ஆனால் தேவையற்ற எதனையும் சங்கப் புலவர்கள் கூறுவதில்லை.

ஒரு குளத்தில் மீன் கொத்தி ஒன்று மீன் பிடிக்கும் காட்சிகள் இங்கு காட்டப்பட்டுள்ளன. நெடுநேரம் காத்திருக்கும் பறவை தக்க தருணம் அமைந்ததும், மீனை நோக்கி அம்புபோல் பாய்கிறது. நீருக்குள் மூழ்கி மீனைக் கவ்விப் பிடிக்கிறது. அந்த வேகத்தில் அது நீருக்குள் சற்று ஆழமாகவே செல்ல நேர்கிறது. மேல் மட்டத்தில் உள்ள தண்ணீர் பளார் என்று வெளியே தெறிக்கிறது. பின்னர் பறவை மேல் நோக்கித் திரும்பித் தண்ணீரைக் கிழித்துக்கொண்டு வருகிறது. மேலே தன் இருப்பிடத்திற்குத் திரும்புகிறது. இந்நிகழ்ச்சி அப்பகுதியில் ஒரு பெரிய சலசலப்பையே உண்டாக்கும். நீரைக் கிழித்துக்கொண்டு பறவை உட்சென்று வெளிவருவதால் நீர்ப்பரப்பு இரண்டு முறை அதிர்கிறது. அதனால் நீரின் மேலுள்ள தாமரை போன்ற மலர்கள் ஆட்டங்கொள்ளும். ஆனால் இது கண்ணிமைக்கும் நேரத்தில் நடந்து முடிவதால் மலர்கள் நீண்ட நேரம் பாதிப்படைவதில்லை. ஆனால் புலவர் இங்கு குறிப்பிடும் பறவை ஒரு பேரதிர்ச்சியை உண்டாக்குகிறது. போகிற போக்கில் அதன் கால்கள் அங்கிருக்கும் தாமரை இலையில் படுகின்றன. காலின் கூரிய நகங்கள் அந்த இலையை இழுத்துக் கிழித்துவிடுகின்றன. இதனால் மலருடன் சேர்ந்த கொடி முழுவதுமே பாதிப்படைகிறது. எனவே தாமரை

மலர் பெரும்பாதிப்புக்கு உள்ளாகி நீண்ட நேரம் ஆடிக்கொண்டே இருக்கும். இச்சூழ்நிலையில் வண்டுக்கூட்டங்கள் பாம்பு போல் அம்மலரைச் சூழ வரமுடியுமா? கொஞ்சம் மாற்றி யோசிப்போம்.

முகிழ்

விரி

நாள் போது

விடியற்காலத்தில் ஓரளவே மலர்ந்த (**முகிழ் விரி நாள் போது**) மலரினுள் சென்று தேனீக்கள் ஏற்கனவே தேன் உறிஞ்சிக்கொண்டு இருக்கின்றன. மேலும் பல தேனீக்கள் மலரைச் சுற்றிலும் மொய்த்துக் கொண்டிருக்கின்றன. எனவே, அவை மலரை ஏறக்குறைய மறைத்து விட்டிருக்கின்றன. நன்கு விடிந்த பின்னர் பறவைகள் உணவு தேட ஆரம்பிக்கும். அப்போது வந்த மீன்கொத்தி மரக்கிளையில் நீண்ட நேரம் (**நெடிது இருந்து**) காத்திருக்கிறது. அதற்குள் இன்னும் நிறைய தேனீக்கள் அம்மலரை மொய்க்க ஆரம்பிக்கின்றன. தக்க நேரத்தில் பறவை பாய்ந்து மீனைப் பிடித்த சலசலப்பினாலும் இலை கிழிக்கப்பட்ட அதிர்ச்சியினாலும் பாதிக்கப்பட்ட மலர் பெரிதாக ஆட்டங்கொள்ள, மலர் மீது மொய்த்து இருந்த தேனீக்கள் விருட்டென்று மேலெழும்புகின்றன. மேல் மட்டத்தில் இருந்த சில தேனீக்கள் முதலில் மேலெழும்ப அதை அடுத்தடுத்து இருந்த தேனீக்களும் அடுக்கடுக்காய் எழும்ப, பறந்துபோகும் தேனீக்கள் கூட்டம் ஒரு கூம்பைப் போல் தோன்றுகிறது.

அப்போது சிறிது சிறிதாக வெளித்தெரிந்த வெள்ளைத்தாமரை பாதி மூடிய முழுநிலவைப்போல் காட்சியளிக்கிறது. இதுவே **மதி சேர்** அரவின் என்று புலவரைப் பாடச் செய்திருக்கிறது. எனவே **கொங்கு கவர் சேவல்** என்ற வினைத்தொகைச் சொல்லுக்கு தேனை **நுகர்ந்த** தேனீக்கள் என்ற சென்ற காலத் தொடராக விரிவு காண்பதே பொருத்தம்

எனத் தோன்றுகிறது. மேலும் தேனீக்களை ஆய்வோர் தேன் எடுக்கச் செல்லும் தேனீக்கள் கூட்டம் கூட்டமாகச் செல்வதில்லை. தனித்தனியாகவே சென்று பூக்களைத் தேடுகின்றன என்று கூறுவர். எனவே **'கொங்கு கவர் சேவல்'** என்ற வினைத்தொகைச் சொல்லுக்கு தேனை **நுகர்வதற்காக வரும்** தேனீக்கள் என்ற நிகழ்காலத் தொடராக விரிவு காண்பது பொருத்தமற்றது என்பது உறுதியாகிறது. இங்கே சேவல் என்பது ஆண் தேனீக்களைக் குறிக்கும். அறிவியலார் கூற்றுப்படி, பெண் தேனீக்கள் மட்டுமே தேன் சேகரிக்க வெளியில் செல்லும். ஆண் தேனீக்கள் கூட்டிலேயே சோம்பியிருக்கும். எனவே ஆண் தேனீக்களுக்கு வீணன் அல்லது சோம்பித்திரிபவன் (drones) என்று பெயர்.

அக்காலத்தில் ஆண்கள் மட்டுமே வெளியில் பொருள் சேர்க்கச் செல்வர் என்பதால் தேன் சேகரிக்க வரும் தேனீக்களும் ஆண்களாகவே இருக்கவேண்டும் என்ற எண்ணத்தில் அவற்றைச் சேவல் என்று புலவர் அழைக்கிறார். எனினும் ஆண், பெண் என்ற இருபால் தேனீக்களில் ஒருபால் இனமே தேனெடுக்க வெளியில் வருகிறது என்ற உண்மையைப் பண்டைய மக்கள் அறிந்திருந்தனர் எனத் தோன்றுகிறது. **நீல செம் கண் சேவல்** என்ற தொடரை நீலச்சேவல், செங்கண் சேவல் எனப் பிரித்துக் கரிய நிறமும் சிவந்த கண்களையும் உடைய வண்டு என்று பொருள் கொள்ளப்படுகிறது. ஆனால் தேனீக்களின் கண்கள் சிவப்பானவை அல்ல. படங்களைப் பாருங்கள்.

  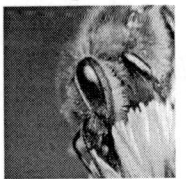 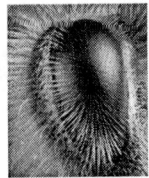

தேனீக்களின் கண்கள் பெரும்பாலும் நீலமும் ஓரளவு சிவப்பும் கலந்த நிறத்தவை. எனவே இத்தொடரில் நீல, செம் ஆகிய இரண்டையுமே கண்ணுக்கு அடைகளாகக் கொண்டு சிவப்புக் கலந்த நீலநிறமுடைய கண்கள் என்று பொருள் கொள்வதே பொருத்தம் எனத் தோன்றுகிறது. எனினும் தேனீக்களின் கண்களைக் கூட இத்தனை உன்னிப்பாகக் கவனித்து அதற்கேற்ற சொற்களைப் பயன்படுத்தியுள்ள புலவரின் கூர்த்த மதி எண்ணி எண்ணி வியத்தற்குரியது. அதைப் போலவே **பொன் வாய் மணிச் சிரல்** - அதாவது பொன்னிற வாயையுடைய நீலமணி போன்ற

சிச்சிலி-யின் என்ற புலவரின் கூற்றும் எவ்வளவு உண்மை என்பதைப் படத்தில் பாருங்கள். எனவே, சங்கப் புலவர்களின் சொல்லோவியங்கள் கறுப்பு-வெள்ளை *(Black and White)*ப் படங்களாக இல்லாமல், வண்ணப் படங்களாகவே இருப்பதை மீண்டும் இங்குக் காண்கிறோம்.

அடுத்ததாகப் பறவை அமர்ந்திருந்த மரத்தைப் பற்றியும் புலவர் கூறுகிறார். அது ஒரு காஞ்சிமரம்; இப்பொழுது அது **ஆற்றுப்பூவரசு** என அழைக்கப்படுகிறது. நீர்நிலைகளின் கரைகளில் இருக்கும். அதைக் **குறுங்கால் காஞ்சி** என்கிறார் புலவர். அதாவது சிறிய அடி மரத்தைக் கொண்டது. குட்டையான அந்த மரத்தின் கிளைகளில் சில நீரின் மேல் பகுதியிலும் நீண்டிருக்கும். அப்போது அது நீருக்கருகில் இருக்கும். எனவே அங்கிருந்து நீருக்குள் இருக்கும் மீன்களைப் பார்ப்பதுவும், தக்க நேரத்தில் சீக்கிரமாய்ப் பாய்ந்து செல்லவும் அது மிக்க வசதி உடையதாக இருக்கும். எனவேதான் மீன்கொத்தி அந்த மரத்தின் கிளை ஒன்றைத் தேர்ந்தெடுத்தது. பறவைகளின் உளப்பாங்கையும் புலவர் அறிந்து வைத்திருக்கிறார். காஞ்சி மரத்துக்கு வேறு ஒரு சிறப்பும் உண்டு. அதன் பூ ஏற்கனவே தொடுத்த ஒரு மாலையைப் போலிருக்கும். படத்தைப் பார்க்க. இதையும் வருணிக்கப் புலவர் மறக்கவில்லை.

காஞ்சிப் பூ

காஞ்சி மரம்

எனவே இதனை **நறும் பூ கோதை தொடுத்த நாள் சினை** என்கிறார். இதன் கிளைகள் பார்ப்பதற்குக் குச்சிபோல் இருப்பினும் பறவை உட்காருமளவுக்கு வலுவுள்ளன என்பதை **நாள் சினை** என்பதன் வாயிலாகக் குறிப்பிடுவதற்கும் புலவர் மறக்கவில்லை.

5. சிறுபாணன் சென்ற வழி

பாட்டுடைத் தலைவனான நல்லியக்கோடனின் நாடு **ஓய்மான்** எனப்படுவதாகும். இந்நாடு இப்போதுள்ள **திண்டிவனத்தைச்** சுற்றியுள்ள பகுதியைக் கொண்டது என்பது அறிஞர் கருத்து. இது திண்டிவனத்திற்கு வடக்கில் உள்ள **மாவிலங்கை** என்னும் பகுதியை வட **எல்லை**யாகக் கொண்டது. இது அன்றைய புனல்நாட்டுக்கு வடக்கே இருந்த அருவாநாடு, அருவா வடதலைநாடு என்ற இரு பகுதிகளையும் அடக்கியது என்று உ. வே. சா. கூறுவார். இதன் **கிழக்கு எல்லை** மதுராந்தகத்திற்கு அருகே உள்ள சூணாம்பேட்டுக்குட்பட்ட **வில்லிப்பாக்கம்** என்ற ஊர் என்பர். இது மதுராந்தகம் - மரக்காணம் சாலையில் மதுராந்தகத்திலிருந்து 22 கி. மீ. தொலைவில் உள்ளது. இதன் **மேற்கு எல்லை விழுப்புரம்** வரையில் நீண்டிருந்தது. **தெற்கே கடலை எல்லை**யாக உடையது.

இந் நாட்டில் **கிடங்கில், எயில் பட்டினம், வேலூர், ஆமூர்** போன்ற ஊர்கள் இருந்தன. நல்லியக்கோடன் **கிடங்கில் கோமான்** எனப்படுவதால் **கிடங்கில்** இவன் **தலைநகர்** எனப் பெறப்படும். கிடங்கில் என்பது இன்றைய **திண்டிவனம்**. இன்றைய திண்டிவனத்தில் கிடங்கால் என்றொரு பகுதி உள்ளது. அப்பகுதியே அன்றைக்கு ஒர் பெரிய நகரமாக இருந்திருக்க வேண்டும். இவ்வூர் **ஆமூர்** அருகில் இருந்தது எனப் பாடல் கூறுகிறது. திண்டிவனம் வட்டத்தில் **நல்லாமூர்** என்றோர் ஊர் உள்ளது. அதுவே அன்றைய ஆமூர் எனக்கொள்ளலாம். இப்பாடலில் கூறப்படும் **வேலூர்** என்ற ஊர் இன்றைக்கு **உப்புவேலூர்** என்று அழைக்கப்படுகிறது என்பர் உ. வே. சா. **எயில் பட்டினம்** என்ற துறைமுகப்பட்டினம் பற்றிய உறுதியான தகவல் தெரியவில்லை என்கிறார். இது இவனது நாட்டெல்லையில் மரக்காணத்திற்கு அருகிலுள்ள **ஆலம்பரா கோட்டை** உள்ள பகுதியாக இருக்கலாம். அங்கே ஒரு டச்சுக்கோட்டை இருந்திருக்கிறது. ஏற்கனவே அந்த இடம் ஒரு கோட்டையுள்ள பகுதியாக இருந்திருக்கவேண்டும்.

அத்துடன் அது ஒரு துறைமுகப் பட்டினமாகவும் இருந்திருக்கவேண்டும். எனவேதான் டச்சுக்காரர்கள் தங்களின் பாதுகாப்பான கடல்வழி வணிகத்திற்காக அதனைத் தெரிந்துகொண்டனர் எனலாம். அப்பகுதியில் உப்பங்கழிகள் நிறைய உண்டு. எனவே அது உப்பு வணிகத்திற்கு ஏற்ற இடமாக இருந்தது.

பாடல் சான்ற நெய்தல் நெடுவழி
மணிநீர் வைப்பின் மதிலொடு பெயரிய
பனிநீர்ப் படுவின் பட்டினம்

என்று புலவர் இந்நகரத்தைப்பற்றிக் குறிப்பிடுகிறார். சென்னை - புதுச்சேரி கிழக்குக் கடற்கரைச் சாலையில் மரக்காணம் அருகே **கோட்டைக்காடு** என்றோர் ஊர் உண்டு. எனவே இப்பகுதியில்தான் எயில்பட்டினம் இருந்திருக்கவேண்டும்.

பாடலாசிரியர் நல்லூர் நத்தத்தனார் இடைக்கழிநாட்டைச் சேர்ந்தவர். இந்நாடு ஓய்மான் நாட்டுக்கு வடக்கிலுள்ள **மதுராந்தகம்** என்ற ஊருக்கும் கடற்கரைக்கும் இடைப்பட்ட கழிகள் கொண்ட இடமாகும். கிழக்குக் கடற்கரைச் சாலையில் பாலாற்றுக்குத் தெற்கே **நல்லூர்** என்ற ஒரு கடலோரநகர் இன்றும் உண்டு. இதுவே பாடலில் குறிப்பிடப்படும் பாணனின் ஊராக எடுத்துக்கொள்ளலாம். பரிசில் தேடிப் புறப்பட்ட பாணன் யாரிடம் போவது எனத் தெரியாமல் சுற்றித் திரிந்து வறண்ட ஒரு காட்டாற்றைக் கடந்து ஒரு பாலைநிலப் பகுதியில் இருக்கும் நெடுவழியில் ஒரு மரத்தடியில் ஓய்வெடுத்துக்கொண்டிருக்கிறான். நெடுவழி என்பது முக்கிய ஊர்களை இணைக்கும் பாதையாகும். அது பெருவழி என்றும் அழைக்கப்படும். அதியமான் என்ற மன்னனின் நாட்டில் **அதியமான் பெருவழி** என்று ஒன்று இருந்ததாகக் கல்வெட்டுகள் மூலம் அறிகிறோம். அப்படிப்பட்ட ஒரு பெருவழியில்தான் புதிய பாணனை இவன் சந்திக்கிறான். புதிய பாணன் தான் நேரே நல்லியக்கோடனிடமிருந்து வருவதாகக் கூறுகிறான். எனவேதான் வந்த வழியே போகுமாறு கூறுகிறான். முதலில் அவன் நெய்தல்நில ஊரான எயில்பட்டினத்தைப் பற்றிக் கூறுகிறான். நல்லூர் எயில்பட்டினத்திற்கு வடக்கே இருக்கிறது. எனவே வடக்கே மாமல்லபுரத்திலிருந்து எயில்பட்டினம் வழியாகத் திண்டிவனம் செல்லும் ஒரு நெடுவழி அக்காலத்திய வணிகவழியாக இருந்திருக்கவேண்டும். எனவே அவர்கள் எயில்பட்டினத்திற்கு வடக்கே நெடுவழியில் ஒரு இடத்தில்தான் சந்தித்திருக்க வேண்டும். இவ்வாறு பாணர்கள் சந்தித்துக்கொள்வது, பேசிக்கொள்வது எல்லாமே பாடலுக்காக ஒரு நாடக வழக்காகப் புலவர் கூறுவது என்பது உண்மையே. இது ஒரு கற்பனைச் சந்திப்பு என்பதில் ஐயமில்லை. எனினும் பாணனின் கூற்றில் முழு உண்மை உண்டு - இட்டுக்கட்டப்பட்டது அல்ல - என்பதும் உண்மையே. சங்கப்புலவர்கள் உயர்வு நவிற்சியாகவோ, இல்பொருள்

உவமையாகவோ உண்மைக்கு மாறானவற்றையோ பாடவில்லை. கவிதை நயத்திற்காக மிகைப்படுத்தப்பட்ட கூற்றுகள் மிகச் சிலவே. அவையும் ஒரு வரம்புக்குள் உண்மைகளுக்கு மெருகூட்டப்பட்ட கூற்றுகள்தான். எனவே பாணனின் பயணம் அமைந்த வழியும் அன்றிருந்த பாதையே. அது எவ்வாறு இருந்திருக்கும் என்று இங்கே காண்போம்.

பாணனின் சொந்த ஊர் எயில்பட்டினத்தின் அருகில் இருந்த ஊர். ஆனால் அது ஒரு வறண்ட நிலப்பகுதி என்பதால் அந்தக் கடற்கரைப் பட்டினத்திற்கு அருகில் உள்ள உள்நாட்டுப் பகுதி எனக் கொள்ளலாம். அங்கிருந்து வந்த அவன் எயில்பட்டினம் செல்லும் நெடுவழியை அடைகிறான். அது **பாடல் சான்ற நெய்தல் நெடுவழி'** என்று புலவராலேயே சிறப்பித்துக் கூறப்படுகிறது. பின்னர் அவன் புதிய பாணன் சொல்லியபடியே எயில்பட்டினம் போயிருக்க வேண்டும். அது ஒரு துறைமுகப் பட்டினமும் ஆகும். அங்கிருந்து தென்மேற்கே உள்ள (உப்பு) வேலூருக்குப் பாணன் செல்வதால் பாணனின் ஊர் எயில்பட்டினத்திற்கு வடமேற்கே உள்ள உள்நாட்டுப் பாலைநிலப் பகுதியாகும். எனவே திண்டிவனத்தையும் (கிடங்கில்) எயில்பட்டினத்தையும் இணைக்கும் நெடுவழியின் அருகிலிருந்து பாணன் புறப்படுகிறான். அதுவே புலவரின் நல்லூர் இருக்கும் பகுதியாதலால் புலவர் தனது ஊரிலிருந்து பாணன் புறப்படுவதாக எழுதியுள்ளார் எனக் கொள்ளலாம்.

ஆலம்பரா கோட்டை என்ற எயில்பட்டினத்திலிருந்து தெற்கே 17 கி. மீ. தொலைவில் உள்ள மரக்காணம் சென்று பின்னர் மேற்கே மரக்காணம் - திண்டிவனம் சாலையில் 19 கி. மீ. சென்றால் ராஜம்பாளையம் அருகில் (மொத்தம் சுமார் 36 கி.மீ. - 23 மைல் தொலைவில்) வேலூர் எனப்படும் உப்புவேலூர் உள்ளது. இந்நிலம் **'முல்லை சான்ற முல்லை அம் புறவு'** என்று கூறப்பட்டிருக்கிறது. அங்கு வாழும் மக்கள் எயிற்றியர் எனவும் அவர்கள் வசிக்கும் வீடு **'உறு வெயிற்கு உலைஇய உருப்பு அவிர் குரம்பை'** எனவும் சொல்லப்பட்டிருப்பதால் இடைப்பட்ட நிலம் முல்லைக்காடுகள் நிறைந்த வளம் குறைந்த பகுதி எனவும் அறியலாம். எனவே பாணன் சென்ற பாதை கடற்கரை வழியாக இல்லாமல் குறுக்குவழி எனவும் அறிகிறோம். இப்பாதையில் நடந்து செல்ல இரண்டு அல்லது மூன்று நாட்கள் ஆகியிருக்கும். ஒருநாள் மாலைப் பொழுது சாயும் நேரத்தில் அவர்கள் வேலூரை

அடைகிறார்கள். அடுத்து உப்புவேலூரிலிருந்து மேற்காக சுமார் 15 கி.மீ (10 மைல்) தொலைவில் அமைந்திருக்கும் ஆமூர் என்ற நல்லாமூர் ஊருக்குப் பாணன் செல்கிறான். அவ்வூர் இருக்குமிடம் '**மருதம் சான்ற மருதத் தண்பணை'** என்றும் அவ்வூர் '**அந்தணர் அருகா அருங்கடி நகர்'** என்றும் குறிப்பிடப்படுவதால் அது வயல்கள் நிறைந்த வளமிக்க பகுதி என அறிகிறோம். இதற்கு அருகில் சுமார் 5 கி. மீ. தொலைவில் உள்ள திண்டிவனத்தை ஒட்டியேதான் நல்லியக்கோடனின் அரண்மனை உள்ள கிடங்கில் நகரம் இருந்துள்ளது. இதுவரைக் கண்டவற்றால் பாணன் நடந்து சென்றவழி கீழ்க்கண்ட படத்தில் உள்ளவாறு அமைந்திருக்கும் என்று யூகித்தறியலாம்.

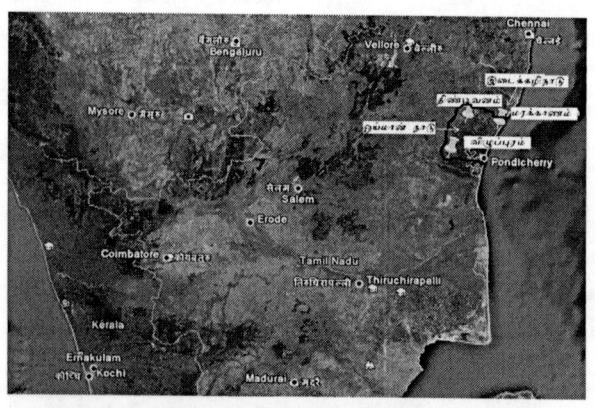

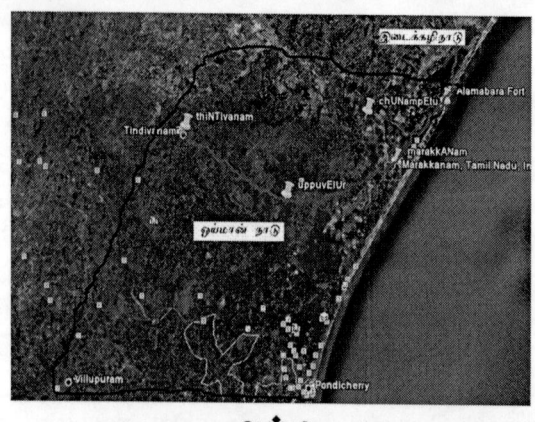

பெரும்பாணாற்றுப்படை

4
பெரும்பாணாற்றுப்படை

காஞ்சிபுரப் பகுதியை ஆண்ட **தொண்டைமான் இளந்திரையன்** என்ற குறுநில மன்னனின் கொடைத் தன்மையைப் புகழ்ந்து கடியலூர் என்ற ஊரைச் சேர்ந்த உருத்திரன் என்பரின் மகனான கண்ணன் என்பவர் பாடியது இப்பாட்டு. இப்புலவர் **கடியலூர் உருத்திரங் கண்ணனார்** என்று அழைக்கப்படுவார். **பெரும்பாணன்** என்பவன் பெரிய யாழை வைத்திருக்கும் பாணன். பெரிய யாழ் **பேரியாழ்** என்று அழைக்கப்படும்.

வறுமையில் உழன்ற பெரும்பாணன் ஒருவன் தொண்டைமான் இளந்திரையனிடம் செல்கிறான். மன்னனைப் பாடி மகிழ்வித்து அவனிடம் பரிசில் பெற்றுத் திரும்புகிறான். வரும்வழியில் தன்னைப் போன்ற மற்றொரு பாணனை வறுமை நிலையில் காண்கிறான். பொருளோடு வரும் பாணன் மற்றவனிடம் இளந்திரையனின் சிறப்புக்களை எடுத்துக்கூறுகிறான். அவனும் அந்த மன்னனிடம் சென்றால் தன்னைப்போல் பொருள் பெற்று வரலாம் என்று அவனை வழிப்படுத்திக் கூறும் முகமாக இப்பாடல் அமைந்துள்ளது. மொத்தம் 500 அடிகளைக் கொண்ட இப்பாடல் பாலை, குறிஞ்சி, முல்லை, மருதம், நெய்தல் ஆகிய ஐவகை நிலங்களில் வாழும் மக்களின் வாழ்க்கையை அப்படியே படம்பிடித்துக் காட்டும் அழகான திரைக்காவியம் போன்றதாகும். சங்ககால வணிகம் இறைவழிபாடு ஆகியவற்றையும் இந்நூல் சிறப்புற விவரிக்கிறது.

1. பெரும்பாணாற்றுப்படை - உரைநடைச்சுருக்கம்

இருளை விழுங்கிக்கொண்டு எழும் இளம்பருதி பகலில் வெம்மையைப் பொழியும் வேனில்காலம். பாணன் ஒருவன் தனது பெரிய யாழை இடப்பக்கம் தழுவிக்கொண்டு தன் குடும்பத்தோடு வந்து கொண்டிருக்கிறான். பழுத்த மரத்தைத் தேடிச் செல்லும்

பறவைக் கூட்டத்தைப் போல அக்கூட்டத்தினர் எங்கு செல்வது என்று தெரியாமல் சுற்றித் திரிகிறார்கள். அவர்கள் எதிரே ஒரு சிறிய குன்று - மழையே இல்லாததால் வறண்டு போய்க் கிடக்கிறது. வெயிலின் வெம்மையால் அனல் பறக்கிறது. கானல்நீர் புகையாய் எழும்பித் திகைக்க வைக்கிறது. அந்நிலையில் அவன் எதிரே ஒரு பெரிய கூட்டம் வருகிறது. குதிரைகளும் யானைகளும் கூட வர, செல்வச் செழிப்புடன் ஒருவன் அக்கூட்டத்தின் முன்னால் வருகிறான். பஞ்சைப் பராரியாய்த் தன் எதிரில் வரும் இந்தப் பாணர் கூட்டத்தை இளக்காரமாய்ப் பார்த்துக்கொண்டு கடந்து செல்லாமல் புதியவன் கனிவுடன் அவர்களைப் பார்த்துப் பேச ஆரம்பிக்கின்றான்.

ஐயா, பாணரே! நாங்களும் ஒரு காலத்தில் பசியோடு அலைந்தவர்கள்தாம். வறண்ட காட்டில் திடீரென வான்மழை பொழிய, குப் என்று எங்கும் பசுமை தோன்றுவது போல், எங்கள் பசியெல்லாம் நொடியில் மறைய நீர் காணும் இவ்வளவு செல்வச்செழிப்பையும் எங்களுக்கு அளித்தவன் யார் தெரியுமா? அவன் ஒரு மன்னன்; திருமால் மரபினன்; சோழனுக்குச் சொந்தக்காரன்; மூவேந்தரைக் காட்டிலும் சிறப்பித்துக் கூறப்படுபவன்; அறவழியில் ஆளுபவன்; அவன் பெயர் திரையன் - இளந்திரையன்; தொண்டை மண்டல மன்னன். அவனிடம் நீங்களும் சென்றால் உங்கள் அவலங்கள் தீரும். அவனிடம் எவ்வாறு செல்வது என்ற வழியைக் கூறுகிறேன் - கேளுங்கள்.

நீங்கள் இந்த வழியே அச்சமின்றிச் செல்லலாம். தனிவழியே செல்வோரைத் தாக்கி அவரிடம் இருப்பதையும் பறித்துக்கொள்ளும் இழிந்த கள்வர் அவன் நாட்டில் இல்லை. இடிகூடக் கடுமையுடன் இடிக்காது. பாம்புகளும் தீண்ட மாட்டா. காட்டு விலங்குகளும் கண்டவுடன் விலகிச் செல்லும். நீங்கள் விரும்பிய இடத்தில் இளைப்பாறியும் தங்கியும் செல்லலாம்.

தொண்டைமானின் நாட்டுக்குச் செல்ல ஒரு நெடுவழி உண்டு. அதில் எப்போதும் உப்பு விற்கச் செல்லும் உமணரின் கூட்டுவண்டிகளின் தொகுப்பு வரிசையாகச் சென்ற வண்ணம் இருக்கும். எனவே பகலில் செல்லுவோர் அவ்வழியில் பயமின்றிச் செல்லலாம். மேலும் இவ்வழியில் உடல் வலி மிக்க புதிய வணிகர் பலர் மலையிலும் கடலிலும் கிடைக்கும் அரிய பொருள்களை விற்பதற்காகக் கொண்டுசெல்வர். அதோடு கழுதைகளின் மேல்

மிளகுப் பொதியைக் கொண்டுசெல்லும் வணிகக் கூட்டத்தாரும் செல்வர். எனவே இங்கு சுங்கச்சாலைகளும் தக்க பாதுகாப்புடன் உள்ளன.

இந்த அகன்ற காட்டுப்புற வழியில் சென்றால் அங்கு ஈச்சம்பனை ஓலையால் வேயப்பட்ட, முள்ளம்பன்றியின் முதுகினைப் போன்று தோன்றும் எயினர் குடிசைகள் உண்டு. அந்தக் குடிசைக்குள் பிள்ளை பெற்ற பெண் ஒருத்தி மான்தோல் பாயில் படுத்திருப்பாள். மற்ற பெண்கள் வெளியில் சென்று கரம்பை மண்ணை உளியால் அளைந்து, புல்லரிசியைத் தோண்டி எடுத்து வருவார்கள். அதை உரலிலிட்டு உலக்கையால் குற்றி, ஆழமான கிணற்றின் அடியில் கிடக்கும் சிறிதளவு உப்புநீரை எடுத்துவந்து, முரிந்துபோன மண் அடுப்பின்மீது, மூளியாகிப்போன பானையில் உலையேற்றி, வடிக்காமல் புழுங்கவைத்துச் சமைத்த உப்புக்கண்டச்சோறு வைத்திருப்பர். அங்கு சென்று தொண்டைமானின் பாணர்கள் யாம் என்று கூறினால் உமக்குத் தேக்கு இலையில் வயிறார உணவு படைப்பர்.

அங்கிருந்து செல்லும் வழியில் வேட்டையாடும் கானவர்களைக் காணலாம். அவர்கள் இரவில் நீர்க்குட்டைகளின் அருகே ஒளிந்திருந்து அங்கு நீர் குடிக்க வரும் அகத்திப்பூவைப் போன்ற வளைந்த கொம்புகளை உடைய காட்டுப் பன்றிகளை வேட்டையாடுவார்கள். ஒரு வேளை எதுவும் கிடைக்காவிட்டால் பகலில் வேட்டை நாய்களின் துணையுடன் பதுங்கிக் கிடக்கும் முயல்களை வேட்டையாடுவார்கள்.

அகத்திப்பூ (போன்ற) கொம்புள்ள காட்டுப்பன்றி

அவர்கள் கிடைத்ததைச் சமைத்துக் கூட்டாஞ்சோறு போல் ஒன்றாகச் சாப்பிடுவார்கள். அந்தக் கடினமான பாலைநில வழியைக் கடந்த பின்னர் எயினர் குடியிருப்புகளைச் சேர்வீர்கள்.

எயினர் தங்கும் இடங்களில் வேல்களும் கேடயங்களும் வரிசையாக வைக்கப்பட்டிருக்கும். நாண் முடிந்த வில்கள் சார்த்தி வைக்கப்பட்டு அருகில் அம்புகள் கிடத்தப்பட்டிருக்கும். அவை ஊகம் புல் வேய்ந்த உயரமான மதில்களைக் கொண்டவை. முன்புறம் கணை போன்ற கால்களையுடைய பந்தல்கள் இருக்கும். பந்தலில் மலையிலுள்ள தேனடைகள் போன்று அம்புக்கூடுகளும் துடிப்பறைகளும் தொங்கிக்கொண்டிருக்கும். பந்தல் கால்களில் வேட்டைநாய்கள் கட்டப்பட்டிருக்கும். பச்சைக்கருவேல மரங்களே வேலியாக இருக்கும். முட்காடுகள் நிறைந்த கொல்லைப் பக்கத்தில் கொழுத்த குறுக்கு மரங்கள் கொண்ட ஒட்டுக் கதவு இருக்கும். முன்வாயிலுக்கு அருகில் நீண்ட நுனிகளையுடைய வலிமை மிக்க கழுமரங்கள் வரிசையாக நிறுத்தப்பட்டிருக்கும். இத்தகைய எயினர் அரண்களில் தங்க நேர்ந்தால் களர் நிலத்தில் வளர்ந்த ஈந்தின் விதையைப் போன்றதும் மேட்டுநிலத்தில் விளைந்த நெல்லின் சிவப்பரிசியின் பருக்கை பருக்கையான சோற்றையும் நாய் கடித்துக் கொண்டுவந்த கருத்தரித்த உடும்புக் கறியின் பொரியலையும் அரண்கள்தோறும் பெறுவீர்கள்.

இதனை அடுத்துச் சிறிது தொலைவில் மத்தளங்கள் நடுவில் முழங்க அதைச்சுற்றி மகிழ்ச்சியுடன் விடிய விடிய ஆடும் மறவரின் குடியிருப்புகளைக் காண்பீர்கள். இந்தக் குறிஞ்சி மறவர்கள் அஞ்சா நெஞ்சினர். யானையே தாக்க வந்தாலும் பாம்புகள் தம் நெஞ்சின்மீது ஊர்ந்துசென்றாலும் கடும் இடி இடித்தாலும், சூல் கொண்ட மகளிர்கூட அஞ்சிப் பின்வாங்காத வீரவாழ்வு வாழ்பவர்கள். தங்களின் வலிமையால் கொண்ட உணவை எப்போதும் சேர்ந்தே உண்பவர்கள். இத்தகைய வீரக்குடியில் பிறந்த அவர்களின் தலைவன் குறுந்தாடியை உடையவன். ஆண்புலியைப் போன்றவன். வேட்டைநாய்கள் போல் விரையும் தன் வில் வீரர்களுடன் பகை மன்னரின் காவலை உடைத்து அவர் நிலத்துள் புகுந்து அங்கு மேயும் பசுமாடுகளைக் கவர்ந்து வந்து கள்ளுக்கு விற்பவன். இனிய வீட்டுக்கள்ளைப் பருகி ஊர் மன்றத்தில் ஆட்டுக்கிடாயைப் பலிகொடுத்து உண்பவன். இத்தகைய துடிப்பும் பரபரப்பும் உள்ள மறக்குடிகளையும் தாண்டிச் செல்லவேண்டும்.

அடுத்து முல்லைநிலக் கோவலர் குடியிருப்புகளைக் காண்பீர்கள். அங்கே குட்டையான கால்களுள்ள முன்கூரையுள்ள வீடுகள் இருக்கும். அந்தக்கால்களில் ஆட்டுக்குட்டிகளும் சிறிது உயரத்தில் இலைதழைகளும் கட்டப்பட்டிருக்கும். குட்டிகள் தின்று கழித்த இலைக்குப்பைகள் வாயிலில் சிதறிக்கிடக்கும். கதவு, கழி செருகப்பட்டு அடைத்துக் கிடக்கும். வரகுக் கற்றையால் வேயப்பட்ட கழிகளைத் தலைக்கு வைத்துத் தோல் படுக்கையில் ஒருவர் காவலுக்குப் படுத்துக் கிடப்பார். முற்றத்தில் செம்மறி ஆடுகளும், வெள்ளாடுகளும் நீண்ட தாம்புக்கயிறுகளால் குறிய முளைகளில் கட்டிக்கிடக்கும். கட்டு முள்ளால் வேலி போடப்பட்டிருக்கும். காய்ந்த சாணங்கள் குவித்துக் கிடக்கும். அங்குள்ள பெண்கள் நல்ல கறுமை நிறம் உடையவர்கள். காதுகளில் சிறிய தண்டட்டிகள் ஆடிக்கொண்டிருக்கும். மூங்கில் போன்ற திண்ணிய தோள்களை உடையவர்கள். சிறுசிறு நெளிவுகள் உடைய கூந்தலை உடையவர்கள். பகலில் மோர் விற்க வெளியே சென்றுவிடுவர். அவர்கள் விடியுமுன்னே எழுந்துவிடுவர். குடைக்காளான் போல் உறைந்து கிடக்கும் தயிரை எடுப்பர்.

தயிர் கடைதல்

சும்மாடு கட்டிய தலையில் மோர்ப் பானை

புலி உறுமுவது போல் ஒலியெழுப்பும் மத்தினால் அதனைக் கடைவர். நுரைத்து வரும் வெண்ணெயை வழித்தெடுத்துச் சேர்த்து வைப்பர். மோர்த்துளிகள் தெறித்துக் கிடக்கும் விளிம்புள்ள மோர்ப்பானையைச் சும்மாடு கட்டிய தலையில் தூக்கி வைத்து அன்றைக்குரிய புதிய மோரை விற்கச் செல்வர். விற்றதனால் கிடைக்கும் உணவைச் சுற்றத்துடன் பகிர்ந்து கொள்வர். வெண்ணெயை உருக்கிக் கிடைத்த நெய்யை விற்றுத் தங்க நகைகளை அப்பெண் வாங்கமாட்டாள். மாறாக எருமை அல்லது பசுவை அதன் கன்றோடு வாங்குவாள். இப்படிப்பட்ட

கோவலர்களின் குடியிருப்பைச் சேர்ந்தால் நண்டுக் கருவைப் போன்ற தினையின் பச்சரிசிச் சோற்றைப் பாலுடன் உண்ணலாம்.

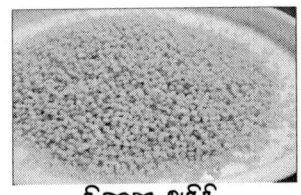

தினை அரிசி

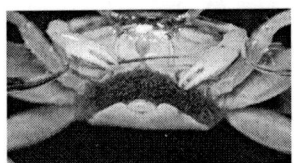

நண்டுக் கரு

அவ்வீடுகளின் ஆடவர்கள் தம் மந்தைகளை மேய்ச்சல் நிலங்களில் கிடைபோட ஓட்டிக்கொண்டு போய்விடுவார்கள்.

தோளில் காவடி

அவர்கள் எப்போதும் செருப்பு அணிந்திருப்பதால் காலில் தழும்புகள் உண்டாயிருக்கும். காய்த்துப்போன கைகளால் தடியை ஊன்றிக் கொண்டிருப்பார்கள் தோள்களின் மேல் காவடியில் தங்கள் உணவை உறிபோல் கட்டித் தொங்கவிட்டிருப்பதால் தழும்பேறிப்போன தோள்களையுடையவர்கள். தலையில் பால் தேய்த்திருப்பர். பலவித மலர்களைக் கண்ணிகளாகத் தொடுத்துத் தலையில் அணிந்திருப்பர். இடுப்பில் ஒரே ஒரு ஆடை மட்டுமே அணிந்திருப்பர். கூழ்தான் அவர்களின் உணவு. தீக்கடையும் கோலால் நெருப்பு உண்டாக்கி மூங்கில் குழலில் துளையிட்டுப் புல்லாங்குழல் செய்து இசைத்து மகிழ்வர். குமிழ மரத்தின் கொப்பை வளைத்து வில்லாக்கி, மரல் பட்டைகளைக் கயிறாகக் கட்டி யாழ் போல் இசைப்பர்.

நெருப்பு உண்டாக்குதல்

குழல் ஊதும் கோவலர்

வில் யாழ்

அத்தகைய இடையர் தங்கியிருக்கும் இடங்களையும் நீங்கள் கடந்து போக வேண்டும்.

அங்கு முல்லை மக்கள் வாழும் ஊர் உண்டு. முள்மரங்களால் சூழப்பட்டது அவ்வூர். மாடுகளுக்கான தொழுவங்கள் அங்கே உண்டு. யானைக்கூட்டம் போன்று குதிர்கள் எனப்படும் **குலுக்கைகள்** வாசலில் இருக்கும். யானையின் கால் போன்ற திரிகைகளைக் கொண்ட பந்தல்கள் இருக்கும்.

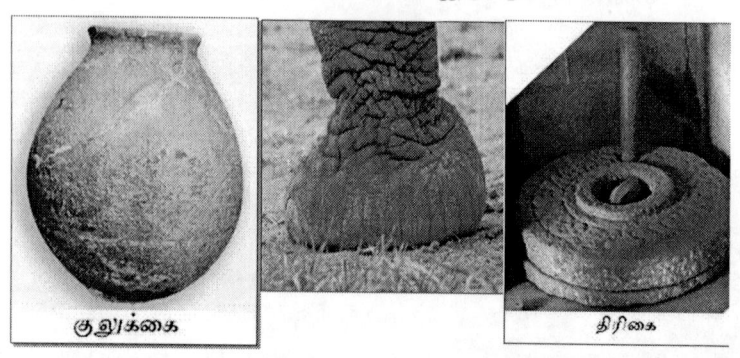

குலுக்கை

திரிகை

சிறிய வண்டியின் சக்கரத்தோடு கலப்பையும் சார்த்தப்பட்டதால் தேய்ந்துபோன சுவர்களைக் கொண்ட கொட்டில்களில் புகை படிந்திருக்கும். கார்காலத்து வானத்தில் பரவிக் கிடக்கும் மேகங்களைப் போல் கரிய வரகு வைக்கோலால் வேயப்பட்ட குடிசைகளைக் கொண்ட அழகிய சிறிய ஊர்கள் அவை. அங்கு நீண்ட கதிரில் பூக்கும் பூளைப்பூவைப் போன்ற - குறும் தாள் பயிரில் விளையும் - வரகரிசியின் மலர்ந்த சோறு கிடைக்கும். அத்துடன் பிசைந்துகொள்ள, கொத்துக் கொத்தாய்ப் பூக்கும் வேங்கை மலர்களைப் போன்ற அவரை விதையின் பருப்பை வேகவைத்துக் கடைந்து கொடுப்பர்.

நெடுங்குரல் பூளைப் பூ

குறுந்தாள் வரகு

வரகு அரிசி

தங்களின் முல்லைக் காட்டுத் துடவைகளில் உழுது பயிர்செய்யும் உழவுத்தொழிலை மேற்கொண்டுள்ள அவரின் வீடுகளில் உணவுப்பொருட்கள் எப்போதும் நிறைந்திருக்கும். அவரின் அந்தக் காட்டு நிலங்களையும் கடந்து செல்ல வேண்டும்.

சிறிது தொலைவு சென்றபின் நீர்வளம் நிறைந்த வயல்கள் தென்படும். உழுது, நாற்றுநட்டு, களையெடுக்கும் பணிகள் மும்முரமாக நடைபெற்றுக் கொண்டிருக்கும். வீட்டிலிருக்கும் பழைய சோற்றை வெறுத்த சிறுவர்கள் வயல் வெளிகளில் விளையாடித் திரிவர். முள்ளி மலரைப் பறித்து, கோரைப்புல்லைப் பல்லால் சவட்டி நாராக்கி அதில் மலரைத் தொடுத்துத் தலையில் சூடிக்கொள்வர். பசித்தால் வரப்பருகே இருக்கும் கொட்டத்தில் உள்ள உரல்களில் உலக்கைகள் கொண்டு அரிசியை இடித்து அவலாக்கித் தின்பர். உழவர்கள் விளைந்த நெல்லை அறுத்துக் கதிர்களை மருதமர நிழலில் அடுக்கி வைப்பர். பின்னர் மாடுகளைக் கொண்டு போரடித்துக் காற்றில் தூற்றி, மலையெனக் குவித்து வைப்பர். ஊருக்குள் அவர்களின் வீட்டின் முன்புறத்தில் பெரிய நெற்குதிர்கள் இருக்கும். அவற்றின் பக்கத்தில் கன்றுக்குட்டிகள் கட்டிக்கிடக்கும். அங்குள்ள குழந்தைகள் அழகிய நடைவண்டியை ஓட்டிக் களைத்துப்போய் பால் குடித்துப் படுத்துறங்கும். இங்கு உங்களுக்கு வெண்ணெல் சோற்றுடன் வீட்டுக்கோழிக்கறியின் பொரியலும் கிடைக்கும். ஓயாது ஒடிக்கொண்டிருக்கும் கரும்பாலைகளில் இனிக்கும் கரும்புச்சாறு எவ்வளவு வேண்டுமானாலும் கிடைக்கும்.

"இந்த உழவர் வீடுகளைத் தாண்டிச் சென்றால் அங்கு வலைஞர்களின் குடியிருப்பைக் காணலாம். இவர்கள் குளங்களிலும் மடுக்களிலும் மீன் பிடிப்பவர்கள். தருப்பைப் புல்லால் வேய்ந்த குடில்களில் வசிப்பவர்கள். புன்னைமரக் கால்களைக் கொண்ட பந்தல்கள் வீட்டு முற்றத்தில் உண்டு.

பறியினால் மீன்பிடித்தல்

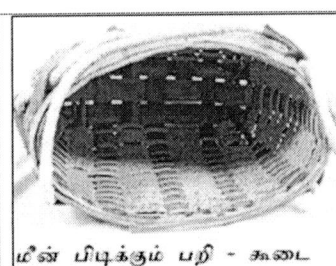

மீன் பிடிக்கும் பறி - கூடை

மீன்பிடிக்கும் பறிகள் ஓரத்தில் கிடக்கும். அடியில் மணல் பரப்பப்பட்டிருக்கும். அதில் இளையரும் முதியோரும் தங்கள் உறவினருடன் மகிழ்ந்து இருப்பர். கயல்களும் இறால்களும் துள்ளி விளையாடும் ஆழமான குளங்களில் தங்கள் பிள்ளைகளோடு அவர்கள் நீந்தி மகிழ்வர். இந்த வலைஞர்களின் குடியிருப்பில் தங்க நேர்ந்தால் அவர்கள் தாங்களே தயாரித்த சுவையான மதுவைச் சுட்ட மீனோடு தருவர்.

இந்த வீடுகளையும் கடந்து சென்றால் அந்தணர்கள் வாழும் பகுதியை அடைவீர்கள். அவர்கள் வீட்டு முற்றத்தில் சிறிய கால்களைக் கொண்ட பந்தல்கள் இருக்கும். அவற்றில் கொழுத்த பசுங்கன்றுகள் கட்டப்பட்டிருக்கும். வீட்டின் தரை சாணத்தால் மெழுகப்பட்டிருக்கும். கோழிகளும் நாய்களும் அங்குக் காணப்படமாட்டா. கிளிகள் தாங்கள் கேட்ட வேதங்களைத் திரும்பத் திரும்பச் சொல்லிக்கொண்டிருக்கும். அங்கு வளைக்கை மகளிர் நல்ல நேரம் பார்த்துச் சமைத்த சம்பா அரிசிச் சோற்றுடன் நெய்யில் வெந்த மாதுளங்காய்த் துண்டுகளும், கறிவேப்பிலை கிள்ளிப் போட்ட பசுமோரும், மாவடு ஊறுகாயும் வகைவகையாய் உங்களுக்குக் கிடைக்கும்.

இந்த அந்தணர் குடியிருப்புகளையும் கடந்து சென்றால் **நீர்ப்பாயல் துறை** எனப்படும் கடற்கரைப் பட்டினத்தின் எல்லைக்குள் செல்வீர்கள். அதன் கடற்கரையில் வெள்ளைவெளேர் என்ற பிடரிமயிர் கொண்ட குதிரைகளையும் வடநாட்டிலிருந்து வரும் மற்ற வளங்களையும் கொணரும் மரக்கலங்கள் சூழ்ந்து இருக்கும். ஓங்கி உயர்ந்த மாடங்கள் நிறைந்த தெருக்கள் இருக்கும். பரதவர் நிறைந்திருக்கும் பல்வேறு தெருக்களும் உண்டு. மற்ற தொழிலாளர் நிறைந்த பண்டகசாலைகளும் அங்கு உண்டு. உழவுக்காளைகளும் பசுக்களும் ஆட்டுக்கிடாய்களும் நாய்களும் அங்கு சுற்றித் திரியும். குறைவில்லாத உணவுடைய இல்லங்களில் பெண்கள் வளையல்களையும் மேகலைகளையும் அணிந்திருப்பர். அழகிய மெல்லிய ஆடைகளை உடுத்தித் தோகை மயில் போல் நடமாடிக்கொண்டிருப்பர். காலின் பொற்சிலம்புகள் ஒலிக்க உயர்ந்த மாடங்களில் நூற்பந்துகளை அடித்து ஆடிக்கொண்டிருப்பர். ஆடிக்களைத்த பின்னர் கீழிறங்கி வெண்மணல் பரப்பில் பொற்கழங்குகளைக் கொண்டு தட்டாங்கல் ஆடுவர். இத்தகைய பட்டினத்தில் நீங்கள் தங்கினால் வீட்டில் பாதுகாப்புடன் தவிட்டு உணவால் வளர்த்த ஆண்பன்றியின்

கொழுத்த தசையுடன் களிப்புத் தரும் கள்ளினையும் பெறுவீர். அதற்கப்புறம் ஒளி வீசும் கலங்கரை விளக்கம் பின்னாக இருக்க நீங்கள் உள்நாட்டுப் பக்கம் செல்லவேண்டும்.

சிறிது தொலைவு சென்ற பின்னர் சோலைகளையும் அவற்றினுள் தென்னங்கீற்று வேய்ந்த தனி வீடுகளையும் காண்பீர்கள். வீட்டு முற்றத்தில் மஞ்சள் கொடிகள் படர்ந்து மணம் வீசிக் கிடக்கும். அங்கு உங்களுக்குப் பலாச்சுளைகளும் தென்னை இளநீரும் வாழைப்பழங்களும் நுங்கும் வேறு பல இனிய பண்டங்களும் கிடைக்கும். இவை வேண்டாம் என்றால் அவித்த சேப்பங்கிழங்கை வயிறார உண்ணலாம்.

அதன்பின் நீங்கள் செல்கின்ற வழியெல்லாம் பாக்கு மரங்களும் தென்னை மரங்களும் நிறைந்த பல ஊர்களைக் காண்பீர்கள். வழிச்செல்வோர் பசியாற சூடான உணவு அங்கங்கு கிடைக்கும். உயர்ந்த மாடங்களும் ஓங்கிய மதில்களும் உடைய வீடுகளையுடைய ஊர்கள் பல உண்டு. அவற்றில் கூத்துக்கள் நடந்தவண்ணம் இருக்கும். இவ்வாறான பல இடங்களை நீங்கள் கடந்து செல்ல வேண்டும்.

நெடுந்தொலைவு சென்ற பின்னர் பாம்பணைப்பள்ளி இருப்போன் இருக்கும் இடத்தை அடைவீர்கள். அங்கே கதிரவனும் நுழைய முடியாத இருள்படர்ந்த சோலைகள் உண்டு. அச்சோலைகளில் குயில் கூவும். பாலில் ஊற்றிய பாகுபோல் குருக்கத்தி மலர்கள் மலர்ந்து கிடக்கும். அங்கு இனிமையுடன் களித்து விளையாடி அமர்ந்திருப்போருடன் நீங்களும் தங்கியிருந்து அங்குள்ள இறைவனைத் தொழுது உங்கள் யாழை இசைத்துப் பின்னர் அவ்விடத்தையும் விட்டு அகன்று செல்லுங்கள்.

இதனை அடுத்து வரும் ஊர்தான் காஞ்சிமாநகரம். இந்நகரின் தொடக்கத்தில் யானைகள் வளர்க்கப்படும் சோலைகள் உண்டு. அப்புறம் நெடிய தெருக்கள் உண்டு. அவை எப்போதும் தேர்கள் ஓடுவதால் அவற்றின் சக்கரங்கள் ஏற்படுத்திய பள்ளங்கள் நிறைந்தவை. அதனை அடுத்துப் போர்வீரர் தங்குமிடங்கள் இருக்கும். அதற்கு அப்புறம் நெருக்கடி நிறைந்த வணிகர் தெருக்கள் உண்டு. அதனை அடுத்து மிக்க காவலையுடைய நகரின் வாயில் திறந்தபடியே இருக்கும். இதனுள்ளே செங்கல்லால் கட்டப்பட்ட படைவீடுகளையும் அவற்றைச் சுற்றிய உயர்ந்த மதில்களையும் கொண்டு தாமரைப் பொகுட்டினைப் போன்ற

125

அரசனின் மாளிகை இருக்கும். பூவாமல் காய்த்துப் பழுக்கும் பழங்களில் சிறந்த பலாப்பழம் போல இவ்வுலகத்திலுள்ள நகரங்கள் எல்லாவற்றினும் சிறப்புள்ளதாகப் பலராலும் போற்றப்படுவது இந்தப் பழமைச் சிறப்பு மிக்க காஞ்சிநகர். இதன் மன்னன் வரையாது கொடுக்கும் வள்ளலாகிய தொண்டைமான் இளந்திரையன். எதிர்த்துவந்த நூற்றுவரையும் கொன்று குவித்த ஐவரைப்போல உடன்று மேல்வந்த ஒன்னாத் தெவ்வரை ஒழித்து ஆர்ப்பரிக்கும் போர்த்திறம் மிக்கவன். இவனிடம் நயமாய்ப் பேசுவோர் நலம்பெற்று வாழ்வர். எனவே இம் மன்னரது நட்பை வேண்டி பல நாட்டு வேந்தர்கள் அவன் முற்றத்தில் காத்துக்கிடப்பர். கீழ்க்கடல் அடிவானத்தில் எழுந்து ஒளிதரும் கதிரவன்போல் இவன் தன் அரசவையில் அமர்ந்திருப்பான். முறையிட்டு வருபவர்க்கும் குறைதீர்க்க வேண்டி வருபவர்க்கும் வேண்டியதை விரும்பியபடியே குறைவில்லாமல் வழங்குபவன்.

அவனிடம் சென்று அவன் புகழைப் பாடி உமது யாழையும் இசைத்து அவனை வாழ்த்துங்கள். நீங்கள் முடிக்கும் முன்னரே உமது நிலையைப் புரிந்துகொள்ளும் அம்மன்னன் உமது வறுமையைப் போக்குவான். முதலில் நைந்து இற்றுப்போன உம் முரட்டு ஆடைகளை அகற்றித் தூய மெல்லிய ஆடைகளை எல்லாருக்கும் அணிவிப்பான். சமையல் வல்லுநர்கள் சமைத்த பலவிதமான கொழுத்த இறைச்சித் துண்டுகளைச் செந்நெல் அரிசியில் சிறந்தவற்றைப் பொறுக்கிப் புழுக்கி ஆக்கிய சோற்றுடன் கொடுப்பான். அமுதம் போன்று சுவையுள்ள இன்னும் பல பண்டங்களை வெள்ளித் தட்டுகளில் மூடிக் கொண்டுவரச் செய்து நெருங்கிய உறவினன் போலத் தானே முன்னின்று விருப்பத்துடன் உங்களை உண்ணச்செய்வான். நீண்டு வளர்ந்த கரிய மயிருடைய உங்கள் தலைகளில் பொற்றாமரைகளைச் சூடுவான். மின்னலைப் போல் ஒளிவிடும் பொன் ஆரங்களை மகளிருக்கு அணிவிப்பான். பாற்கடலில் கிடக்கும் சங்கைப் போன்று வெண்மையான தலையாட்டம் உடைய நான்கு குதிரைகள் பூட்டிய தேரினையும் வழங்குவான். அத்துடன் அமையாது அடக்குதற்கு அரிய நல்ல குதிரைகளை அவற்றின் சேணத்துடன் கொடுப்பான். இவற்றுடன் மற்ற பரிசில்களயும் நீங்கள் சென்ற அன்றே உங்களுக்குக் கொடுத்து அன்றைக்கே உமக்கு விடைகொடுத்தும் அனுப்புவான்.

இத்துடன் பெரும்பாணாற்றுப்படை நிறைவுறுகிறது.

2. பெரும்பாணாற்றுப்படை சிறப்புக்காட்சிகள்

சங்கப்புலவர்கள் அனைவருமே **சொல்லோவியம்** தீட்டுவதில் வல்லவர்கள். எனினும் பெரும்பாணாற்றுப்படை ஆசிரியர் கடியலூர் உருத்திரங்கண்ணனார் அதில் மிக்க சிறப்புத்திறம் பெற்றவர் என்பதை இப்பாடலின் பல இடங்களில் காணலாம். பொதுவாக, புகைப்படங்கள் அல்லது நிழற்படங்கள் இருவகைப்படும். பழைய நிழற்படக்கருவிகளில் (*camera*) படச்சுருள் (*film*) உண்டு. எதிரில் இருக்கின்ற பொருளின் நிழல் அதில் அப்படியே பதியும். இது தூரிகையினால் ஓவியம் தீட்டுதல் போன்றது. இப்போது வரும் எண்முறை நிழற்படக்கருவிகளில் (*digital camera*) படச்சுருள் கிடையாது. எதிரில் தெரியும் பொருளின் ஒவ்வொரு சிறு பாகத்தையும் அது புள்ளிகளாகவே (*pixels*) பதியும். மிக மிக நெருக்கமாக அமைந்த ஆயிரக்கணக்கான அந்தப் புள்ளிகள்தான் படமாகத் தெரிகின்றன. புள்ளிகளாலான தற்காலத்துப் படங்கள் போன்று சங்க இலக்கிய ஓவியங்கள் சொற்களால் ஆனவை. ஆனால் ஒரு பெரிய வேறுபாடு உண்டு. புள்ளிப் படங்களின் புள்ளிகளைப் பெரிதாக்கினால் படம் தெளிவற்றதாகப் போய்விடும். ஆனால் இந்தச் சொற்படங்களின் சொற்களை விரிக்க விரிக்க அந்தப் படங்கள் மேலும் மேலும் அழகு மிகுந்து தெரியும். எனவே சங்க இலக்கியச் சொற்படங்களை நாம் மிக மிக உன்னிப்பாகக் கவனிக்க வேண்டும். மேலெழுந்தவாரியாக அவற்றைப் பார்த்தால் அவை மிகச் சாதாரணமாகவே தெரியும். அப்படிப்பட்ட சொற்படங்கள் பெரும்பாணாற்றுப்படையில் மிக அதிகம். பாணரின் யாழ் (*1-6*), உமணர் வண்டிகள் (*46-65*), வெளிநாட்டு வணிகர் (*66-76*), எயினர் வாழ்க்கை (*83-106*), கோவலர் வாழ்க்கை (*153-168*), வலைஞர் குடியிருப்பு (*263-268*), அந்தணர் வாழ்க்கை (*297-310*), திருவெண்கா(*372-390*) ஆகியவை குறிப்பிட்டுச் சொல்லக்கூடியவை எனினும் நூலின் அனைத்துப் பகுதிகளுமே தொட்டனைத்து ஊறும் மணற்கேணி அன்னவாய்ப் படிக்கப் படிக்கத் தேன் சொட்டும் இனிமை தருபவை.

புலவர்கள் தங்கள் சொல்லோவியத்திற்கு மேலும் அழகூட்ட உவமைகளைக் கையாளுவார்கள். *500* அடிகள் கொண்ட பெரும்பாணாற்றுப்படையில் *82* உவமைகள் கூறப்பட்டுள்ளன. ஏறக்குறைய *6* அடிக்கு ஓர் உவமை என்ற கணக்கில் வரும் இவ்வுவமைகளே இந்நூலுக்குப் பெரிய அழகைத் தருகின்றன. பல உவமைகளுக்குப் பத்துக்கும் மேற்பட்ட சொற்கள்

பயன்படுத்தப்பட்டிருக்கின்றன. சில சொற்படங்களையும் சில உவமைகளையும் இந்தச் சிறப்புக் காட்சியில் காண்போம்.

1. எய்ப்புறக் குரம்பை

எயினர் என்போர் பாலைநில மக்கள். இங்கே **'பாலை'** எனப்படுவது நாம் நினைக்கும் பாலைவனம் அல்ல. மலைப்பகுதி நிறைந்த குறிஞ்சி நிலமும், காடுகள் அல்லது புன்செய் நிலங்கள் எனப்படும் முல்லை நிலமும் நெடுங்காலம் மழையின்றி வறண்டு போனால் அப்பகுதி பாலைவனம் போல் தோன்றும். அதனையே பாலைநிலம் என்போம். காட்டாக மதுரை, இராமநாதபுர மாவட்டங்களில் மழைவளம் குன்றிய சில பகுதிகளைப் பாலை எனலாம்.

எயினரின் குடிசை ஈந்து எனப்படும் ஈச்சை மரத்தின் இலைகளால் வேயப்பட்டிருக்கும். இந்த மரத்தின் இலைகள் முள்ளு முள்ளாக இருக்கும். எனவே அது வேலின் நுனி போன்ற கூர்மையான முனையைக் கொண்டது என்றும் ஒரு முள்ளம்பன்றியின் முதுகுபோல இருப்பதாகவும் புலவர் கூறுகிறார். மேலும் ஈச்ச மரத்தின் வெளிச்சுற்றுப்பக்கம் மேடுபள்ளமாக இருக்கும். மரம் வளர்கின்றபோது மட்டைகள் உதிர்ந்துகொண்டே வருவதால் அந்த மட்டைகளின் அடிப்பகுதி மரத்தில் ஒட்டிக்கொண்டு இருப்பதால் இது ஏற்படுகிறது. இது ஆற்றுநீர் அரித்தோடும் போது மணலில் ஏற்படும் மேடுபள்ளங்கள் போலிருக்கும்.

ஈத்து இலை

எய்ப் புறம்

குரம்பை

வேயப்பட்ட கூரை, குத்துகின்ற தன்மையுடையதாக இருப்பதால் பொதுவாகக் கூரைகளின்மேல் ஓடித்திரியும் அணில்களும் எலிகளும் இந்தக் கூரையில் ஏறிவரமாட்டா என்றும் புலவர் கூறுகிறார். அணில்களின் முதுகு, உடைந்த இலவம் பஞ்சுக்காயின் புடைத்த வெளிப்பக்கம் போலிருக்கும். ஒரு குடிசையை வருணிக்கப் புலவர் என்னவெல்லாம் கையாள்கிறார்

என நினைக்கும்போது புலவரின் கற்பனைத்திறனும் பரந்துபட்ட அறிவும் நமக்குப் புலனாகிறது. இப்போது அந்த அடிகளைப் பாருங்கள்.

> நீள் அரை இலவத்து அலங்கு சினை பயந்த
> பூளை அம் பசும் காய் புடை விரிந்து அன்ன
> வரிப் புற அணிலொடு கருப்பை ஆடாது
> யாற்று அறல் புரையும் வெரிந் உடை கொழு மடல்
> வேல் தலை அன்ன வை நுதி நெடும் தகர்
> ஈத்து இலை வேய்ந்த எய்ப் புறக்குரம்பை(பெரும்பாண் 83-88)

நீண்ட அடிமரத்தையுடைய இலவமரத்தின் அசைகின்ற கொம்பு காய்த்த
பஞ்சையுடைய அழகிய பசிய காயின் முதுகு விரிந்து தோன்றினதைப் போன்ற
வரியை முதுகிலே உடைய அணிலோடு, எலியும் திரியாதபடி,
ஆற்றின் அறலை ஒத்த முதுகை உடையதும், கொழுத்த மடலையுடையதும் ஆகிய,
வேல் நுனி போன்ற கூர்மையான முனைகொண்ட நெடிய மேட்டில் உள்ள
ஈந்து இலை வேய்ந்த முள்ளம்பன்றியின் முதுகு போன்ற புறத்தையுடைய குடில்,

இலவமரம் உயரமாக வளரும் ஒரு மரம். சுமார் 20 அடியிலிருந்து 120 அடிவரை வளரக்கூடியது. எனவேதான் இதனை **நீள் அரை இலவம்** என்கிறார். இதன் கிளைகள் மரத்தின் இருபக்கமும் கைகளை விரித்தது போல் இருக்கும். காற்றடித்தால் மேலும் கீழும் ஆடும். அதையே **அலங்கு சினை** என்கிறார். மேலும் கீழும் ஆடுவதை அலங்குதல் என்கிறோம். கிளையில் அமர்ந்திருக்கும் பறவை பறக்கும்போது தன் கால்களினால் மரத்தை அழுத்தி உந்திக்கொண்டு மேலெழும். அப்போது கிளை கீழ்நோக்கித் தாழும், சற்று நேரம் மேலும் கீழும் ஆடி நிற்கும். இதைத்தான் அலங்குதல் என்பர். அசைதல் ஆடுதல், துயல்வருதல் என்றெல்லாம் பல்வேறு விதங்களில் அசைவுகளைப் பற்றிக் குறிப்பிடுவர்.

இலவமரத்தின் காய்கள் முற்றியவுடன் வெடிக்கும். அதனுள்ளே பஞ்சு இருக்கும். இது பருத்திச்செடியிலிருந்து கிடைக்கும் பருத்தியைவிட மிருதுவானது. எனவே இதைப் பெரும்பாலும் மெத்தை, தலையணைகளுக்கே பயன்படுத்துவர். இதன் காய் பழுக்கும்-பழுக்கும் என்று ஒரு கிளி காத்திருந்தால் முடிவில் அது எவ்வாறு ஏமாந்துபோகுமோ அவ்வாறு காத்துக் காத்துக் கிடந்து ஏமாந்துபோவதை **இலவு காத்த கிளி போல்** என்று கூறுவர்.

பூளை அம் பசும் காய் புடை விரிந்து (அன்ன)வரிப்புற அணில்

இந்தக்காய் வெடிக்கும்போது முதலில் நுனிப்பக்கம் திறக்கும். அப்போது சில சமயங்களில் உள்ளிருக்கும் பஞ்சு சிறிது எட்டிப்பார்க்கும். இதனைப் பூளை என்பர். கண் நோய் வந்தவர்கள் தூங்கி எழுந்தால் கண்களின் ஓரத்தில் வெள்ளையான ஒரு கழிவுப்பொருள் தெரியும். இதைக் கண்ணில் பீளை கட்டுதல் என்போம். இந்தப் பீளை உண்மையில் பூளை எனப்படும். பூளை கட்டும் பருவத்தில் இலவுக்காய் முதிர்ந்து விரியும். இதையே புலவர் **பூளை அம் பசுங்காய் புடை விரிந்து அன்ன** என்கிறார். புடை என்பது பக்கம் (*SIDE*). அந்நேரத்தில் காய் வரிவரியாக வெடிக்கும். எனவே இதன் புடைத்த தோற்றமும், வெடிப்புகளும், அணிலின் முதுகுபோல் இருக்கும் என்று புலவர் கூறுகிறார்.

இந்தப் பாலைநில மக்கள் எவ்வளவு கடினமான வாழ்க்கை நடத்துகின்றனர் என்பதை விளக்கமாகவும் நம் மனது உருகும்படியும் *91 - 105* வரிகளில் மிக அழகாகப் புலவர் வருணிக்கிறார். அவர்கள் வாழுமிடங்களில் மிகவும் ஆழமான கிணற்றில் அவ்வப்போது ஊறுகின்ற உப்புத்தண்ணீரைத் தவிர வேறு நீர் கிடையாது. அங்கு எறும்புகள் நிலத்திற்கு அடியில் உள்ள தங்கள் புற்றுகளில் தங்களால் எடுத்துச் செல்ல முடிந்த தானியங்களைச்

சேர்த்து வைத்திருக்கும். அது **புல்லரிசி** எனப்படும். அப்படிப்பட்ட இடங்களை இரும்பு உளியால் கிளறி அளைந்து கிடைக்கும் அந்தப் புல்லரிசிதான் அவர்களுக்கு உணவாகும்.

இதைக் கொண்டுவந்து தங்கள் வீட்டு முற்றத்தில் தரையில் பதித்து வைத்திருக்கும் உரலில் போட்டுக் குட்டையான உலக்கையால் குற்றிப் புடைப்பார்கள். ஆண்கள் இரவு பகலாக வேட்டைநாயுடன் சென்று காட்டுப்பன்றியையோ, மான்களையோ அல்லது முயல்களையோ பிடித்து வருவர். அன்றைக்கு உண்டதுபோக மீந்ததை உப்புக்கண்டமாக்கி வைத்துக்கொள்வர். சமையலுக்கு மண்பாண்டங்கள்தான். சமையல் பானையைப் பிடித்துத் தூக்குவதற்கு வசதியாக அதன் வாயைச் சற்று அகலமாக வைத்திருப்பர். அந்த வாய் விளிம்புகள் நெடுநாள்களுக்குப் பின் வலுவிழந்து கொஞ்சம் கொஞ்சமாக உடைய ஆரம்பிக்கும். இதைக் கொறுவாய் விழுந்த பானை என்பார்கள். இதைத்தான் புலவர் **முரவு வாய்க் குழிசி** என்கிறார். வசதியற்றவர்கள் இந்தப் பானையையும் நெடுநாள் வைத்திருப்பர்.

உரல் - உலக்கை - சுளகு

மண்ணால் செய்த விறகு அடுப்புகளில்தான் சமையல் நடக்கும். இந்த அடுப்பின் முன்புறம் விறகு எரிக்க ஒரு திறப்பு இருக்கும். இந்த அடுப்பின் மேல் பக்கத்தில் மூன்று குமிழ்கள்

நல்ல பானை

முரவு வாய்க் குழிசி

முரி அடுப்பு

இருக்கும். வாயின் இருபுறங்களிலும் வட்டத்தின் நடுப்பகுதியிலும் இவை அமைந்திருக்கும். பானை அடுப்பின் மேல் உறுதியாக நிற்பதற்கும் பானையின் அடிவழியாகக் காற்று வரவும் புகை வெளியில் செல்லவும் இந்தக் குமிழ்கள் உதவும். நாளாக ஆக, இந்தக் குமிழ்களின் கூர் மழுங்கிப்போகும் அல்லது அவை சிதைந்து போகும். இதை மூளி என்பர். அப்போது பானை

ப.பாண்டியராஜா

அடுப்பின்மேல் சற்று சாய்ந்த நிலையில்தான் நிற்கும். இந்தக் கொறுவாய்ச் சட்டியைக் கொண்டு மூளியாகப்போன அடுப்பில் உப்புத்தண்ணீரால் உலை வைத்து, கிளறியெடுத்துக் குற்றிய புல்லரிசியைப் போட்டு அதனுடன் உப்புக்கண்டத்தையும் போட்டு வடித்துவிடாமல் பொங்கிச் சமைத்து, பின்னர் தணலிலேயே அதைப் புழுங்கவைத்து எயிற்றியர் சோறு ஆக்குவர் என்பதை ஒரு குறும்படமாகவே நம் முன் நிகழ்த்திக் காண்பிக்கிறார் புலவர். அந்த அடிகள் இவைதாம்:

உளி வாய் சுரையின் மிளிர மிண்டி
இரு நில கரம்பை படு நீறு ஆடி
நுண் புல் அடக்கிய வெண் பல் எயிற்றியர்
பார்வை யாத்த பறை தாள் விளவின்
நீழல் முன்றில் நில உரல் பெய்து
குறும் காழ் உலக்கை ஓச்சி நெடும் கிணற்று
வல் ஊற்று உவரி தோண்டி தொல்லை
முரவு வாய் குழிசி முரி அடுப்பு ஏற்றி
வாராது அட்ட வாடூன் புழுக்கல் (பெரும்பாண் - 92-100)

உளி போன்ற வாயைக் கொண்ட கடப்பாரையால் குத்திப் புரட்டி
கரிய நிலமாகிய கரம்பை நிலத்தில் உண்டாகின்ற புழுதியை அளைந்து
சிறிய புல்லரிசியை வாரியெடுத்த வெண்மையான பல்லையுடைய எயிற்றியர் -
பார்வை மான் கட்டிய தேய்ந்த தாளினையுடைய விளாமரத்தின்
நிழலையுடைய முற்றத்தில் நிலத்தில் குழிக்கப்பட்ட உரலில் இட்டு,
குறிய வயிரம் பாய்ந்த உலக்கையால் குற்றி,
ஆழமான கிணற்றில் சில்லூற்றாகிய உவரிநீரை முகந்துகொண்டு,
பழைய கொறுவாய்ப் பானையில் வார்த்த உலையை மூளியான அடுப்பில் ஏற்றி,
(கஞ்சியை) வடிக்காமல் பொங்கிய உப்புக்கண்டம் சேர்ந்த ஊன் புழுக்கல் -

எந்த ஒரு பயண நூலும் ஒரு நாட்டு மக்களின் வாழ்க்கையை இவ்வளவு நுட்பத்துடனும் கலைநயத்துடனும் படம்பிடித்துக் காட்டியிருக்குமா என்பது ஐயமே! இந்த வறுமை நிலையிலும்

அவர்கள் விருந்தினரை இன்முகத்தோடு வரவேற்றுத் தம் உணவை அவர்களுடன் பகிர்ந்து உண்டனர் என்ற வரலாறு நாம் பெருமைப்படக்கூடியது மட்டுமல்லாமல் பின்பற்றிக் கட்டிக் காப்பதற்கு உரியது என்பதையும் நாம் உணரவேண்டும். இத்தகைய பேரிலக்கியங்களைப் பெற்ற நாம் எவ்வளவு கொடுத்து வைத்தவர்கள் என்பதை உணர்ந்து இதனை நம் வழிவந்தோரும் படித்து இன்புற்றுப் போற்றிக் காப்பாற்ற வழிசெய்யவேண்டும்.

2. வலைஞர் வாழ்வு

புலவர் காட்டும் வலைஞர் மருதநிலத்தைச் சேர்ந்தவர்கள். குளம் குட்டைகளில் மீன் பிடித்து வாழ்பவர்கள். இவர்கள் தங்கள் குடிசைகளுக்குக் கூரைபோடுவதை மிகவும் நேர்த்தியாகத் தமக்கே இயல்பான அழகு நடையில் புலவர் வருணிப்பதை எத்தனை முறை வேண்டுமானாலும் படித்துப்படித்து இன்புறலாம். அவர் கூறுகிறார்:

**வேழம் நிரைத்து வெண்கோடு விரைஇ
தாழை முடித்துத் தருப்பை வேய்ந்த
குறியிறைக் குரம்பை . . .** (பெரும்பாண் 263 - 265)

எதுகையும் மோனையும் துள்ளிவிளையாடும் நேர்த்தியைக் காணுங்கள்.

குடிசை கட்ட முதலில் கட்டவேண்டிய அளவுக்கு நான்கு புறமும் சுவர் எழுப்புவர். அது பெரும்பாலும் செம்மண் சுவராகவே இருக்கும். ஆளுயரத்திற்கு வந்த பின்னர் அதனை நன்கு காயவிட்டு அதன் மேல் கூரை வேய்வர். இந்தக் கூரை வேயும் காட்சியையே புலவர் இங்கு குறிப்பிடுகிறார்.

முதலில் நடுவில் உயர்ந்து இரண்டு பக்கமும் சாய்ப்பு இருக்கிற மாதிரி ஒரு அமைப்பு உண்டாக்கப்படும். அதன் மேல் கொறுக்கை என்ற ஒரு வகை மூங்கில் கழிகளை நெட்டுக்கு வரிசையாக வைப்பர். இதுவே **'வேழம் நிரைத்து'** எனப்படுகிறது. அடுத்து இதற்குக் குறுக்குவசத்தில் (படுக்கையாக) வெள்ளை மரக் கம்புகளைச் சம அளவில் ஒவ்வொன்றாகப் பரப்பி நெட்டுக்கழிகளும் குறுக்குக் கம்புகளும் சந்திக்கும் ஒவ்வொரு இடத்தையும் கற்றாழை நாரால் கட்டுவர். இது **'வெண்கோடு விரவி, தாழை முடித்து'** எனப்படுகிறது. இவ்வாறு விரவும்போது முதலில் அடிப்பகுதியிலிருந்து தொடங்கி ஒவ்வொரு கம்பாக

வைத்துக் கட்டி, பின்னர் அதன் மேல் அமர்ந்த வண்ணம் அதற்கு மேல் ஒரு கம்பை வைத்துக் கட்டுவர். கடைசிக்

வேழம் நிரைத்து

வெண்கோடு விரைஇ தாழை முடித்து

தருப்பை வேய்ந்த

குறி இறைக் குரம்பை

கம்பையும் வைத்த பின்னர், மேல் வரிசையில் தருப்பைப் புல் கட்டுகளை வைத்துக் கட்டுவர். இவ்வாறு ஒவ்வொரு வரிசையாக வைத்த பின்னர் ஒரு சாய்ப்புக் கூரை முடிந்துவிடும். இதையே இரண்டு அடிகளில் எவ்வளவு நேர்த்தியாகப் புலவர் கூறுகிறார் என்று பாருங்கள். கூரை வேய்வது தொடர்பான சில படங்கள் இங்கே கொடுக்கப்பட்டுள்ளன. இவை இங்கு கூறப்பட்ட சூழ்நிலைகளுக்கு மாறுபட்டதாக இருப்பினும் சொல்லப்பட்ட அடிகளுக்கு ஏற்ற வகையில் இவற்றைப் புரிந்துகொள்ளவேண்டும்.

இந்தக் குடிசையின் கூரையின் இருபக்கங்களும் குறுகிய கோணத்தில் இருந்தன. எனவே வீடு மிகச் சிறியதாக இருந்திருக்கவேண்டும். பறவைகளுக்கு இரண்டு பக்கங்களிலுமுள்ள செட்டைகளைத்தான் இறகுகள் என்கிறோம். அதைப் போலவே கூரைக்கு இரண்டு பக்கங்களிலும் இருக்கும் சாய்வுகளை இங்கே இறை எனக் குறிப்பிடுகிறார். இவர்கள் வலைஞராதலால் இவர்களின் வீட்டின் முன்பக்கம் மீன் பிடிக்கும் பறி இருந்தது.

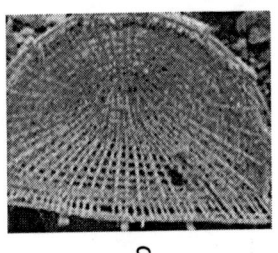

பறி

புன்னை மரம்

இந்தக் குடிசையின் முன்புறம் ஒரு பந்தல் இருந்தது. அந்தப் பந்தலின் கால்கள் புன்னை மரத்தின் வளைந்த கிளைகளைக் கொண்டவை. புன்னை மரத்தின் கிளைகள் நேராக இல்லாமல் பெரிதும் வளைந்து வளைந்து இருப்பதைப் படத்தில் காணலாம். இதைக்கூட உன்னிப்பாகக் கவனித்துப் பார்த்த புலவர் பந்தல் என்றோ மரக்கிளைகளைக் கால்களாகக் கொண்ட பந்தல் என்றோ அல்லது புன்னைமரக் கால்கள் என்று மட்டும் கூறாமல்,

கொடுங்கால் புன்னைக் கோடு துமித்து இயற்றிய . . . பந்தல்

என்று கூறும் புலவரின் வருணனை ஒரு சொல் சித்திரமாகவே அமைகிறது. அந்தப் பந்தலின் கீழ் மணல் பரப்பப்பட்டிருக்கிறது. வீடு சிறியதாதலால் பெரியோரும் சிறியோரும் இந்தப் பந்தலின்கீழ் அமர்ந்து இனிது உரையாடுகின்றனர். பின்னர் அவர்கள் தங்கள் குழந்தைகளுடன் அருகிலுள்ள கரிய, பெரிய, ஆழமான குளத்தில் குளித்து விளையாடச் செல்கின்றனர். அவர்கள் நீரில் விளையாடும்போது அவர்கள் மட்டுமா விளையாடிக்கொண்டிருப்பர்? அவர்களோடு அங்கிருந்த கயல்களும் இறால்களும் கூடத் துள்ளி விளையாடிக்கொண்டிருந்தன. சிவந்த வரிகளையுடைய கயல் எனப்படும் கெண்டைமீன் அம்பு போல் பாய்ந்து செல்லக்கூடியது. இறால் மீன் வளைந்து வளைந்து செல்லக்கூடியது. இவை இரண்டும் மகிழ்ச்சியினால் துள்ளி நீர்மட்டத்துக்கு மேலே வருகின்றன. அப்போது வளைந்திருக்கும்

இறா – இறால் – சிலை(வில்)

கயல் – கெண்டை – பகழி(அம்பு)

இறால் வில் போலவும் அதன் குறுக்காக நீண்டு தோன்றும் கெண்டை அவ் வில்லின் அம்பு போலவும்

தோற்றம் அளிப்பதாகக் கூறும் கற்பனை படித்துப் படித்து இன்புறத்தக்கது. அந்த அடிகள் இதோ:

புலவு நுனைப் பகழியும் சிலையும் மான,
செவ்வரிக் கயலொடு பச்சிறாப் பிறழும்
மை இரும் குட்டத்து மகவொடு வழங்கி
(குட்டம் = குளம்) **(பெரும்பாண் 269 - 271)**

3. ஓடுகின்ற கூட்டம்

ஒரு பேருந்து நிறுத்தத்தில் மக்கள் கூட்டமாக நின்று கொண்டிருக்கின்றனர். ஒரு பேருந்து வருகிறது. நிறுத்தத்தில் நிற்காமல் கொஞ்சம் தள்ளிப்போய் நிற்கிறது. உடனே கூட்டம் அதன் நுழைவாயிலை நோக்கி விழுந்தடித்துக்கொண்டு ஓடுகிறது. உள்ளே நுழைவதற்குக் கூட்டம் அலைமோதுகிறது. ஒரு சிலரை மட்டும் ஏற்றிக்கொண்டு பேருந்து சென்ற பின்னர் கூட்டம் திரும்பி வந்து அடுத்த பேருந்துக்காகக் காத்துக்கொண்டிருக்கிறது. இன்றைக்கு நிறைய இடங்களில் இதுபோன்ற காட்சிகளை நாம் பார்க்கிறோம். சில நேரங்களில் மெத்தப் படித்தவர்களும்கூடக் காத்திருக்கப் பொறுமை இல்லாமலோ அல்லது நேரம் இல்லாமலோ இவ்வாறு நடந்துகொள்வதைப் பார்க்கிறோம். கானக்கோழிகள் திடீரென்று வந்த பேரொலியைக் கேட்டு இவ்வாறு அலறிப்புடைத்துக்கொண்டு ஓடுவதைத் திருமுருகாற்றுப்படையில் பார்த்தோம். இவ்வாறு **அச்சத்தினால் அலறிப்புடைத்துக்கொண்டு ஓடுவதையோ அல்லது ஆர்வத்தினால் விழுந்தடித்துக்கொண்டு ஓடுவதையோ** நமது இலக்கியங்கள் **இரியல் போகுதல்** என்று சொல்கின்றன. அப்படி ஒரு காட்சியை இந்தப் புலவரும் இளந்திரையன் அரண்மனை வாயிலில் காண்கிறார். அவனது வாயில் பரிசிலர்க்கு அடையா வாயில் எனினும் ஏனையோர் அவனைப் பார்ப்பதற்குக் காத்திருக்கவேண்டும். திடீரென்று வாயில் கதவுகள் திறக்கும். அப்போது காத்திருக்கும் கூட்டம்

இரியல் போகும் மக்கள் (மாக்கள்?)

விழுந்தடித்துக்கொண்டு வாயிலை நோக்கி ஓடுகிறது. ஒரு சிலரே உள்ளே அனுமதிக்கப்பட, பின்னர் கூட்டம் திரும்ப வந்து காத்திருக்கத் தொடங்குகிறது. அப்படி ஓடிக் களைத்த கூட்டத்தில் யார் யார் இருந்தனர் தெரியுமா? இளந்திரையனின் நட்பை வேண்டியும் அவனிடம் அடைக்கலம் கேட்டும் வந்த மன்னர்கள் கூட்டமே அது என்று புலவர் கூறுகிறார்.

அந்தச் சூழ்நிலையில் புலவருக்குத்தான் முன்பு கண்ட ஒரு நிகழ்ச்சி நினைவுக்கு வருகிறது. ஒரு முறை புலவர் வடநாட்டில் உள்ள காசிக்குச் சென்றிருந்தார். காசிக்குச் செல்வதற்குக் கங்கை நதியைக் கடக்கவேண்டும். அதற்குப் படகுத்துறைகள் உண்டு. இவர் போன சமயம் அங்கு ஒரே ஒரு படகு மட்டும்தான் இயங்கிக்கொண்டிருந்தது. படகுத்துறையில் ஒரு பெருங்கூட்டம் காத்துக்கொண்டிருந்தது. அப்பொழுது மறுகரையிலிருந்து ஆட்களை ஏற்றிக்கொண்டு ஒரு படகு வருவதை இவர் கண்டார். தூரத்தில் படகு வருவதைப் பார்த்த கூட்டம் சட்டென்று எழுந்து ஆற்றை நோக்கி ஓட ஆரம்பித்தது. ஒரே தள்ளுமுள்ளு - முண்டியடித்துக்கொண்டு முதலில் ஏறுவதற்கு ஒருவரோடொருவர் போட்டி. இந்தக் களேபரத்தைக் கண்ட புலவர் சற்று ஒதுங்கி நின்று வேடிக்கை பார்க்க ஆரம்பித்தார். படகு சிறியதுதான். எனவே கொஞ்சம் ஆட்களை மட்டும் ஏற்றிக்கொண்டு மீண்டும் மறுகரையை நோக்கி நகர ஆரம்பித்தது. ஏறமுடியாமல் திரும்பிய மக்கள் கூட்டம் படகின் அடுத்த வருகைக்காக மீண்டும் காத்திருக்க ஆரம்பித்தது. இளந்திரையனைப் பார்ப்பதற்கு முண்டியடித்துக்கொண்டு வந்த மன்னர்கள் கூட்டத்தைப் பார்த்த புலவருக்குத் தான் காசியில் பார்த்த நிகழ்ச்சிதான் நினைவுக்கு வந்தது. இதோ அவர் கூறிய அடிகள்:

நட்பு கொளல் வேண்டி நயந்திசினோரும்
துப்பு கொளல் வேண்டிய துணையிலோரும்
கல் வீழ் அருவி கடல் படர்ந்த ஆங்கு
பல் வேறு வகையின் பணிந்த மன்னர்
இமையவர் உறையும் சிமைய செவ் வரை
வெண் திரை கிழித்த விளங்கு சுடர் நெடும் கோட்டு
பொன் கொழித்து இழிதரும் போக்கு அரும் கங்கை
பெரு நீர் போகும் இரியல் மாக்கள்
ஒரு மரப் பாணியில் தூங்கி ஆங்கு
தொய்யா வெறுக்கையொடு துவன்றுபு குழீஇ

செவ்வி பார்க்கும் செழு நகர் முற்றத்து -

துப்பு=வலிமை; **சிமையம்**=மலை உச்சி; **வரை**=மலை; **இரியல்**= விழுந்தடித்துக்கொண்டு ஓடுதல்; **மரம்**=படகு; **பாணி**=கால தாமதம்; **தூங்கியாங்கு**=சோம்பியிருத்தல் போல; **தொய்யா**=குறையாத; **வெறுக்கை**= காணிக்கைப் பொருள்; **துவன்று**=நெருங்கியிரு; **செவ்வி**=தக்க சமயம்;

அவனிடம் நட்புக் கொள்வதை வேண்டி விரும்பினவர்களும்,
அவன் வலிமையைத் துணையாகக்கொள்ளக் கருதிய
உதவியில்லாதவர்களும்,
மலையிலிருந்து விழுகின்ற அருவி கடலில் படர்ந்ததைப்
போல்
பலவேறு வகைகளாலும் கீழ்ப்படிந்த அரசர்கள் -
தேவர்கள் இருக்கும் உச்சியையுடைய செவ்விய மலையின்கண்
வெண் நிற ஓடைகள் கிழித்தோடுவதால் பளபளக்கும்
ஒளியுடைய நெடிய சிகரத்திலிருந்து
பொன்னைக் கொழித்துக்கொண்டு குதிக்கும் கடத்தற்கரிய
கங்கையாற்றின்
பெரும் நீரைக் கடந்துபோக ஓடித் தவித்த மக்கள்
ஒரேயொரு தோணி அடுத்த முறை வரும் காலத்திற்காகக்
காத்திருத்ததைப் போல
குறையாத திரைப்பொருளோடு நெருங்கித் திரண்டு,
தக்க நேரத்தைப் பார்த்திருக்கும் வளம் மிகுந்த
முற்றத்தினையுடைய;

குடிமக்கள் தங்கள் மன்னனைப் பார்ப்பதற்கு முண்டியடித்துக்கொண்டு விரைவது இயற்கையே. ஆனால் மன்னர்களே தம்மைப்போல இன்னொரு மன்னனைப் பார்க்க முண்டியடித்துக்கொண்டு விரைகிறார்கள் என்றால் அவர்கள் பார்க்கச் செல்லும் மன்னன் அவர்களிலும் மிகவும் உயர்ந்தவன் என்பதைக் குறிக்கவே புலவர் இவ்வாறு கூறுகிறார். நாம் மிகவும் மதிக்கும் ஓர் உயர் அதிகாரி, தம்மைவிட உயர்ந்த ஓர் அதிகாரியிடம் தம் சொந்த நலனுக்காக அளவுக்கு மீறிய பணிவோடு குழைவதைப் பார்க்க நேர்ந்தால் முகம் சுளிக்கிறோம். ஆனால் அந்த மிக உயர்ந்த அதிகாரியின் மகன் அக்காட்சியைப் பார்த்தால் தன் தந்தைக்கு இவ்வளவு மதிப்பு இருக்கிறதே என்றும் அவருடைய பிள்ளையாக நாம் இருக்கிறோமே என்றும் நினைத்து அகமகிழ்ந்து போவான். இளந்திரையனிடம் பரிசில்

பெற்றுப் பாணன் திரும்புகிறான். அவன் வெளியே வரும்போது அவனுக்காக வாயில் திறக்கப்படுகிறது. அதைக் கண்டு வெளியில் காத்திருந்த மன்னர் கூட்டம் இரியல் போகிறது. அதைக் கண்ட பாணன் தான் எவ்வளவு எளிதாக உள்ளே அனுமதிக்கப்பட்டோம் என்பதையும் மன்னர்களாலும் எளிதில் பார்க்கமுடியாத இளந்திரையன் தங்களிடம் எவ்வளவு இனிமையாகப் பழகினான் என்பதையும் நினைத்துப் பார்த்துப் பூரித்துப்போகிறான் என்றே புலவர் கூற விழைகிறார்.

ஆபத்துக்காலத்திலோ அச்சங்கொண்ட வேளையிலோ உயிரைக் காப்பாற்ற, படிப்பையும் பண்பாட்டையும் பார்க்காமல் விரைந்து ஓடுவது ஓரளவுக்குச் சரியே. ஆனால் நமது ஆர்வத்தினாலோ, அவசரத்தினாலோ, நமக்கு முன்பு வந்து காத்திருப்பவர்களை நமது உடல் பலத்தால் முந்தியடித்துக் கொண்டு செல்வது நாகரிகம்

தவறு – தவிர்க்கவேண்டியது

சரி – பின்பற்றத்தக்கது

அல்ல. நம் நாட்டில் மட்டுமல்ல, கிழக்கு நாடுகள் பலவற்றிலும் இதனைப் பார்க்கலாம். ஆண்டாண்டு காலமாக இப்பழக்கம் நம் இரத்தத்தில் ஊறிப்போய்விட்டது என்பதையே இந்த அடிகள் உணர்த்துகின்றன. நமக்கு முன்பு வந்தவர்களின் உணர்வுகளுக்கு மதிப்புக் கொடுத்து, நமது முறை வருகின்றவரை பொறுமையாகக் காத்திருக்கும் சுயக்கட்டுப்பாட்டை நாம் வளர்த்துக்கொள்ள வேண்டும்.

4. செஞ்சால் உழவர்

முல்லை நிலம் என்பது காடும் காடு சார்ந்த நிலமும் என்பர். காடு என்பது இங்கு புன்செய் நிலத்தைக் குறிக்கும். புன்செய் என்பது புஞ்சை என்ற வானம் பார்த்த பூமியைக் குறிக்கும். பொதுவாக இது ஒரு மேட்டுப்பாங்கான நிலமாக இருக்கும். மலைகளின் அடிவாரப் பகுதியாகவும் இருக்கும். வாய்க்கால் பாசனம், கிணற்றுப் பாசனம் ஆகியவை இங்கு சாத்தியம் இல்லை.

எனவே இங்கு மக்கள் விவசாயத்திற்கு மழை நீரையே நம்பியிருப்பார்கள். மழைக்கால ஆரம்பத்தில் உழுது பயிரிடுவார்கள். இடையிடையே பெய்யும் மழையில் பயிர்கள் வளர்ந்து மழைக்கால முடிவிற்குள் அறுவடைக்கு வந்துவிடும். பெரும்பாலும் வரகு, கம்பு, சோளம் போன்ற தானியங்களும் பயறு வகைகளும் இங்கு பயிரிடப்படும். அப்படிப்பட்ட ஒரு முல்லைநில மக்களின் உழவு வாழ்க்கையைப் புலவர் அழகாக விவரிக்கிறார்.

குடி நிறை வல்சி செம் சால் உழவர்
நடை நவில் பெரும் பகடு புதவில் பூட்டி
பிடி வாய் அன்ன மடி வாய் நாஞ்சில்
உடுப்பு முக முழுக் கொழு மூழ்க ஊன்றி
தொடுப்பு எறிந்து உழுத துளர் படு துடவை
அரி புகு பொழுதின் இரியல் போகி
வண்ணக் கடம்பின் நறு மலர் அன்ன
வளர் இளம் பிள்ளை தழீஇ குறும் கால்
கறை அணல் குறும்பூழ் கட்சி சேக்கும்
வன்புலம் (பெரும்பாண் 197 - 206)

வீடு நிறைய உணவினையுடைய ஒழுங்கான சாலாக உழுகின்ற உழவர்கள்
நடை பயின்ற பெரிய எருதுகளை நுகத்தில் பூட்டிக்கொண்டு,
பெண்யானையின் வாயைப் போன்ற, மடங்கிய வாயையுடைய கலப்பையின்
உடும்பின் முகத்தைப் போன்ற பெரும் கொழு மறைய அமுக்கி,
உழுத பகுதிகளில் விதைகளைத் தூவி விதைத்தவாறே உழுது,
(பின்னர் வளர்ந்த களைகளைக்) களைக்கொட்டுச் செத்திய தோட்டத்தை,
(கதிர்) அறுப்பதற்குச் செல்லும்போது, (ஆட்களின் அரவத்தால்) நிலைகெட்டு ஓடி,
வெண்மையான நிறத்தையுடைய கடம்ப மரத்தின் மணமுள்ள பூவைப் போன்ற
வளர்கின்ற இளம் குஞ்சுகளைத் அணைத்தவாறு, குறிய காலினையும்,
கரிய கழுத்தினையும் உடைய காடைப்பறவை வனப்பகுதிக்குச் செல்லும் வன்புலமான முல்லைநிலம்

உழும்போது கொழு மண்ணில் ஏற்படுத்தும் பள்ளத்தைச் சால் என்பர். முதலில் நிலத்தைச் சுற்றி உட்புறம் பெரிய

நீள்வட்டமாக உழுவர். பின்னர் அடுத்து அடுத்து முதலில் உழுத சாலுக்கு இணையாக உள்ளே உழுதுகொண்டு வருவர். சில சமயங்களில் இரண்டு பேர் உழுவர். முதலில் உழுபவரின்

செஞ்சால்

உழவர்

பின்னே அடுத்தவர் முதல் சாலுக்கு இணையாகக் கொஞ்சம் உள்ளே தள்ளி உழுதுகொண்டே வருவார். உழுததன் மேலேயே உழாமலும் அதற்கு மிகவும் விலகி இல்லாமலும் இரண்டாமவர் உழவேண்டும். அப்படி இல்லாவிட்டால் "நல்லா சால்பிடிச்சு உழுடா" என்று முன்னவர் கூறுவார். ஒருவரே உழுதாலும் அடுத்தடுத்த சால்கள் ஒட்டியிருக்கும்படி உழுவார். இதற்கு நிரம்பப் பயிற்சி தேவை. இப்படி உழுவதையே செம்மையான சால் என்பர். இதனையே புலவர் **செஞ்சால்** என்கிறார்.

மாடுகளை நினைத்தவுடன் நினைத்தபடி வண்டியில் பூட்டவோ அல்லது உழவு செய்விக்கவோ முடியாது. தக்க பருவம் வந்த ஆண்கன்றுகளை அதற்கென்று பழக்குவார்கள். அதிலும் இடப்பக்கமா அல்லது வலப்பக்கமா என்று முடிவு செய்து பின்னர் அதே நிலையிலேயே பழக்குவார்கள். இடப்பக்கம் பழக்கிய மாட்டை இடத்து மாடு என்றும் வலப்பக்கம் பழக்கிய மாட்டை வலத்து மாடு என்றும் கூறுவார்கள். விற்கும் போதும் வாங்கும் போதும் அப்படியே சொல்லிச் செய்வார்கள். முதலில் வளர்ந்த கன்றுகள் இரண்டனை ஒன்றாக நிறுத்தி அவற்றை இணைத்து, கயிறைப் பிடித்துக்கொண்டு மெதுவாக ஓட்டிப் பழக்குவார்கள். இதற்கு **'மாடு பழக்குதல்'** என்று பெயர். இதற்கென்றே தனிப் பயிற்சியாளர்களும் உண்டு. மாடுகள் இரண்டும் ஒன்றாகக் காலெடுத்து வைத்து ஒன்றன் வேகத்தை மற்றது அனுசரித்துப் போகுமாறு பழக்குவார்கள். பின்னர் வலப்பக்கம், இடப்பக்கம் திரும்புதலைப் பழக்குவார்கள். வலப்பக்கம் திரும்பும்போது வலது மாடு சற்று மெதுவாகத் திரும்பவேண்டும். அதே நேரத்தில் இடத்து மாடு விரைவாகத் திரும்ப வேண்டும். இவ்வாறு செய்வதை **நடை பழக்குதல்** என்பார்கள். ஒரு காளையை வாங்கும்போது அதை

நடக்கவிட்டுப் பார்த்தே வாங்குவார்கள். நன்றாகத் தலையை உயர்த்திச் சீராகக் கால் எடுத்து வைத்து நடக்கும் காளையின் விலை அதிகம். காளை கம்பீரமாக நின்றாலே அதன் அழகு தனிதான். இதைத்தான் **பெரும்பகடு** என்று புலவர் கூறுகிறார்.

நடை ... பகடு

பெரும் பகடு

நன்றாக நடைபயின்ற பெரிய காளைகளை உழவர் பூட்டி உழுகின்றனர் எனப் புலவர் கூறுகிறார். நவிலுதல் என்பதற்குத் திரும்பத் திரும்பப் பயிற்சி செய்தல் என்று பொருள். மாடுகளை நுகத்தடியில் இணைத்துக் கயிற்றால் கழுத்தைச் சுற்றி நுகத்தடியில் பொருத்தி, முளையிட்டு நுகத்தடியுடன் ஏரை இணைத்துக் கட்டுவதையே ஏர் பூட்டுதல் என்கிறோம். "ஏரு பூட்டிப் போவாயே அண்ணே, சின்னண்ணே" என்பது பழைய திரைப்பாடல்.

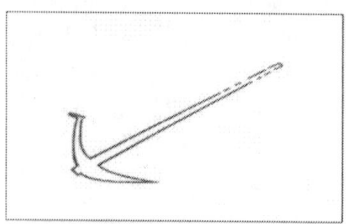

நாஞ்சில் என்பது **கலப்பை.** பண்டைத் தமிழர்கள் உழுவதற்குப் பயன்படுத்திய மரத்தால் ஆன ஒரு சாதனம். அதன் படத்தைப் படத்தில் பாருங்கள். இதன் வாய் மடிந்திருப்பதைக் காணலாம். இதற்குப் புலவர் கூறும் உவமை மிக அழகானது. பெண்யானையின் திறந்த வாயைப் போன்று இது இருக்கிறது என்கிறார் அவர்.

புலவரின் உவமை எவ்வளவு அழகாகப் பொருந்தியிருக்கிறது என்று பாருங்கள். **பிடி வாய் அன்ன மடி வாய் நாஞ்சில்** என்ற அடிகளில் எதுகை அழகு இவ்வுவமைக்கு மேலும் மெருகூட்டுகிறது.

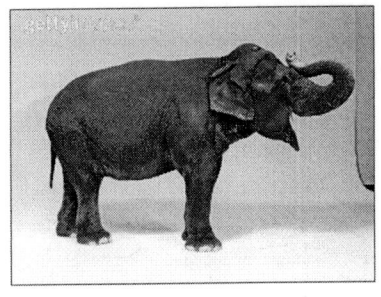 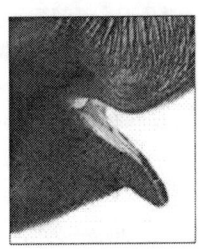

மரத்தால் ஆன கலப்பையால் நிலத்தை எவ்வாறு கீறி உழமுடியும்? எனவே கலப்பையின் நுனியில் ஓர் இரும்பாலான கூர்மையான முக்கோணம் போன்ற கருவியைப் பொருத்தியிருப்பார்கள். இது கொழு எனப்படும். இந்தக் கொழுதான் நிலத்தைக் கீறி உழுகிறது. இது மொட்டையாகப் போனால் கொல்லனிடம் கொடுத்துக் கூர்மையாக்குவார்கள். இங்கு மற்றோர் அழகிய உவமையைக் காண்கிறோம். உடுப்பு முக (முழு) கொழு என்பது புலவரின் உவமை. உடுப்பு என்பது உடும்பு என்ற விலங்காகும். உடும்பு மதில்மேல் ஏறும், தான் பற்றியதை மிகவும் இறுக்கமாகப் பிடித்துக்கொள்ளும். எவ்வளவு இழுத்தாலும் அதன் பிடியைத் தளர்த்த முடியாது. இதைத்தான் உடும்புப் பிடி என்று சொல்வார்கள். இக்காலத்தவருக்குக் கொழுவும் தெரியாது. உடும்பும் தெரியாது. இரண்டையும் தெரிந்துகொள்ள அருமையான உவமை இது. உவமையின் நோக்கம் என்ன?

  உடும்பு

கொழு

தெரியாத ஒன்றினைப் புரிந்துகொள்ள, தெரிந்த ஒன்றினை ஒப்பிட்டுக் காட்டி இதைப்போல் அது என்று கூறுவது உவமையின் ஒரு பயன். ஆனால் இரண்டுமே தெரியாத பொருள்களாக இருந்தால் உவமையில் பயனில்லை. அன்றைய தமிழ் மக்களுக்குச் சாதாரணமாகத் தெரிந்த பலவற்றை இன்றைய மக்கள் அறியமாட்டார்.

அதனால்தான் சங்க இலக்கியங்களின் உவமைகளைப் படிக்கும்போது தகுந்த விளக்கங்களுடன் படிக்கவேண்டும். ஆனால் அன்றைய மக்கள் கொழு, உடும்பு முகம் ஆகிய இரண்டையுமே தெரிந்து வைத்திருந்திருப்பார்கள். எனவே இந்த உவமை எதற்கு? ஒன்றற்கொன்று தொடர்பில்லாதது போல் தோன்றுகிற இரு பொருள்களில் உள்ள ஏதோ ஒரு ஒப்புமையை நம் கண்முன் நிறுத்திக்காட்டுவது புலவரின் திறமை.

அவற்றை மனத்தில் இருத்தி மகிழ்ந்து இரசிப்பது படிப்போர் கொடுப்பினை. இதுவே இலக்கியம் தரும் இன்பம்.

இந்தக் கொழு ஏரின் நுனிக்குச் சற்று வெளியில் இருக்குமாறு பொருத்தப்பட்டிருக்கும். அந்தக் கொழு முழுவதும் நிலத்தில் ஆழ்ந்து போகுமாறு ஏரை அமுக்கிப் பிடித்து உழவர்கள் ஆழ உழுகிறார்கள் என்பதையே **முழுக்கொழு மூழ்க ஊன்றி** என்கிறார் புலவர். வளைத்து வளைத்து உழுவதையும் உழுவதன் மேல் விதைப்பதையும் தொடுப்பு என்பார்கள். முல்லைநிலக் காடுகளில் விதைகளைத் தூவித்தான் விதைப்பார்கள். இங்கே புலவர் **தொடுப்பு எறிந்து உழுத** என்பதால் முதலில் விதைகளைத் தூவிவிட்டுப் பின்னர் அதன்மேல் உழுகிறார்கள் எனக் கொள்ளலாம். தூவிய விதைகள் மண்ணுக்குள் சென்றால்தான் முளைக்கும். மேலும் பறவைகளும் கொத்தித் தின்னாமல் இருக்கும். எனவேதான் தூவியபின் அதைப் புரட்டிவிடுகிற மாதிரி உழுவார்கள். **துளர்** என்பது **களைக்கொத்து** ஆகும். துளர்படு என்பது களையெடுத்தல்

விதைகளைத் தூவி விதைத்தல்

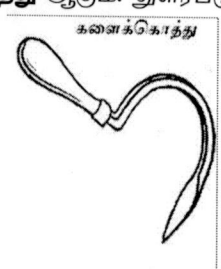

களைக்கொத்து

களையெடுத்தல்

துடவை என்பது விவசாய நிலம். வயல் என்பது ஆற்றுநீர் அல்லது ஏரிநீர் கொண்டு விவசாயம் செய்யும் பூமி. தோட்டம் என்பது கிணற்றுநீர் கொண்டு விவசாயம் செய்யும் பூமி. துடவை என்பது மானாவாரி நிலம். **தோட்டம் தொரவை எல்லாம் நெறயக் கிடக்கு** என்பது கிராமத்தார் வழக்கு. துடவை என்பதே பேச்சுவழக்கில் தொரவை ஆனது.

பயிர்கள் நன்கு விளைந்த பின் கதிர் அறுக்கச் செல்வார்கள். அதற்குமுன் நிலத்திற்குள் பொதுவாகச் செல்லமாட்டார்கள். எனவே அங்குக் காட்டுப் பறவைகள் முட்டையிட்டுக் குஞ்சு பொரித்து வாழும். குறும்பூழ் என்பது காடை என்ற பறவையைக் குறிக்கும். இந்தக் காடையின் குஞ்சு வெண்கடம்பு மலரைப் போன்று இருக்கும் என்று கூறுகிறார் புலவர். அவர் தரும் இன்னொரு அற்புதமான உவமை இது.

வெண் கடம்ப மரம்   வெண்கடம்பு மலர்   காடைக் குஞ்சு

கதிர் அறுப்பதற்கு ஆட்கள் காட்டினுள் நுழைந்தவுடன் அங்கு வாழ்ந்துகொண்டிருந்த காடைப் பறவைகள் தங்கள் குஞ்சுகளோடு அந்த இடத்தை விட்டு வெளிச்செல்கின்றன. இதனையே **அரி புகு பொழுதின் இரியல் போகி'** என்று புலவர் கூறுகிறார். காடைப் பறவையை ஆங்கிலத்தில் jungle bush quail bird என்கிறார்கள். இதைப் பற்றி ஆய்ந்த உயிரியலார் கூறுவதைப் பாருங்கள்:

Jungle bush quail bird is a terrestrial species, feeding on seeds and insects on the ground. It is notoriously difficult to see, keeping hidden in crops, and reluctant to fly, preferring to creep away instead.

The natural habitat of the Jungle bush quails mostly consists of the Indian dry grasslands.

The bird is usually seen in small conveys and is quite **shy by nature**. One can get a glimpse of the Jungle bush quails of India mainly when they **burst out into flight from under the vegetation.**

இயல்பாக இப்பறவைகள் வெளியே வருவதில்லை. ஆனால் ஏதோ ஒரு காரணத்தினால் அவை வெருண்டுபோகும் போது வெடித்துச் சிதறுவது போல் வெளிக்கிளம்பும் என்று மேலே காண்கிறோம். இதனையே புலவர் **இரியல் போகி** என்கிறார். **burst out** என்ற தொடருக்கு வெடித்து மேலெழு , தெறித்துச்சிதறு , பீரிடு , விரைவுடன் வெளிப்படு , விசையுடன் வெளித்தோன்று என்றெல்லாம் பொருள் கொள்ளலாம். எனினும் இன்று வழக்கொழிந்துபோன இரியல் போகு என்ற தொடரே இதற்கு இவ்விடத்தில் நேர்பொருள் தரும்.

ஆண்காடையின் கழுத்தின் கீழ்ப்புறம் கறுப்பாக இருக்கும். இதையே **கறை அணல் குறும்பூழ்** என்கிறார் புலவர். இவற்றின் கால்கள் குட்டையாக இருப்பதையும் கவனியுங்கள். இதனையே புலவர் **குறுங்கால்** என்கிறார். இவை பார்ப்பதற்கு நாம் வீடுகளில் வளர்க்கும் கோழியைப் போல் தோற்றம் அளிக்கின்றன. பொதுவாகக் வீட்டுக் கோழிகளில் முட்டை இட்ட பின் சேவல்

குறும்பூழ் – காடை ஆண்

பெண்

பேடையைக் கண்டுகொள்வதில்லை. குஞ்சுகளை வளர்ப்பது பேடை மட்டுமே. ஆனால் இங்கு ஆபத்து வரும்போது வளரும் இளம் பிள்ளைகளைத் தழுவிக்கொண்டு ஆண் காடை கூட்டிச்செல்லும் என்று புலவர் கூறுகிறாரே! இங்கு உயிரியலார் கூறுவதைப் பாருங்கள்:

The male Jungle bush quail is very protective of the female as well as the newly hatched chicks.

காடுகளிலும் மலைகளிலும் காத்துக்கிடந்து அரிதின் முயன்று பெற்று இன்றைய உயிரியலார் நமக்கு இந்த அரிய உண்மைகளைத் தருகின்றனர். ஆனால் சங்கப்புலவர் போகிறபோக்கில் இத்தனை உண்மைகளைத் தெரிவிப்பதைக் காணும்போது அவருடைய

பட்டறிவின் ஆழத்தையும் அகலத்தையும் எண்ணி எண்ணி வியப்படையாமல் இருக்கமுடியவில்லை. அதே நேரத்தில் ஓரிரு சொற்களில் ஓராயிரம் செய்திகளைப் பொதிந்து வைத்திருக்கும் சங்க இலக்கியங்களின் திண்மையையும் செறிவையும் புகழ்ந்து போற்றாமல் இருக்கவும் முடியவில்லை.

காடையைப் பற்றி மற்றொரு செய்தியும் காணக்கிடக்கிறது. காடை சித்திரை மாதத் தொடக்கத்தில் (*April 14*) முட்டையிடும். அது இளவேனில் தொடக்கம். சுமார் 7 நாட்கள் முட்டையிட்டு 20 நாட்கள் அடைகாக்கும். வைகாசியில் குஞ்சு பொரிக்கும்.

(The eggs are laid on consecutive days during the spring season i.e., around mid-April. The number of eggs laid falls between five and seven and is usually an odd number. The incubation period ranges from 19 to 20 days.)

காடைக்குஞ்சுகள் பறக்கும் நிலையை அடைய சுமார் ஒரு மாதகாலம் ஆகும். அப்போது அது இளவேனில் முடியும் காலம். அப்போதுதான் அறுவடை நடக்கிறது. பறவைகள் குஞ்சுகளைக் கூட்டிக்கொண்டு வெருண்டு ஓடுகின்றன. அந்நேரம் பாணன் குடும்பத்தினர் அவ்விடத்தைக் கடந்து செல்கிறது. காய்சினம் திருகிய கடுந்திறல் வேனில் என்ற வரியுடன் இதனை இயைபுப் படுத்திப் பார்க்கும்போது பாணனின் பயணம் உண்மையிலேயே புலவர் நடந்து பார்த்த அனுபவமே என விளங்குகிறது.

5. பெரும்பாணன் சென்ற வழி

பாணர்கள் எந்த வழியில் சென்றாலும் அவர்கள் போய்ச் சேர்கிற இடம் மன்னன் இருப்பிடம்தான். பெரும்பாணாற்றுப்படையின் பாட்டுடைத்தலைவன் தொண்டைமான் இளந்திரையன். காஞ்சிபுரத்தைச் சுற்றிய பகுதிகள் தொண்டைமண்டலம் எனப்படும். இவனது தலைநகர் காஞ்சிபுரம். இப்பாடலைப் பாடிய புலவர் கடியலூர் உருத்திரங்கண்ணனார். கடியலூர் எந்தப் பகுதியைச் சேர்ந்தது என்று இன்னமும் கண்டறியப்படவில்லை. இருப்பினும் சிறுபாணாற்றுப்படையில் கண்டதுபோல் இப்பாடலில் கூறப்படும் பெரும்பாணனும் இவரது ஊரிலிருந்தே புறப்படுவதாக இவர் தன் பாடலை அமைத்திருப்பார் என்று கருத இடமுண்டு.

இரு பாணர்களும் ஒரு நெடுவழியில்தான் சந்திக்கின்றனர். அது

உமணர்களும் வணிகச் சாத்துகளும் செல்லும் ஒரு நெடுஞ்சாலை. **'பல் எருத்து உமணர் பதி போகு நெடுநெறி'** (பெரும் 65) என்றும் **'வம்பலர், . . . சாத்தொடு வழங்கும் உல்குடைப் பெருவழி'** (பெரும் 76,80-81) என்றும் வரும் அடிகளால் இதனை உணரலாம். சுங்கச் சாலைகள் அமைந்த வழி என்பதால் அது இரு வணிகத்தலங்களுக்கு இடைப்பட்ட பகுதி எனவும் பெறப்படும். இவ்வழியில் சென்றால் முதலில் வருவது ஒரு எயினர் குடியிருப்பு. எனவே, இப்பகுதி ஒரு வளம் குன்றிய பாலைநிலப் பகுதி என அறியலாம்.

இந்த நெடுவழியே செல்லும்போது பாணன் முதலில் அடையும் பெரிய ஊர் **நீர்ப்பெயற்று** என்னும் கடற்கரைப் பட்டினம் ஆகும். இது இன்றைய மாமல்லபுரம் என்று அறிஞர் கூறுவர். இந்த மாமல்லபுரத்திற்கு வடமேற்கே உள்ளதுதான் காஞ்சிபுரம். எனவே பாணன் மாமல்லபுரத்திற்குத் தெற்கில் உள்ள பாதைவழியாகத்தான் சென்றிருக்கவேண்டும். மாமல்லபுரத்திற்குத் தெற்கில் உள்ள பெரிய கடற்கரைப் பட்டினம் காவிரிப்பூம்பட்டினம் ஆகும். இது சங்க காலத்தில் பெரிய கடல் வணிக மையமாக இருந்தது. நாட்டின் பல பாகங்களிலிருந்தும் ஏற்றுமதிக்காகப் பண்டங்கள் வரும் ஊர் அது. இறக்குமதி செய்யப்பட்ட பண்டங்களும் உள்நாட்டிற்கு எடுத்துச்செல்லப்படவேண்டும். எனவே பாணன் சென்றவழி காவிரிப்பட்டினம் - மாமல்லபுரம் நெடுஞ்சாலையே எனப் பெறப்படும்.

இனி, பாணன் நின்ற இடம் ஒரு பாலைநிலப்பகுதி. வழிநெடுகிலும் அவன் பல எயினர் குடியிருப்புகளையும், அரண்களையும் பார்க்கிறான். வழியில் அன்றைக்கு வேறு எந்தப் பெரிய ஊரும் இருந்ததாகப் புலவர் கூறவில்லை. இந்த நெடிய பாலைவழியின் இடையில் சிறிய ஒரு மலைப்பகுதி இருப்பதாகப் புலவர் கூறுகிறார் (பெரும் 134-146). பதின்மூன்றே அடிகளில் அந்தக் குறிஞ்சி நில மறவர்களின் வாழ்க்கையைச் சுருக்கமாகக் கூறுகிறார் இவர். எனவே அது ஒரு மிகச் சிறிய மலைப்பகுதி என்பது பெறப்படுகிறது. அதனை அடுத்து முல்லைநிலக் கோவலரின் வாழ்க்கையை விரிவாகக் கூறுகிறார் புலவர். எனவே ஓரளவுக்கு வளம் பெற்ற இந்த முல்லைநிலப் பகுதி சற்றுப் பெரிய பகுதியாக இருத்தல் வேண்டும்.

அடுத்து, புலவர் ஒரு வளமிக்க மருதநிலப் பகுதியின்

சுறுசுறுப்பான வாழ்க்கையைப் பற்றிக் கூறுகிறார். எனவே அது ஒரு ஆற்றங்கரைப் பகுதியாக இருக்கவேண்டும். இங்கு உழவர், வலைஞர், அந்தணர் ஆகியோரின் குடியிருப்புகளையும், அவர்களின் உணவுப் பழக்கங்களையும் வாழ்க்கை முறைகளையும் புலவர் நூறு அடிக்ளுக்கும் மேலான ஒரு நீண்ட பகுதியில் குறிப்பிடுகிறார். எனவே அந்த ஆற்றுப்படுகை ஒரு நீண்ட பகுதியாக இருக்கவேண்டும். மாமல்லபுரத்திற்குத் தெற்கில் உள்ள பெரிய ஆற்றுப்படுகை பாலாற்றுப் படுகைதான். இதைக் கடந்தபின்னர் பாணன் மாமல்லபுரத்தை அடைகிறான். பின்னர் அங்கிருந்து காஞ்சிக்குப் பயணம் மேற்கொள்கிறான். இந்தப் பகுதி முழுவதும் வாழை, தென்னை, கமுகு ஆகியவை நிறைந்த வளம் மிக்க பகுதி எனக் காண்கிறோம். மாமல்லபுரத்தை விட்டுச் செங்கல்பட்டைத் தாண்டிய பின்னர் காஞ்சிபுரம் வரையில் பயணம் ஏறக்குறைய பாலாற்றங்கரை வழியேதான் செல்கிறது. எனவேதான் இது வளமிக்க பகுதியாக வருணிக்கப்படுகிறது. மாமல்லபுரத்திற்கும் காஞ்சிபுரத்திற்கும் இடைப்பட்ட தூரம் சுமார் 66 கி. மீ. (40 மைல்). ஆனால் இப்பகுதி ஒரு நீண்ட தொலைவு எனப் புலவரால் கூறப்படுகிறது. **'வாடா வள்ளியின் வளம் பல தரும் நாடு பல கழிந்த பின்றை'** - பெரும் (370-371). எனவே மாமல்லபுரத்திற்கு முந்தைய பயணம் இதைக் காட்டிலும் சிறிய அளவினதாய் இருந்திருக்கவேண்டும். மாமல்லபுரத்திற்குத் தென்மேற்கே ஏறக்குறைய 30 கி.மீ. - க்குள் அமைந்திருந்த ஊரே பாணர்கள் சந்தித்துக்கொண்ட ஊர் என்பது பெறப்படும். அதற்கு முன்னர் பெரும்பாணன் பல ஊர்களைச் சுற்றித் திரிந்திருக்கிறான் என்பதைக் **'கல்லென் சுற்றமொடு கால்கிளர்ந்து திரிதரும் .. பாண** (பெரும் 20-21) என்ற வரிகளால் அறிகிறோம். எனினும் அவன் இளந்திரையனின் தொண்டைமண்டலத்தைச் சேர்ந்தவன் என்பதையும் புதிய பாணன் கூற்று வழியாக அறிகிறோம். எனவே பெரும்பாணனின் ஊர் மாமல்லபுரத்திற்குத் தென்மேற்கே, ஏறக்குறைய 40 கி.மீ. - க்குள் இருக்கும் ஒரு வறண்ட பாலைநிலப் பகுதியாக இருக்கவேண்டும். எனவே அது மதுராந்தகத்திற்கு அருகில் இருக்கவேண்டும். அங்குள்ள கொடுங்களூர் அல்லது இராமாவரம் பகுதியாக இருக்கலாம். அது ஒரு இயற்கை நீர்வளம் குறைந்த பாலை நிலப்பகுதியாக அப்பொழுது இருந்தது. அன்றைக்கு முக்கியமாக இருந்த ஒரு வணிகப் பெருவழியின் அருகில் இருந்தது. அதனை அடுத்து மலைகள் நிறைந்த குறிஞ்சிநிலப் பகுதி இருப்பதாகக் குறிப்பிடப் பட்டிருப்பதால் மலையின்

மேற்குச் சரிவுப் பக்கமே அந்த ஊர் இருந்திருக்க வேண்டும். மலையில் ஏறி இறங்கியவுடன் வழக்கமாக இருக்கும் முல்லைநிலப் பகுதியில் பாணன் செல்கிறான். அதைத் தாண்டியவுடன் அவன் பாலாற்றின் படுகையில் வளமிக்க நெல் வயல்களுள்ள மருதநிலப் பகுதிக்கு வருகிறான். ஆற்றைத் தாண்டிப் பின்னர் மாமல்லபுரம்

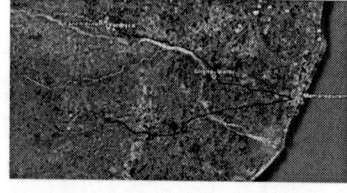

செல்கிறான். இந்தத் தூரம் ஏறக்குறைய 40 கி.மீ. அளவு இருக்க வேண்டும். பின்னர் அவன் அங்கிருந்து சுமார் 60 கி.மீ. தொலைவில் உள்ள காஞ்சிபுரத்திற்குப் போகிறான். அவன் நடந்து சென்றிருக்கக் கூடிய பாதையைப் படத்தில் காணலாம்.

தமிழரின் பெரும்பொழுதுகள்

சித்திரை - வைகாசி	Apr 14 - Jun 13	இளவேனில்
ஆனி - ஆடி	Jun 14 - Aug 13	முதுவேனில்
ஆவணி - புரட்டாசி	Aug 14 - Oct 13	கார்
ஐப்பசி - கார்த்திகை	Oct 14 - Dec 13	கூதிர்
மார்கழி - தை	Dec 14 - Feb 13	முன்பனி
மாசி - பங்குனி	Feb 14 - Apr 13	பின்பனி

இப்போது தமிழ்நாட்டில் அடிக்கும் வெயிலைப் பார்த்தால் Jun 14-Aug 13தான் முதுவேனில் என்பது மிகவும் பிந்தையது எனத் தோன்றுகிறது. உண்மையில் சூரியன் நிலநடுக்கோட்டைத் தாண்டும் நாளான March 23தான் சித்திரை 1 என முற்காலத்தில் இருந்திருக்கவேண்டும். தமிழரின் நாட்கணக்கில் லீப் வருடம் போன்ற சரிசெய்தல்கள் இல்லாததால் தமிழரின் ஆண்டுக் கணக்கீட்டில் சிறிய தவறுகள் கூடிக்கொண்டே வந்து இத்தகைய பிழைகள் நடந்திருக்கலாம். எனவே சரியான கணக்கீட்டில் Mar 23-May 22 இளவேனில் என எடுத்துக்கொண்டால் காடை முட்டையிடும் Apr 14 இளவேனில் நடுக்காலம் ஆகிறது.

திருத்தி அமைக்கப்பட்ட பெரும்பொழுதுகள்

சித்திரை - வைகாசி	*Mar 23 - May 22*	இளவேனில்
ஆனி - ஆடி	*May 23 - Jul 22*	முதுவேனில்
ஆவணி - புரட்டாசி	*Jul 23 - Sep 22*	கார்
ஐப்பசி - கார்த்திகை	*Sep 23 — Nov 22*	கூதிர்
மார்கழி - தை	*Nov 23 — Jan 22*	முன்பனி
மாசி - பங்குனி	*Jan 23 — Mar 22*	பின்பனி

*Apr 14*க்குப் பிறகு 7 நாள் முட்டையிட்டு 20 நாள் அடைகாத்துக் குஞ்சு பொரிக்கும் நாள் *May 10* வாக்கில் இருக்கும். அதன்பின் குஞ்சுகள் நடந்து செல்லும் அளவுக்கு வளர 15 நாள் ஆகலாம். எனவே *May 25* அளவில் அவர்கள் அவ்விடத்தைக் கடக்கிறார்கள். அது இளவேனில் முடியும் காலம்.

தங்களின் இருப்பிடத்தைவிட்டு உமணர் பதி போகு நெடுநெறியை (அடி 65) அடைந்த பாணர் அங்கு புதிய பாணனைச் சந்தித்து வழி தெரிந்துகொண்டு முதலில் ஒரு எயினர் குடியிருப்பை அடைகிறார்கள். அங்கு உண்டு களைப்புத் தீர்ந்த பின் ஓரிரு நாள் தங்கியிருந்திருக்கலாம். பின்னரும் வழிநெடுக எயினர் அரண்கள் பலவற்றில் உண்டு தங்குகின்றனர் (வயின்தொறும் பெறுகுவிர் - அடி 133). இதற்கு 7 நாட்கள் ஆகியிருக்கலாம். பின்னர் குறிஞ்சிநில ஊரை அடைந்து அங்கும் ஓரிரு நாட்கள் தங்கியிருக்கலாம். அதை விட்டுச் சென்று ஒரு கோவலரின் குடியிருப்பை அடைகிறார்கள். அன்றிரவே அவர்கள் அங்கு சென்றிருக்கலாம். மறுநாள் அவர்கள் கோவலரின் மாட்டுக்கிடை வழியே சென்று மீண்டும் ஒரு முல்லைநில ஊரை அடைகிறார்கள். அங்கு வரகஞ்சோற்றை உண்டு தங்கியிருந்து விட்டு அவ்வூரைத் தாண்டிப் போகும்போதுதான் அறுவடை நடக்கும் வரகுக் காடுகள் வழியாகச் செல்கிறார்கள். எனவே அவர்கள் தாங்கள் புறப்பட்ட பின் சுமார் 15 நாட்கள் கழித்து வரகுக் காட்டை அடைகிறார்கள். எனவே இன்றைய கணக்கில் அவர்கள் மே மாதம் (*May*) முதல் வாரத்தில் ஊரைவிட்டுப் புறப்பட்டிருக்கவேண்டும்.

மலைபடுகடாம்

5 மலைபடுகடாம்

ஆற்றுப்படை நூல்களிலேயே மிகச் சிறந்தது என அறிஞர்களால் போற்றப்படும் மலைபடுகடாம் என்னும் இந்நூல் பத்துப்பாட்டில் இறுதியாக வைக்கப்பட்டுள்ளது. ஒரு திரைப்படத்தின் மிகச்சிறந்த காட்சிகள் அதன் உச்சகட்ட நிகழ்ச்சிகளே. அவை படத்தின் இறுதியில் இருப்பது போல் பத்துப்பாட்டு நூல்களின் உச்சகட்டம் இந்த நூலே. ஆற்றுப்படை நூல்களிலேயே இது மிகப் பெரியதும் ஆகும். மொத்தம் 583 அடிகளைக் கொண்டது. பாட்டுடைத் தலைவன் **பல்குன்றக் கோட்டத்துச் செங்கண் மாத்துவேள் நன்னன் சேய் நன்னன்** ஆவான். செங்கண்மா இவனது தலைநகர் என்று தெரிகிறது. திருவண்ணாமலைக்கு மேற்கில் 34 கி.மீ. தொலைவில் இருக்கும் செங்கம் என்ற ஊர் இதுவாக இருக்கலாம் என்பது அறிஞர் கருத்து. இந்நாட்டைச் சேர்ந்தனவாகச் சேயாறு, நவிரமலை ஆகியவை பாடலில் கூறப்பட்டுள்ளன. நவிரமலை என்பது திருவண்ணாமலைக்கு அருகில் உள்ள திரிசூலகிரி எனப்படும் பர்வதமலை என்பர். சேயாறு இப்பொழுது செய்யாறு என்று அழைக்கப்படுகிறது. இப்பாடலின் ஆசிரியர் **இரணிய முட்டத்துப் பெருங்குன்றூர் பெருங் கௌசிகனார்** என்பவராவார். இரணியமுட்டம் என்பது மதுரை அருகே உள்ள **யானைமலைப்** பகுதி என்பர்.

வறுமையால் வாடிய பாணன் ஒருவன் தன் வீட்டைவிட்டுப் புறப்பட்டு யாரிடம் செல்வது என்று தெரியாமல் அங்குமிங்கும் சுற்றிக்கொண்டிருக்கிறான். செல்கின்ற வழியில் ஒருநாள் அவனைப் போன்ற இன்னொரு பாணனைச் சந்திக்கிறான். பின்னவனோ செல்வச் செழிப்புடன் இருக்கிறான். அப்போது அந்தப் புதியவன் முன்னவனிடம், தான் நன்னனிடம் பெற்ற நன்மைகளைப் பற்றிக்

கூறி அவனையும் நன்னனிடமே செல்லுமாறு அறிவுறுத்துகிறான். மேலும் அங்கிருந்து நன்னனைச் சென்றடைவதற்கான வழிகளையும் அவற்றின் தன்மைகளையும் அங்கங்கு வாழும் மனிதர்களின் வாழ்க்கை முறைகளையும் எடுத்துரைக்கிறான்.

1. மலைபடுகடாம் - உரைநடைச்சுருக்கம்

வறுமையில் வாடிய பாணன் ஒருவன் யாரிடமாவது சென்று பரிசில் பெற்றுத் தன் வறுமையைப் போக்கியாக வேண்டும் என்று முடிவுசெய்தான். உடனே தனது ஒரே செல்வமான இசைக்கருவிகளை மூட்டை கட்ட ஆரம்பித்தான். முதலில் **மத்தளத்தை** எடுத்து இடி முழங்குவதுபோல் டம் டம் என்று அடித்துப் பார்த்து வார்க்கட்டுகளைச் சரிசெய்தான். பின்னர் **ஆகுளி** என்ற சிறுபறை, **பாண்டில்** என்ற கஞ்சதாளம் (cymbals), **ஊதுகொம்பு**, மூங்கிலால் ஆன **தூம்பு** எனப்படும் நெடுவங்கியம், **பெருவங்கியம்**, புல்லாங்**குழல், தட்டை** எனப்படும் கரடிகை, **எல்லரி** எனப்படும் சல்லிப்பறை, **பதலை** எனப்படும் ஒருகண் மாக்கிணை போன்றவற்றையும் இன்னும் பிற கருவிகளையும் இரண்டு உறைகளில் போட்டான். பார்ப்பதற்குப் பலாக்காய்க் கொத்துக்களைப் போல் தோற்றமளித்த அம்மூட்டைகள் இரண்டுமே சரியான எடையுள்ளதாக இருக்கும்படி செய்து மூட்டைகளைக் கட்டி, காவடிமரத்தின் இருபக்கங்களிலும் இணைத்துத் தோளில் தூக்கிக்கொண்டான். பின்னர் தன் குடும்பத்தினரையும் நெருங்கிய சுற்றத்தினரையும் அழைத்துக்கொண்டு ஊரைவிட்டுப் புறப்பட்டான்.

முதலில் அவர்கள் எதிர்கொண்டது ஒரு மலைப்பாதை. கடுக்காய் மரங்கள் நிறைந்த பெரிய மலைச்சரிவில் ஏறிச்சென்றார்கள். பின்னர் அங்கங்கே படுக்கவைத்தது போன்ற பாறைகள் உள்ள பகுதியை அடைந்தார்கள். அவற்றினூடே ஒரு இடுக்கமான சிறிய பாதை இருந்தது. படுக்க வைத்திருக்கும் ஏணியை எடுத்துச் சாய்த்து நிறுத்தியது போல எட்ட இருக்கும் ஒற்றையடிப் பாதையையும் யாரோ எடுத்து நிறுத்தியதுபோல் தோன்றியது அவர்களுக்கு. ஆனால் ஆங்காங்கு தங்கள் குடும்பத்துடன் வசிக்கும் மலைவாழ் மக்கள் இருந்தார்கள். அவர்கள் தங்கள் வில்லில் அம்பைத் தொடுத்தவராய் இருந்தும் வழிப்போவோருக்கு ஒரு துன்பமும் செய்யாதவர்கள். மாறாக வழிச்செல்வோரைக் கைகொடுத்துத் தூக்கிவிட்டு நல்ல வழியையும் காட்டி உதவிசெய்வர். இவ்வாறான

பாறைக்குன்றுகளின் மேல் நடந்துசெல்வது மிகச் சிரமமாக இருந்தாலும் பசிக்கொடுமையைக் காட்டிலும் அது கடினமான ஒன்றாக அவர்களுக்குத் தெரியவில்லை. சில இடங்களில் செங்குத்தான பாறைகளில் செதுக்கிப் பாதை அமைக்கப் பட்டிருந்தது. அந்தப்பகுதிகளில் பழைய வழித்தடத்தையே பார்த்துப் பார்த்து நடந்து போனார்கள். இவ்வாறு நடந்து செல்லும் பாணர்கள் சாதாரணமானவர்கள் அல்லர். மிகவும் நுணுக்கத்துடன் **பேரியாழ்** என்றழைக்கப்படும் பெரிய யாழை அருமையாகச் செய்ய வல்லவர்கள். இசை கற்றோர் நிரம்பிய அரசவையிலுள்ளோரும் ஏற்றுப் பாராட்டும்படி இசைக்கலையின் பல துறைகளைக் கற்றுத் துறைபோகிய முதியவர்கள். இவர்களுடன் அந்த உயரமான மலைகளில் எவ்விதத்தீங்கும் இன்றி விறலியர் நடந்துசென்றார்கள். ஓடிக் களைத்த நாயின் வாயில் தொங்குகின்ற நாக்கைப் போல் மென்மையான அவர்களின் பாதங்கள் களைப்பாலும் கற்களை மிதித்துச் செல்வதாலும் மிகவும் தளர்ந்து போயிருந்தன. ஒரு மயில் கூட்டம் தங்கள் தோகைகளைத் தாழ்த்திக்கொண்டு செல்வது போல் அவர்கள் சாய்ந்து சாய்ந்து நடந்தனர். அப்போது மழைநீரால் கழுவப்பட்ட மணற்பாங்கான ஒரு நிலத்தில் இருந்த ஒரு மரத்தின் குளிர்ச்சியான நிழலைக் கண்டு அங்கு சிறிது நேரம் தங்கியிருந்தனர். அப்போது அவர்களைப் போன்ற மற்றொரு பாணன் செல்வச் செழிப்போடு அங்கு வந்தான். அங்கு அமர்ந்திருப்போரின் நிலையைக் கண்டு அவர்களைப் புரிந்துகொண்ட அந்தப் பாணன் அவர்களைப் பார்த்துப் பேச ஆரம்பித்தான்.

தூய்மையான மலர்களை நிறையத் தாங்கிகொண்டு தூக்கியுயர்த்திய கரைகளை முழுதும் நிறைத்துக்கொண்டு பெருகிவரும் வெள்ளத்தோடு கடலை நோக்கிப் பெருமிதமாய் நடைபோடும் ஆற்றினைப்போல் வருகின்ற நாங்கள் நன்னன் என்ற மன்னனிடமிருந்து வருகின்றோம். அவன் தந்தையின் பெயரும் நன்னனே. நீங்களும் அவனிடத்தில் சென்றால் உங்களுக்கும் நல்லகாலம் பிறக்கும்; நல்லவேளை என்னைச் சந்தித்தீர்கள். அவனுடைய சிறப்புகளையும் அவனிடம் செல்வதற்கான வழியையும் நான் உங்களுக்குக் கூறுகிறேன்.

நன்னனின் இருப்பிடமான ஊர் மிகப் பழமை வாய்ந்தது. பாதுகாப்பு நிறைந்த ஆழமான அகழிகளையும் வானை முட்டிய கோட்டை மதில்களையும் கொண்டது அது. அங்கு செல்வதற்கான

திசையும் இதுவே. வழியெல்லாம் வளம் நிறைந்த நிலங்களையே பார்ப்பீர்கள். வானம் பொய்க்காமல் மழையைத் தருவதனால் விதைத்ததெல்லாம் விரும்பியவாறே விளையும் பெரிய கொல்லை நிலங்கள் அவை. அகன்று விரிந்த வானத்தில் கார்த்திகை மீன்கள் மின்னுவது போல் முசுண்டைக் கொடிகளில் வெள்ளைப் பூக்கள் விரிந்து கிடக்கும். எள்ளுச் செடிகளில் ஒரு கைப்பிடியில் ஏழு காய்கள் மட்டுமே அடங்கும் என்னும் அளவுக்குப் பெரியதாய்க் காய்த்துக் கிடக்கும். முறுக்கெடுத்துப்போய் இருக்கும் முற்றிய தினைக்கதிர்களை அறுத்த அடிக்கட்டைகளில் அவரைக் கொடிகள் அடர்ந்து கிடக்கும். பாறைகள் நிறைந்த பாதையின் அருகே வளைந்து கிடக்கும் வரகுக் கதிர்கள் கொடும் அரிவாளால் கொய்யப்பட்டுக் கிடக்கும். மலைநெல் ஒரு பக்கம் விளைந்து கிடக்க மறுபக்கம் அறுத்துக் கிடக்கும் கரும்புத் தட்டைகள் ஆலையில் அரைபடக் காத்துக் கிடக்கும். மூங்கில் நெல்கதிர் முற்றிக் கிடக்கும். உழாமல் விதைத்த வெண்சிறுகடுகு உயர்ந்து நெருங்கி வளர்ந்து கிடக்கும். வெண்ணெல் கழனிகளில் விரிந்து கிடக்கும் கரும் நெய்தல். மரப்பாச்சிப்பொம்மையைப் போன்ற பொலிவுடன் இஞ்சி உறைப்புக் கொண்டு முற்றிக் கிடக்கும். குழிகள்தோறும் கவலைக் கொடியின் கொழுத்த கிழங்குகள் வேர்விட்டுக் கிடக்கும்.

கூரிய முனைகொண்ட வாழைப்பூக்கள் குறும்பாறைகளில் குத்தி நிற்க இறுகிய குலையாய் வாழைத்தார்கள் இனிக்கும் பழத்துடன் முதிர்ந்து கிடக்கும். பயன்தரும் நிலையில் பெருமூங்கில் நெல் பறிப்பார் இன்றி ஏங்கிக்கிடக்கும். பருவம் மாறியும் நாவல் மரங்களில் பழுத்த கனிகள் உதிர்ந்து கிடக்கும். குடிநீருக்கு மாற்றுநீர் தரும் உயவைக் கொடிகள் பரந்து கிடக்கும். கூவைக் கிழங்குகள் மாவுப்பிடித்துக் குழுமிக்கிடக்கும். தித்திக்கும்

நாவல் பழம்

சாறுகொண்ட தேமாங்கனிகள் தின்னமுடியாமல் திகட்டவைக்கும். உயர்ந்து நிற்கும் ஆசினிப்பலாவிலிருந்து அதன் பழுத்து வெடித்த பழங்களின் கொட்டைகள் உதிர்ந்து விழும். விரல்களால் தட்டும் ஆகுளிப்பறையில் மாறி ஒலிக்கும் ஓசையைப்போல மலையின் ஆந்தைகள் மாறிமாறி ஒலிக்கும். மழை நன்கு பெய்ததினால் பலாமரத்தின் மேலும் கீழும் பழங்கள் கூத்தரின் மத்தளம் போல் கொத்துக் கொத்தாய்த் தொங்கிக் கிடக்கும். (புலவர் வருணித்துள்ள காட்சிகளின் விரிவான விளக்கங்களையும் படங்களையும் சிறப்புக்காட்சிகள் -1இல் படித்து மகிழுங்கள்)

உயவைக் கொடி

கூவைச் செடி

கூவைக் கிழங்கு

அங்கு நீங்கள் கானவரைப் பார்ப்பீர்கள். மலைத்தேனையும் கிழங்குகளையும், பன்றிக்கறி நிறைந்த கூடைகளையும், தங்களுக்குள் போரிட்டுத் தாமாக இறந்த யானைகளின் தந்தங்களையே காவுமரமாகக் கொண்ட தங்கள் காவடிகளில் சுமந்து வருவர். அவர்களுடன் சென்று அவர்களின் சிற்றூரில் நீங்கள் தங்கலாம். அங்கே உங்கள் அனைவருக்குமே நல்ல உணவு கிடைக்கும். இரவில் நன்கு தூங்கிக் காலையில் புத்துணர்ச்சியுடன் புதுமலர்களைச் சூடிக்கொண்டு செப்பனிடப்பட்ட நல்ல பாதை வழியாக ஏற்ற இறக்கங்கள் நிறைந்த மலைச்சரிவுகளில் நடந்து மலையடிவாரத்தை அடுத்திருக்கும் ஓர் ஊரை அடைவீர்கள்.

அங்குள்ள ஊர் மக்களிடம் நாங்கள் நன்னனைப் பாடச் செல்லும் கூத்தர்கள் என்று சொல்லுங்கள். கூச்சமில்லாமல் உங்கள் சொந்த வீட்டிற்குள் நுழைவதுபோல் உரிமையோடு நீங்கள் அவர்கள் வீட்டுக்குள்ளே செல்லலாம். அவர்கள் உங்களை இனிய மொழிகளால் வரவேற்று நன்கு உபசரிப்பார்கள். நெய்யில் பொரித்த பெரிய பெரிய தசைத்துண்டுகளும் பருக்கை பருக்கையான தினைச்சோறும் வேண்டிய அளவுக்கு அங்கு உங்களுக்குக் கிடைக்கும். மூங்கில் குழாய்களுக்குள் ஊற்றி ஊறவைத்த தேன் கலந்த இனிமையான கள்ளின் தெளிவை

குறையில்லாமல் நீங்கள் பருகலாம். காலையில் எழும்போது அவ்வீட்டுக் குறமகள் ஆக்கிய உணவு உங்களுக்காகக் காத்திருக்கும். அங்குள்ள மக்கள் பசுமோரையே உலைநீராக வைத்து மூங்கில் அரிசியால் சோறு ஆக்குவார்கள். அத்துடன் பலாக்கொட்டைகளையும் மானின் கொழுத்த இறைச்சித் துண்டுகளையும் காட்டுப்பன்றியின் கொழுப்புடன் சேர்ந்த தசைகளையும் வேட்டைநாய் கொண்டுவந்த உடும்புக்கறியையும் புளியுடன் கலந்து பிசைந்து சேர்த்து வேகவைப்பார்கள். அந்த ஊரே கமகமக்கும்படி அந்தக் குறமகள் ஆக்கும் உதிரி உதிரியாக மலர்ந்த வெண்ணிறச் சோற்றை மிகுந்த ஆர்வத்துடன் உங்களுக்கு அளிப்பார்கள். தாய் பிள்ளையாக உங்களைப் பாவித்து உறவுப் பெயர்களில் உங்களை அழைத்து வீடுகள்தோறும் விருந்து கொடுப்பார்கள். நீங்கள் நினைத்துச் சென்ற காரியத்தையே மறந்து நீண்ட நாட்கள் அங்கு தங்கியிருக்க உங்களுக்குத் தோன்றும். இருப்பினும் அங்குள்ள குவளை மலர்களை நீங்கள் தொடவே கூடாது. அவை தெய்வத்திற்குரியவை. மலைத் தேவதைகளின் இருப்பிடங்களைக் காண நேர்ந்தாலும் ஒதுங்கிவிடுங்கள். எனவே அங்கு பல நாட்கள் தங்கிடாமல் சீக்கிரமாக மலையை விட்டிறங்கிச் சமவெளிப்பகுதிக்கு வந்து சேருங்கள். வருகின்ற வழியில் தினைப்புனங்கள் உண்டு. காட்டுப்பன்றிகள் பயிரை நாசம் செய்யாதிருக்க விலங்கு பிடிக்கும் பொறிகளை வழிகளில் வைத்திருப்பார்கள். எனவே இரவில் தங்கி விடியற்காலையில் பயணத்தை மேற்கொள்ளுங்கள். அடுத்தடுத்துப் பலர் புழங்காத பாதைகளில் நீங்கள் போக நேர்ந்தால் கவனமாக இருங்கள். சரளைக்கல் நிறைந்த தரைகளின் வெடிப்புகளுக்குள் பாம்புகள் மறைந்து சுருண்டு கிடக்கும். எனவே மரங்கள் இருந்தால் அவற்றில் ஏறிக் கைகளைத் தட்டி ஒலி எழுப்பியவாறு செல்லுங்கள். உங்களுடன் வரும் விறலியர்கள் கைகூப்பி இறைவனை வேண்டியவாறே வர வலப்பக்க வழியிலேயே செல்லுங்கள்.

தினைப்புனத்தைக் காவல்செய்யும் குறவர் உயரமான காவல் பரண்களில் இருப்பார்கள். பகலில் புனத்தில் மேயவரும் யானைக் கூட்டத்தை வெருட்டி ஓட்ட அவர்கள் கவண் வீசுவார்கள். கடும் விசையுடன் வரும் அந்தக் கவண் கற்கள் மூங்கில் கழைகளில் பட்டுத் தெறிக்கும். அவற்றின் ஒலி கேட்டு கருவிரல் குரங்குகள் பயத்தினால் மிரண்டு ஓடும். அவற்றினின்றும் தப்பிக்க மரங்களின் பின் மறைந்து கொண்டே செல்லுங்கள்.

அங்கு ஒரு காட்டாற்றைக் காண்பீர்கள். உயர்ந்த கரைகளைக் கொண்டு மிகவும் ஆழத்தில் சுழித்துக்கொண்டு ஓடும் ஆறு அது. யானைகளையும் விழுங்கும் பெரிய முதலைகள் அங்கு சோம்பிப் படுத்திருக்கும். பகலிலும் இரவுநேரத்தைப் போல் இருள் சூழ்ந்திருக்கும். கரையிலிருக்கும் ஒற்றையடிப் பாதை வழுக்கும் தன்மையுடையது. அங்கு பின்னிக்கிடக்கும் பருத்த கொடிகளைப் பிடித்தவாறே உமது சிறுவர்களையும் பிடித்துக்கொண்டு ஒருவர் ஒருவராகக் கவனத்துடன் செல்லவேண்டும். மலை எருக்குப் பூக்கள் மிதிபட்டுக் கிடக்கும் அந்த மலைச்சாரலில் ஆழமான குளங்களும் உண்டு. தவறி உள்ளே விழுந்தால் தப்ப முடியாது. அதற்கு அருகில் வழுவழுப்பான பாசி படர்ந்த வழுக்கு நிலங்கள் உண்டு. எனவே பாதை முழுக்கப் பின்னிக்கிடக்கும் வேரல் என்னும் சிறுமூங்கிலையும் எருவை என்னும் நாணலின் மெல்லிய தட்டைகளையும் பிடித்துக்கொண்டே செல்லுங்கள். அதே ஆற்றின் போக்கில் ஒரு பழைய கோட்டை மதிலுக்குள் ஒரு தெய்வத்தைக் காண்பீர்கள். அதனை வணங்க மட்டும் செய்யுங்கள். உங்கள் இசைக்கருவிகளை இயக்க வேண்டாம். ஏனெனில் அங்கு எந்த நேரமும் மழை வரலாம். மழையில் நனைந்தால் உம் தோற்கருவிகள் பாழ்பட்டுப் போகும். அங்கே வெண்மையான வேர் உள்ள அலகை என்னும் சோழியைப் போன்ற பீலியையுடைய தோகை மயில்கள் ஆடிக்கொண்டிருக்கும்.

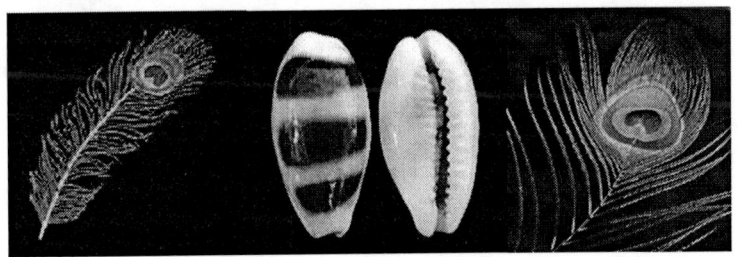

வெள் வேர்   அலகை அன்ன   பீலி

தீவிரமாகப் பறை அடிக்கும் கழைக்கூத்தாடிகளின் சிறுவன், கழை உச்சியில் செய்து காண்பிக்கும் வித்தைகளைப் போல், நீண்ட கழைகளில் குரங்குக் குட்டிகள் ஏறி இறங்கிக் கூத்தடித்துக்கொண்டிருக்கும்.

செங்குத்தான மலைச்சரிவுகளில் தேனடைகள் தொங்கிக்கொண்டிருக்கும். படக் என்று அவற்றைத் திரும்பிப்

▸ 159

பார்ப்பதைத் தவிருங்கள், ஏனெனில் ஒன்றன் பின் ஒன்றாக மெதுவாக எட்டெடுத்து வைக்கும் உமது காலடிகள் வழி மாறிப் போகக்கூடும்

அடுத்து மலைக்குச் செல்லும் கிளைப்பாதையையுடைய வனத்துக்குள் செல்ல வேண்டும். அங்கு காவற்பரணில் காவல் காப்பவன் ஏவிவிட்ட அம்பு தைத்து ஓடிப்போன காட்டுப் பன்றி இருட்டை வெட்டிப்போட்டதைப் போல் விழுந்து கிடக்கும். காய்ந்துபோன மூங்கில்கள் ஒன்றோடொன்று உரசிக்கொண்டதால் காட்டில் உண்டான தீயில் புகை வாடை அடிக்காமல் அதை வாட்டி மயிர்போக வழித்துவிட்டு உண்ணலாம். பின்னர் அருகிலுள்ள சுனைநீரையும் குடித்துக் களைப்பு நீங்கிப் பன்றியின் மீந்துபோன தசையை மூட்டையாகக் கட்டிக்கொண்டு தொடர்ந்து செல்லலாம்.

கிட்டிப்புள்ளைக் கையில் தட்டிக்கொண்டே வரும் வாராத தலையையுடைய உமது பிள்ளைகள் உம்முடன் வருவதால் வழியோரங்களில் இரவைக் கழிப்பதைத் தவிர்த்துவிடுங்கள். உயரமான நுழைவிடம் கொண்ட கற்குகைகள் அங்கு உண்டு. அவற்றினுள் தங்குங்கள். காலையில் எழுந்து உங்கள் பயணத்தைப் பாதை வழியே தொடருங்கள். மரங்களைப் போல் அங்கு மலைப்பாம்புகள் படுத்துக்கிடக்கும். அவற்றிலிருந்து விலகிப் போங்கள். நறுமணம் மிக்க நீண்ட காம்புகளையுடைய மலர்களும் நன்றாய் வளர்ந்த மரங்களில் நல்ல சுவையுள்ள பழங்களும் பார்ப்பதற்குப் பெரும்பயன் உள்ளவையாகத் தோன்றும். ஆனால் மனிதர்கள் அவற்றைத் தொடமாட்டார்கள். எனவே

இருபக்கங்களிலும் அவற்றைப் பார்த்துத் தெரிந்துகொண்டு அவற்றை அண்டாமல் செல்லுங்கள். பறவைகள் பாடித் திரியும் இருள் அடர்ந்த சோலைகளின் வழியே நடக்கும்போது உங்களுக்குப் பாதை தெரியாமல் போய்விடலாம். ஏனென்றால் அங்கேயே வாழும் குறவர்களுக்கும் வேட்டையாடித் திரியும்போது வழிதவறிப் போகும். அந்நேரங்களில் அங்கு தென்படும் பாறைகளில் அமர்ந்து உங்கள் இசைக்கருவிகளை வாசியுங்கள். காடுகளைக் காத்து அங்கு வாழும் கானவர்கள் உமது இசையைக் கேட்டு ஓடோடி வருவர். உண்பதற்கு இனிய பழங்களையும் சூடுவதற்கு மகிழ்ச்சிதரும் பூக்களையும் பறித்துத் தருவார்கள். உங்கள் அவலத்தைப் போக்கி ஊறு நிரம்பிய அவ்வழியில் தங்களுக்கு முன்சென்று உங்களை வழிநடத்திச் செல்வார்கள். பின்னர் அவர்கள் கூறிய வழியையே பின்பற்றி ஏற்ற இறக்கங்கள் நிறைந்த அந்தப் பாதைகளில் அவர்கள் சொன்னது போலவே செல்லுங்கள். பார்த்தாலே நடுங்க வைக்கும் பயமிக்க மலைச்சரிவுகளில் ஓதுக்கமான மரநிழல் தென்பட்டால் சிறிது ஓய்வெடுத்துக் கொள்ளுங்கள். அந்த நேரத்தில் நீங்கள் பலவிதமான ஓசைகளைக் கேட்பீர்கள்.

"பழுத்துவிட்ட பலாப்பழத்தைக் குரங்குதோண்ட
எழுந்தமணம் எத்திசையும் கமழும் மலை
அருவியில் குளிக்கின்ற தெய்வ மகளிர்,
அருவி நீரைத் தம் முதுகில் வாங்கிக்கொண்டு,
கைகளினால் நீர் குடைந்து ஆடும் போது,
கன முரசு அதிர்வது போல் முழங்கும் ஓசை -
"ஏந்திய மருப்புக் கொண்ட இனம் பிரிந்த ஒற்றையானை,
காவல் உள்ள தினைப்புனத்தில் கட்டுமீறி நுழைந்து மேய,
ஆவலுடன் கானவர்கள் அதை வளைத்து எழுப்பும் பூசல் -
"குகையிலிருந்து வெளிவந்த முள்ளம்பன்றி,
குறுக்கிட்ட கானவரை மோதித் தாக்க,
அதினின்றும் தப்பிய கானவர்கள்,
அலறியடித்து விழுகின்ற அழுகைக் கூச்சல் -
"புலி தாக்க - மார்பில்
புண் கொண்ட,
வலி நீங்க - கணவர்
மார் தடவி,
இறை வேண்டி -
இல்லாள் இசைக்கும் பாடல் -
"அன்று பூத்த வேங்கை மலரை,

ஆவலுடன் பறித்துச் சூட,
போட்டி யிட்ட கன்னியர்கள்,
பொய்ச்சண்டை போடும் கூச்சல் -
"கன்றுகளைக் கூட்டி வரும் யானைக் கூட்டம்,
களிறு ஒன்று முன் நின்று காத்து நிற்க,
பலமிக்க புலி ஒன்று பாய்ந்து வர,
பயந்துபோய் எழுப்புகின்ற இடிமுழக்கம் -
"கருங்குரங்கொன்று - தன் குட்டியைக்
கைநழுவி விட்டுவிட,
பெரும் பள்ளம் ஒன்றில் - வீழ்ந்த
பேதையைத் தூக்கிவிட,
முடியாத குரங்குக் கூட்டம், - சுற்றிநின்று
முழுவதுமே எழுப்பும் கூச்சல் -
"மந்தியும் ஏறாத மலையுச்சித் தேன்கூட்டை,
கண்ணேணி மேலேறி கைகவர்ந்த குறவர்சீழ்க்கை
"அரசனுக்கு இறையாக அன்றைய புதுக்கள்ளைப்,
படைப்பதற்குப் புறப்பட்ட குறவர்தம் மனைவியுடன்,
பறை ஒலித்து மலையிலாடும் குரவைக் கூத்து -
"புரண்டுவரும் காட்டாறு - கல்மீது
புரளும்போது எழுகின்ற சலசலப்பு,
உருண்டுவரும் தேர்க்கூட்டம் -
சடசடக்கும்
ஒலிபோன்று மலை விடரில்
எதிரொலிப்பு -
"சுழித்துக்கொண்டு ஓடுகின்ற
காட்டுவெள்ளம்,
அடித்துக்கொண்டு போகின்ற
யானைதனைப்,
பிடித்துக்கொண்டு வருகின்றோர்
தறியில்கட்டப்,
பயிற்றுகின்ற பாகர் ஓதும்
பன்மொழிப் பேச்சு -

கண் ஏணி

"புனம் காக்கும் பெண்கள் கூட்டம் கிளி விரட்ட,
புடைக்கின்ற தட்டையுடன் எழுப்பும் ஓசை -
"அழகுத் திமில் அசைந்தாடத் தனித்து வந்த நல்லேறும்,
மலையைவிட்டு இறங்கிவந்த மரை என்னும் காட்டெருதும்,
எதிர்ப்பட்டு ஒன்றுக்கொன்று எதிரி போல் மோதிக்கொள்ள,
கோவலர்கள் ஒருங்கியைந்து குறவரோடு போடும் கூச்சல் -

"வயிறுமுட்டப் பலாச்சுளையைத் தின்றுவிட்ட சிறுவர்கூட்டம்,
கொட்டிவிட்ட மிச்சில்பலாக் கொட்டைகளை எடுப்பதற்குக்,
கன்றுகளைக் கட்டிச்சேர்த்துக் காந்தள்மடல் சாட்டைகொண்டு,
குத்தி ஓட்டிப் போரடிக்கும் கும்மாள ஆரவாரம் -
கருமேகப் புகைஎழும்பும் ஆலைகளில், கரும்புகளின்
கணுக்களை வெட்டும் ஓசை -
வளையணிந்த மங்கையர்கள் வாசல்களில், வரகு தினை
குற்றுகின்ற வள்ளைப்பாட்டு -
சேம்பும் மஞ்சளும் காவல் காப்போர், பன்றியை விரட்டப்
பறைதட்டும் ஓசை -"

திமில்

ஆகிய எல்லா ஓசைகளும் இயைந்து ஒருங்கு சேர்ந்து மேடுகளிலும் பள்ளங்களிலும் நிறைந்து எண்ணற்ற அளவில் எதிரொலிக்கும். முரசுகள் முழங்கிக்கொண்டே இருக்கும் நன்னனின் நகரத் திருவிழா நிகழ்ச்சிபோல இம்மலைகள் எப்போதும் கலகலப்பாய் இருக்கும். இவற்றையெல்லாம் கண்குளிரக் கண்டும் செவிகுளிரக் கேட்டும் உண்ணுவதற்கு இனியவற்றை உரிமையுடன் கொண்டும் இடி முழங்கும் மேகக் கூட்டங்களையுடைய பெரிய மலைகள் உமக்குப் பின்னாகப் போக மலையை விட்டு இறங்குங்கள். புதிய இடங்களைக் கண்டு வியப்பு மேலிட்ட இனிய குரலையுடைய உமது விறலியர் மணமிக்க கரிய மலைத்தொடரில் குறிஞ்சிப் பண்ணைப் பாட, தெய்வங்களைக் கைகூப்பித் தொழுது வணங்கிப் புகழ்ந்துகொண்டே செல்லுங்கள்.

பஞ்சுப்பொதி போன்ற மேகக்கூட்டம் கைக்கெட்டும் தூரத்தில் கவிழ்ந்து கிடக்கும். திடீரென்று தூறல்போட நீங்கள் திக்குத் தெரியாமல் தெறித்து ஓடும்போது தோள்களில் தொங்கும் தோற்கருவிகள் நனையாமல் காத்துக்கொள்ள கிணறு போன்ற மலைக்குகைகளில் தங்கிக்கொள்ளுங்கள். மலையிறக்கத்தில் **இறுவரை** என்னும் செங்குத்தான சரிவுகள் வரலாம். எனவே கவனமாகச் செல்லுங்கள். ஆழமான பள்ளத்தாக்குச் சரிவுகளை

இறுவரை

உற்றுப்பார்த்தால் கண் அடைத்துத் தலை கிறுகிறுக்கும். அந்த நேரங்களில் தோளில் இருக்கும் காவடியைக் கீழே இறக்கி அதன் மரத்தை மட்டும் எடுத்து அதனை ஊன்றியவாறு கால்கள் தளராமல் செல்லுங்கள் வெயில் நேரத்தில் பாறையுள்ள வழிகள் சுடவைத்த வேல் முனை போல் இருக்கும். அப்படிப்பட்ட நேரத்தில் வெயில் தணிந்த பின்னர் செல்லுங்கள். பெரும் படையெடுப்பையும் தடுத்து நிறுத்தும் உயர்ந்த கோட்டை மதில்கள் அந்தப்பக்கம் உள்ளன. அங்குள்ள புதர்களில் பின்னிவைத்ததைப் போன்று கொடிகள் பிணைந்து கிடக்கும். அவற்றை ஒதுக்கிவிட்டு நுழையும்போது முன்னே செல்பவன் விட்டுவிட்ட கணை போன்ற கோல்கள் கடும் விசையுடன் பின்னோக்கி வரும். அவை உங்கள் யாழின் கூடு போன்ற பத்தலினையும் முரசுகளின் மேற்பரப்புத் தோலையும் அடித்து உடைத்துவிடக்கூடும். எனவே அவற்றைக் காத்தவாறு முன்செல்பவனின் கைப்பிடியையும் விட்டுவிடாமல் மெல்ல மெல்லக் கடந்து செல்லுங்கள்.

யானைகள் ஒன்றோடொன்று போரிடுவதைப் போன்று ஒன்றின்மீது ஒன்று ஏறி நிற்கும் பாறைகளும் எப்போதும் மழை பொழிந்துகொண்டே இருக்கும் காடுகளும் போரில் வீரமரணம் அடைந்து புகழுடம்பு எய்திய மறவர்களின் நினைவாக எழுப்பப்பட்ட நடுகற்களுள்ள கிளைவழிகளும் மிகப் பலவாம். அவ்விடங்களில் உமது கொம்புக் கருவிகளை முழக்கியவாறு விரைந்து கடந்து செல்லுங்கள். நீங்கள் அந்தப்பக்கம் முதன்முதலில் செல்வதால் பின்னர் வரும்போது தெரிந்துகொள்ள அங்கங்கு புற்களை முடிச்சுப்போட்டு அடையாளமாக வையுங்கள். செல்லுகின்ற நாட்டின் பெயர், எல்லை ஆகியவற்றைக் கல்லில் எழுதி அங்கங்குள்ள பெரிய மரங்களின் அடியில் நட்டிருப்பர். கடவுளர் படிமங்களும் நடப்பட்டிருக்கும். நன்னனுக்கு எதிரானவர்கள் நடமாடும் வழிகளும் அங்கே உள்ளன. யாரேனும் உங்களை யார் என்று கேட்டால், நன்னனிடம் செல்கின்றோம் என்று கூறுங்கள். நம்மைப் போன்றவர்களுக்குப் பகைவரின் இருப்பிடமும் நன்னனின் ஊர் போன்றதே. எனவே

அவசரப்படாமல் அயர்ந்து வரும்போது ஓய்வெடுத்து அஞ்சாமல் செல்லுங்கள். புலிகள் நிறைந்த குறிஞ்சி நிலப்பகுதியை விட்டு மான்கள் மேயும் முல்லைநிலப் பகுதியில் நீங்கள் நுழைவீர்கள். காட்டைவிட்டு வெளியே வந்து முல்லைநிலங்களில் மேயும் காட்டெருதுகள் அவற்றை விரட்ட ஏவும் வில்லின் ஓசைக்கு வெருண்டுபோய் மீண்டும் காட்டுக்குள் ஓடுவதைக் காண்பீர்கள்.

ஊர்விட்டு வந்து அங்கு கிடைபோட்டு மாடுகளை மேய்ப்போரின் மனைவியர் இனிய பசும்பாலை உங்களுக்கு உள்ளங்கைகளில் ஊற்றிக்கொடுப்பர். நடந்துவந்த களைப்பு முற்றிலும் அகல நீங்கள் புத்துணர்ச்சி அடைவீர்கள். அவ்விடத்தை விட்டுச் செல்லும்போது வழியிலிருக்கும் செம்மறியாடும், வெள்ளாடும் கலந்த ஆட்டு மந்தையைக் காக்கும் ஆட்டிடையர் வாழும் இல்லங்களை மாலையில் அடைவீர்கள். அங்கே உங்களுக்குப் பாலும் குழையவைத்து நீரில் உருட்டிப்போட்ட உருண்டைச் சோறும் கிடைக்கும். இரவில் காவலுக்கு நெருப்பைக் உண்டாக்கி, ஆட்டுத்தோல் படுக்கையில் உறங்கி மறுநாள் செல்லுங்கள். செல்லும் வழியில் வில்லும் அம்பும் கொண்ட வேட்டுவரைக் காண்பீர்கள். நன்னனிடம் செல்கின்றோம் என்று அவர்களிடம் கூறுங்கள். ஒன்றும் வேண்டாம் என்று நீங்கள் கூறினாலும் உங்களுக்கு இறைச்சியும், கிழங்கும் கொடுப்பார்கள். இவ்வாறு வழியெல்லாம் உங்களை உபசரிப்பார் அன்றி வருத்துபவர்கள் இருக்க மாட்டார்கள். அவர்கள் சொல்லும் வழியிலேயே தொடர்ந்து செல்லுங்கள். வழியில் மலர்கள் நிறைய உண்டு. அவற்றைப் பறித்துச் சூடிக்கொள்ளுங்கள். தூய மழைநீர் அங்கங்கே தேங்கிக் கிடக்கும். அதைக் குடித்துப் பின்னர் நீராடியும் செல்லுங்கள்.

வழியெல்லம் புல்வேய்ந்த குடிசைகள் உள்ளன. அங்கு வீடுதோறும் வேங்கைப்பூவைப் போன்ற மூங்கிலரிசியையும் மேட்டுநிலத்தில் விளைந்த நெல்லின் அரிசியையும் கலந்து ஆக்கிய உருண்டைச் சோறும் புளி சேர்த்துக் கடைந்த அவரைப் பருப்பும் கிடைக்கும். அதை உண்டு பயணக் களைப்புத்தீர இரவு தங்குங்கள். ஒருவேளை நீங்கள் தொடர்ந்து அங்கு தங்கினால் வெண்ணெய் பொதித்த பச்சரிசிச் சோற்றுருண்டைகள் கிடைக்கும். அத்துடன் நுண்மையாக இடிக்கப்பட்ட தினைமாவைத் திகட்டும்

அளவுக்கு உண்ணலாம். இரவில் சுள்ளிவிறகில் தீமூட்டி, குளிர்நீங்க இனிதே உறங்கலாம். புறப்பட எண்ணினால் பொழுது புலரும் முன்னே பறவைகளின் ஓசை கேட்டு எழுந்து சீக்கிரமாய்ப் புறப்படுங்கள்.

அடுத்து, காஞ்சி மரங்களும் நீர் மோதும் மதகுகளும் வயல்களும் இருக்கும் மருத நிலத்தில் பல ஊர்களைக் காண்பீர்கள். அவற்றில் அழகிய சோலைகளும் அருமையான தங்குமிடங்களும் பல உள்ளன. அங்கு தங்கிச் சென்றாலும் தங்காமல் சென்றாலும் எல்லா நன்மைகளும் பெறுவீர்கள். வயல்களில் முளைத்துக் கிடக்கும் சம்பங்கிக் கீரைகளைக் கைகளால் அளைந்தவாறே நீங்கள் நடந்து செல்லலாம். பழையர் எனப்படும் கள் விற்போரின்

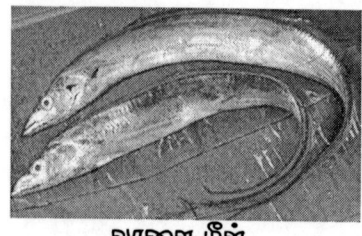

வாளை மீன்

வரால் என்னும் குறவை மீன்

பெண்கள் வலைகளில் பிடித்த வாளைமீனையும், தூண்டிலில் பிடித்த விரால்மீனையும் துண்டங்களாக்கிப் பொரித்து அவற்றைத் தாங்கள் செய்த கள்ளுடன் காலை வேளையில் நெற்களங்கள்தோறும் வைத்திருப்பர்.

அவற்றை உங்களுக்கும் உண்ணக் கொடுப்பர். குழம்பினின்றும் அரித்தெடுத்த முள் நீக்கிய மீனுடன் வெண்மையான சோற்றையும் உங்கள் சுற்றத்துடன் உண்ணலாம். பார்ப்பவர் வியக்கும்படி, அரச உணவு போன்றிருக்கிறது என நீங்கள் புகழ்ந்து, பாராட்டி உழவர் பாடும் இசைப்பாட்டுக்கேற்றவாறு உங்கள் யாழை மீட்டி இசைத்து அங்கு இளைப்பாறிச் செல்லுங்கள். வெண்ணெல்லை அறுப்போரின் பறையோசை கேட்டு எருமைக்கடாக்கள் வெருண்டோடி வரும். அவற்றினின்றும் உங்களைக் காத்துக்கொள்ளுங்கள். அவ்வழியே சென்றால் சேயாற்றின் கரையை அடைவீர்கள். அங்கிருந்து நன்னனின் செங்கண்மான் நகரம் மிகத் தூரத்தில் இல்லை.

ஆறுபோல் அகன்று கிடக்கும் தெருக்களில் மலையோ அல்லது முகில் கூட்டமோ என்று மலைத்து நிற்கக்கூடிய மாடங்கள் அங்கு உண்டு. கடலோ அல்லது பெருமழையோ என்று நினைக்கும்

படியான பேரிரைச்சல் அங்கு கேட்ட வண்ணம் இருக்கும். நகர் வாசலில் வாள் கோத்த மறவர் காக்க வேல் சாத்திய **புதவு (சிறிய நுழைகதவு)** இருக்கும்.

அதற்குள் அஞ்சாமல் நுழைந்து செல்லுங்கள். நம் மன்னனின் சிறப்புகளை எண்ணித் தொலை தூரத்திலிருந்து வரும் பரிசிலர் போலும் இவர் என்று உம்மைப் பார்ப்பவர்கள் எல்லாம் உம்மேல் இரக்கம் கொண்டு, கனிவுடன் இனிது நோக்குவர். ஒவ்வொருவரும் உங்களைத் தங்கள் விருந்தினராகக் கொண்டு உபசரிப்பர். அதனால் சொந்த ஊரைவிட்டு வந்த உமது ஏக்கம் குறைந்துபோகும். அங்கு மன்னனுக்குக் கொடுப்பதற்காகப் பலரும் கொண்டுவந்த பலவிதமான பொருள்கள் நிறைந்து கிடக்கும்.

மன்னனின் வாயில் முற்றத்தை அடைந்து உங்கள் இசைக்கருவிகளை இசைத்து இனிய குரலையுடைய உங்கள் விறலியர் பாட முதலில் இறைவனை வாழ்த்துங்கள். அதன் பின் நன்னனது சிறப்பியல்புகளையும் பாடுங்கள். அதைக்கேட்ட நன்னன் நீங்கள் பாடி முடிக்கும் முன்னரே அங்கு வருவான். நீங்கள் இங்கே வந்ததே போதும், மிகுந்த களைப்புடன் இருப்பீர்கள், உள்ளே வாருங்கள் என்று கூறி உள்ளே அழைத்துச் செல்வான். அறிஞரும் பெரியோரும் நிறைந்த தன் அரசவையில் அமர்த்தி உவகை பொங்க உங்களை இனிது நோக்குவான். உமக்குப் புத்தாடை அணிவிப்பான். கொழுத்த இறைச்சியோடு கூடிய வெண்ணெல்லின் சோற்றை உமக்கு வேண்டிய அளவு உண்ணத் தருவான். எத்தனை நாட்கள் அங்கு தங்கினாலும் அவனின் இந்த இனிய உபசரிப்பு தொடரும். நாங்கள் இங்கு வெகு நாட்கள் தங்கமுடியாது உடனே செல்லவேண்டும் என்று நீங்கள் தயக்கத்துடன் கூறினால் உம்முடைய தலைவன் தலையில் பொற்றாமரையைச் சூட்டி விடுவான். விறலியருக்குப் பலவகை அணிகலன்கள் அளிப்பான். நெடிய தேர்களையும் யானைகளையும் காளைகள் கொண்ட பசுக்கூட்டங்களையும் சேணம் பூட்டிய புரவிகளையும் தருவான். குவிந்து கிடக்கும் செல்வங்களை அள்ளி அள்ளித் தருவான். முதல் நாளிலேயே அனைத்தையும் கொடுத்து உங்களை அன்புடன் வழியனுப்பிவைப்பான் - அந்த விழுகின்ற நீரையுடைய அருவிகள், உயருகின்ற வெற்றிக்கொடிகளைப்

போல் தோன்றும் மலைகள் பல சூழ்ந்த நாட்டிற்குச் சொந்தக்காரனான நன்னன்". இத்துடன் மலைபடுகடாம் முடிவுறுகிறது.

2. மலைபடுகடாம் - சிறப்புக்காட்சிகள்

மலைபடுகடாம் நூலின் சிறப்பான பகுதி புலவர் மலையில் எழும் ஓசைகளைப்பற்றிக் கூறும் பகுதியே. யானைக்கு மதம் பிடித்தால் அதன் நெற்றிப்பொட்டிலுள்ள ஒரு சிறு துளையிலிருந்து ஒரு வகை நீர் வழியும். அந்த நீரொழுக்கைக் கடாம் என்று கூறுவர். மதம் பிடித்த யானையின் நீரொழுக்குக்கு, குன்றுகளிலிருந்து எழும் ஓசைகளை உருவகமாகக் கொண்டு புலவர் மலைபடுகடாம் மாதிரத்து இயம்ப எனக் கூறுகிறார். (மாதிரம்=திசை; இயம்புதல்=ஒலித்தல்). எனவேதான் மற்ற ஆற்றுப்படை நூல்களின் பெயர்களைப் போலவே கூத்தராற்றுப்படை என்றழைக்கப்பட்ட இந்நூல் மலைபடுகடாம் என்ற சிறப்புப்பெயரும் பெற்று அதனையே நிலையான பெயராகவும் கொண்டுள்ளது. இந்த ஓசைகளைப் புலவர் வருணிக்கும் அழகை இந்நூலில் 292 - 348 ஆகிய அடிகளில் படித்து இன்புறுங்கள். இதன் விளக்கத்தை உரைநடை சுருக்கம் பகுதியில் கவிதை நடையில் காணலாம்.

1. முல்லை - குறிஞ்சி நில வளங்கள்

பொதுவாக எல்லாச் சங்க இலக்கியங்களிலும் கண்ணுக்கு இனிய இயற்கைக் காட்சிகளை நேரில் காட்டுவது போன்ற வருணனைகள் மிகுந்திருக்கும். அதிலும் பயண நூல்களான ஆற்றுப்படை இலக்கியங்களில் இவை மிகுந்தே காணப்படுகின்றன. அவ்வாறு இந்நூலில் வரும் முல்லை நிலத்தின் சொற்படத்தை இங்கே பாருங்கள்.

முசுண்டை

அகல் இரு விசும்பின் ஆஅல் போல
வாலிதின் விரிந்த புன் கொடி முசுண்டை (மலைபடு.100,101)

அகன்று விரிந்த வானத்தில் பூத்த கார்த்திகை மீன்களைப் போல வெள்ளை வெளேர் என்று பூத்துக் கிடந்தன மிக மெல்லிய கொடியையுடைய முசுண்டை -

(**இரு**=பெரிய; **ஆஅல்->**ஆல்=கார்த்திகை மீன்; வால்=வெள்ளை)

புலவரின் கூற்று எவ்வளவு உண்மை என்பதைப் படத்தின் மூலம் தெரிந்துகொள்வீர்கள்.

நீலத்து அன்ன விதை புன மருங்கில்
மகுளி பாயாது மலி துளி தழாலின்
அகளத்து அன்ன நிறை சுனை புறவின்
கௌவை போகிய கரும் காய் பிடி ஏழ்
நெய் கொள ஒழுகின பல் கவர் ஈர் எள் (மலைபடு.102-106)

நீலமணி போன்ற விதைகள் விதைத்த கொல்லைக் காட்டின் எல்லைகளில்,
மகுளி என்ற அரக்குநோய் பரவாமல், மிகுந்த மழைத்துளி பெய்யப் பெற்றதால்,
நீரிறைக்கும் சால் போன்ற நீர் நிறைந்த சுனைகளையுடைய காட்டு நிலத்தில்,
பிஞ்சுத்தன்மை நீங்கி, முற்றிய எள்ளின் கரிய காய்கள், ஒரு கைப்பிடிக்குள் ஏழு காய்கள் மட்டுமே கொள்ளத்தக்க பெரிய அளவுள்ளனவாய்,
எண்ணெய்ப் பற்று மிகுந்து வளர்ந்து கிடந்தன பலவாகக் கிளைத்த ஈரப்பதமான எள் -

(**மகுளி**=பயிர்நோய்; **மலி**=மிகுந்த; **தழால்**=தழுவுதல்; **அகளம்** =நீர் இறைக்கும் சால்; **கௌவை**=பிஞ்சுத்தன்மை; **கவர்தல்**=கிளைத்தல்)

கறுப்பு, வெள்ளை ஆகிய இரண்டு நிறங்களில் எள் கிடைக்கும். புலவர் இங்கு குறிப்பிடுவது கறுப்பு எள். அது கருநீல மணிபோல் குண்டுகுண்டாக இருந்தது என்கிறார். நோய் தாக்கிய செடிகள் நன்கு வளரா. எனவே நோயால் தாக்கப்படாத செடி என்கிறார். மழை அதிகமாகப் பெய்வதால் சின்னஞ்சிறிய குட்டைகளில் நீர் நிறைந்து இருக்கும்.

ஆட்கள் நீர் இறைக்கும் ஏற்றம் அல்லது காளைகள் நீர் இறைக்கும் கமலை ஆகியவற்றில் நீரை மொண்டுவரப் பயன்படுவதே சால். நீரை எடுத்துக்கொண்டு சால் வெளியில் வரும்போது அதில் நீர் நிறைந்திருக்கும் அல்லவா! அதைப்போல குட்டைகள் நிரம்பி வழிந்தன என்கிறார் புலவர். இவ்வாறு சிறு சிறு குட்டைகள் எள்ளுக்காடுகளில் நிறைந்திருப்பதால் பயிர்கள் நீரின்றி வாடிப்போவதில்லை. எள்ளுக்காய்ப்

பிஞ்சுகள் நன்றாய் முற்றி வரும்போது செடியெல்லாம் நல்லாக் காய் பிடிச்சிருக்கா? என்று கேட்பார்கள்.

முற்றித் திரண்ட காய்கள் நல்ல எண்ணெய்ப் பதத்துடன் இருக்கும். இதனையே **நெய் கொள ஒழுகின** என்கிறார் புலவர். ஒழுகின என்பது பரந்து வளர்தலைக் குறிக்கும். ஒரே செடி உயர்ந்து வரும்போது எத்தனை கிளைகள் விட்டு வருகின்றது பார்த்தீர்களா? இந்த ஒவ்வொன்றிலும் காய் பிடிக்கும். இதைத்தான் **பல் கவர் ஈர் எள்** என்கிறார். கவர்தல் கிளைத்து வளர்வதைக் குறிக்கும். இவ்வாறாக ஒவ்வொரு பிடியிலும் ஒன்றிரண்டு காய்கள் என்றிராமல் ஒரு பிடிக்கு ஏழு காய்கள் வரையிலும் பிடித்திருந்தன என்பதையே **பிடி ஏழ்** என்று புலவர் கூறுகிறார். சிலர் காய்கள் நன்கு காய்த்திருக்கின்றனவா என்று சோதித்தறிய காய்களைக் கைநிறையப் பிடுங்கி உள்ளங்கையில் வைத்து மூடி அமுக்கிப் பார்ப்பார்கள். காய்கள் சிறிதாக இருந்தால் கையில் பத்துப் பதினைந்து காய்கள் அடங்கும். ஆனால் ஒரு பிடியில் ஏழு காய்கள் மட்டுமே அடங்கக் கூடியதாகக் காய்கள் நன்கு பெருத்து இருந்தன என்றும் இதற்குப் பொருள் கொள்ளலாம்.

நீலத்து அன்ன விதை

புன மருங்கு

கருங் காய் பிடி ஏழ்

ஏனல் (தினை) கதிர்

பொய் பொரு கயமுனி முயங்கு கை கடுப்ப
கொய் பதம் உற்றன குலவு குரல் ஏனல் (மலைபடு. 107,108)

பொய்ச்சண்டைபோடும் யானைக் கன்றுகளின் ஒன்றோடொன்று பின்னிப் பிணைந்த துதிக்கைகள் போல,

கொய்யப்படும் பக்குவம் பெற்றன பிணைந்துகிடக்கும் கதிர்களையுடைய தினை - யானைக் கன்றுகள் விளையாட்டுக்குச் சண்டைபோட்டுக் கொள்ளும். அப்போது ஒன்றின் துதிக்கையை மற்றொன்று பிடித்துக்கொண்டு முறுக்கிக் கொள்ளும். அதைப் போல தினைக் கதிர்கள் ஒன்றோடொன்று மேலே விழுந்துகொண்டு முதிர்ந்து விளைந்தன

விளை தயிர் பிதிர்வின் வீ உக்கு இருவிதொறும்
குளிர் புரை கொடும் காய் கொண்டன அவரை - மலைபடு.
109, 110

முற்றிய தயிர் கீழே விழுந்து ஏற்பட்ட சிதறலைப்போல் பூக்கள் உதிர்ந்து, கதிர்கொய்யப்பட்ட அரிதாள்கள்தோறும் அரிவாள் போன்ற வளைந்த காய்களைக் கொண்டன அவரை; கதிர்கள் முற்றிப்போய் அறுவடைக்குக் காத்திருக்கும் தினைப்புனத்தின் வழியே சென்ற புலவர் அடுத்து அங்கு அறுவடை நடந்துகொண்டிருக்கும் அல்லது நடந்து முடிந்த தினைப்புனம் ஒன்றினைக் காண்கிறார். அறுவடையின்போது கதிர்களை மட்டுமே கொய்வார்கள். அதற்கென்று வளைந்த அரிவாள் உண்டு. தினைப்பயிரின் அடிப்பகுதி (தாள்) அப்படியே இருக்கும். தினைப்புனத்தில் ஊடுபயிராக அவரை அல்லது வெள்ளவரை எனப்படும் மொச்சை ஆகிய கொடி வகைகளை நடுவார்கள். அவை தினைத்தாள்களைச் சுற்றிக்கொண்டு வளரும். அறுவடை நேரத்தில் பூத்துக் காய்க்கும் பருவத்தில் இருக்கும். அவற்றிற்குச் சேதம் ஏற்படாமல் தினைப்பயிரின் அடிக்கட்டையை அப்படியே விட்டுவிடுவார்கள். இருப்பினும் அந்தக் கொடிகளை விலக்கிவிட்டு அறுவடை செய்யும்போது கொடிகளிலுள்ள பூக்கள் சில உதிர்ந்துவிடும். அப்படி உதிர்ந்துவிட்ட பூக்கள், (கதிர் அறுப்போருக்காகக் கொண்டுவந்த) தயிர் (கைதவறிச்) சிந்திக் கிடப்பதுபோல் இருப்பதாகப் புலவர் கூறுகிறார். அவரைக்கொடியில் காய்த்திருக்கும் காய்கள் கதிர் அறுக்கும் அரிவாள்போல் இருப்பதாகவும் கூறும் புலவரின் கூர்த்த பார்வையும் ஏற்ற உவமைகளும் எண்ணி எண்ணி வியத்தற்குரியன.

விளை தயிர் பிதிர்வு ; வீ (பூ)

கொடும் காய் குளிர் (அரிவாள்)

சிறுவர்க்கான படக்கதைகளில் தெருவில் இரண்டு பேர் பேசுவதாக வரும் காட்சியில் அந்த இருவரை மட்டுமே பலர் வரைவர். ஒரு சிலர் தெருவில் உள்ள மற்ற பொருள்களையும் வரைந்திருப்பர். ஆனால் பெரும்பாலும் அவை ஏனோதானோ என்று வரையப்பட்டிருக்கும். மிகச்சிலரே மற்ற பொருள்களையும் அழகாகவும் மிக நுணுக்கமாகவும் வரைந்திருப்பர். அப்படிப்பட்ட ஓவியங்களைத்தான் உயிரோவியம் என்று கூறுகிறோம். தினைப்புனத்தில் தான் காணும் ஒவ்வொரு சிறிய பொருளையும் அவற்றிற்கேற்ற உவமைகளோடு காட்டும் புலவரின் **சொல்லோவியம்** உண்மையில் ஒரு உயிருள்ள ஓவியமாக இருப்பதைக் காண்கிறோம்.

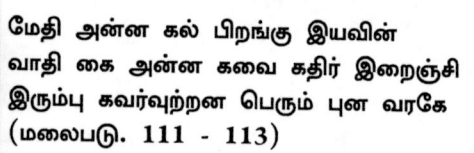

மேதி அன்ன கல் பிறங்கு இயவின்
வாதி கை அன்ன கவை கதிர் இறைஞ்சி
இரும்பு கவர்வுற்றன பெரும் புன வரகே -
(மலைபடு. 111 - 113)

படுத்திருக்கும் எருமையைப் போன்ற பாறைகள் மிகுந்திருக்கும் வழியில் வாதிடுபவனின் கைகளைப் போன்று கிளைத்துப்பிரிந்த கதிர்கள் முற்றித் தலைவணங்கி அரிவாள் வசப்பட்டன (அரிதலுற்றன) பெரிய கொல்லைக் காட்டின் வரகுகள்;

வரகு - கேழ்வரகு

மலையை ஒட்டிய புனங்கள் என்பதால் அங்கங்கே பாறைகளும் இருக்கின்றன. முல்லைநில மக்கள் கோவலர் என்பதால் மாடுகளுடன் எருமையையும் வளர்ப்பர். அந்த எருமைகள் அங்குள்ள புல்லை மேய்ந்துவிட்டுப் படுத்துக்கொண்டு அசைபோட்டுக் கொண்டிருக்கும். அவற்றின் முதுகைப்போல் பாறைகள் இருப்பதாகப் புலவர் கூறுகிறார். வரகுக் காடுகளுக்கு இடையே செல்லும் பாதையில் பாறைகள் அங்கங்கே இருக்கின்றன. விளைந்த வரகுக்கதிர்கள் வாதிடுவோன் கைகளைப் போன்றிருந்தன என்ற ஒரு புதுமையான உவமையைப் புலவர் கையாளுகிறார். இங்கே வரகு என்பது கேழ்வரகு. இதன் கதிரின் இதழ்கள் விரல்கள்போல் விரிந்திருக்கும். வாதிடுவோர் தம் கைகளைச் சேர்த்துவைத்து - ஆனால் விரல்களை விரித்துவைத்துப் பேசுவதுபோல் இருப்பதாகப் புலவர் கூறுகிறார்.

பால் வார்பு கெழீஇ பல் கவர் வளி போழ்பு
வாலிதின் விளைந்தன ஐவனம் வெண்ணெல்

(மலைபடு. 114, 115)

பால் பிடித்து முற்றி, பல திசைகளில் பிரிந்து அடிக்கும்
காற்றால் ஊடறுக்கப்பட்டு,
மிகுதியாக விளைந்தன ஐவனம் என்னும் மலைநெல்;
(வளி=காற்று; போழ்=பிள; வால்=மிகுதி)

முல்லை நிலத்தில் நீர்வளம் மிகுந்திருக்கும் இடங்களில் நெல் பயிரிடப்படுவதும் உண்டு. அது ஐவனம் என்ற வெண்மையான நெல். இதை மேட்டு நில நெல் என்றும் கூறுவர். நெற்பயிர் விளைந்து முற்றிவரும்போது முதலில் நெல்லின் மேல்பகுதிதான் உண்டாகும். அப்போது அது சப்பட்டையாக உள்ளீடற்றதாக இருக்கும். அதன்பின் அதனுள் ஒரு நீர்ப்பொருள்

பால் பிடித்த நெல் மணி

உருவாகும். இதனைப் பால்பிடித்தல் என்பர். இந்த நீர்ப்பொருளே கெட்டியாகிப் பின்னர் நெல்மணி ஆகும். நெற்பயிரின் இடையே காற்று ஊடறுத்துச் செல்கிறது என்று புலவர் கூறுகிறார். நெற்பயிர் வேளாண்மையில் விவசாயிகளுக்கு ஒரு முக்கியமான அறிவுரையை இன்றைய வேளாண் துறையினர் கூறுவர். நாற்று நடும்போது நெல் நாற்றுகளைக் கொத்துக் கொத்தாக நடுவார்கள்.

அவ்வாறு நடும்போது அவற்றிற்கு இடையில் ஓர் ஒழுங்கான இடைவெளிவிட்டு நடவேண்டும் என்பதே அந்த அறிவுரை. அவ்வாறு நட்டால் அந்த இடைவெளியில் காற்று புகுந்து செல்ல எளிதாக இருக்கும். அவ்வாறு காற்று புகுந்து செல்வதால் பயிர்கள் நன்கு வளரும் என்பர். இந்த உண்மையை அன்றைய மக்களும் தங்கள் பட்டறிவால் அறிந்திருந்தனர் என்பது இவ்வரிகளின் மூலம் தெரிகிறது.

**வேல் ஈண்டு தொழுதி இரிவுற்று என்ன
கால் உறு துவைப்பின் கவிழ் கனைத்து இறைஞ்சி
குறை அறை வாரா நிவப்பின் அறையுற்று
ஆலைக்கு அலமரும் தீம் கழை கரும்பே (மலைபடு. 116-119)**

வேல்களுடன் நெருக்கமாக வந்த வீரர் கூட்டம்
தோற்றோடியதைப் போல,
காற்று மிகவும் அடித்து மோதுவதால், சாய்ந்து ஆரவாரித்துத் தலைவணங்கி,
குட்டையாகவும் சூம்பியும் போகாத நல்ல வளர்ச்சியுடன்,
வெட்டப்பட்டு,
ஆலையில் அறைபடுவதற்காக வாடியிருக்கும் இனிக்கும்
கோலாகிய கரும்பு;

இங்கு மற்றும் ஒரு மிகப் புதுமையான உவமையைப் புலவர் கையாண்டுள்ளார். முல்லைநில நெல்வயல்களை அடுத்து அவர் ஒரு கரும்புத் தோட்டத்தையும் பார்க்கிறார். உயர வளர்ந்து வெட்டப்படும் பருவத்தில் உள்ள கரும்புத் தோட்டம் அது. அப்போது வேகமாகக் காற்று வீசிக்கொண்டிருக்கிறது. அந்தக் காற்றில் கரும்புகள் சாய்கின்றன.

எப்போதும் காற்று ஒரே வேகத்தில் வீசிக்கொண்டிருக்காது அல்லவா? காற்றின் வேகம் சற்றுக் குறையும்போது சாய்ந்த கரும்புகள் நிமிரும். இவ்வாறாகக் காற்று விட்டுவிட்டு அடிப்பதினால் கரும்புகள் மாறி மாறிச் சாய்ந்தும் நிமிர்ந்தும் ஆடிக்கொண்டிருக்கின்றன. இதனைப் பார்த்த புலவருக்கு ஒரு போர்க்காட்சி நினைவுக்கு வருகிறது. போர்க்களத்தில் வேற்படை ஒன்று தங்கள் வேல்களை உயரத் தூக்கிப் பிடித்தவாறு முன்னோக்கி வருகிறது. சிறிதுநேரத்தில் எதிர்ப் படைக்குத் தாக்குப் பிடிக்கமாட்டாமல் அப்படை திரும்பி ஓடுகிறது. ஓடும்போது படையினர் கைகள் முன்னும் பின்னும் செல்லும். அப்போது அவர்கள் பிடித்திருந்த வேல்களும் ஒன்றுபோல முன்னும் பின்னும் ஆடும் அல்லவா? கரும்புகள் ஆடும் காட்சி புலவருக்கு, தோற்றோடும் ஒரு வேல்படையை நினைவுபடுத்துகிறது. நமக்கும் ஓர் அருமையான உவமை கிடைத்துவிட்டது!

தாவரங்களும் விலங்கு, பறவை போன்றவையும் அவை எங்கு

வேல் ஈண்டு தொழுதி

பிறந்து வளர்ந்தனவோ அந்தச் சூழ்நிலையில்தான் நன்கு வளரும். தட்பவெப்பநிலை மாறியுள்ள நிலங்களில் அவை பொதுவாக இருப்பதில்லை. அப்படியே இருந்தாலும் நல்ல வளர்ச்சி பெறுவதில்லை. நெல்லும் கரும்பும் பொதுவாக மருதநிலத்தில்தான் செழித்து வளரும். ஆனாலும் முல்லைநில மக்களும் அவற்றைப் பயிரிடுவர். ஆனால் அவை மருதநிலத்தவற்றைக் காட்டிலும் தரத்தில் குறைவுள்ளதாகவே இருக்கும். இருப்பினும் தான் பார்த்த கரும்புகள் குட்டையாகவோ, சூம்பியோ இல்லாமல் மருதநிலக் கரும்புகளைப் போன்றே செழிப்பாகவும் திண்மையாகவும் நல்ல வளர்த்தியுடனும் இருந்தன என்பதைக் குறிப்பிடவே **'குறை அறை வாரா நிவப்பின்'** கரும்பு எனப் புலவர் கூறுகிறார். நிவப்பு என்பது வளர்த்தி. நன்கு வளர்ந்துவிட்ட காரணத்தால் கரும்புகள் அறுக்கப்பட்டுவிட்டன.

ஆனால் கரும்பு ஆலைகளில் ஏற்கனவே நிறைய கரும்புகள் இருப்பதினால் அவற்றை உடனே ஆலைக்கு எடுத்துச் செல்ல முடியவில்லை. எனவே கரும்புகள் ஆலைக்காகக் காத்துக்கிடந்து வாடிப்போய்க்கிடந்தன என்பதையே **'அறையுற்று, ஆலைக்கு அலமரும்** கரும்பு என்று கூறுகிறார் புலவர். இருப்பினும் அவற்றின் இனிப்புத்தன்மை சற்றும் குறையவில்லை என்பதைத் **'தீம் கழை கரும்பே'** என்பதன் மூலம் உணர்த்துகிறார். இதன் மூலம் அப்பகுதி மிகுந்த செழிப்புள்ளது என்பதைச் சொல்லாமல் சொல்கிறார் புலவர்.

புயல் புனிறு போகிய பூ மலி புறவின்
அவல் பதம் கொண்டன அம் பொதித் தோரை
(மலைபடு. 120, 121)

மழையால் கசடுகள் நீக்கப்பட்ட பூக்கள் நிறைந்த காட்டு நிலத்தில் அவல் இடிக்கும் பக்குவம் பெற்றன அழகிய கொத்துக் கொத்தான மலைநெல்;

நல்ல மழை பெய்த காரணத்தால் எங்கும் செடிகொடிகள் பூத்துக்கிடக்கின்றன. பெருமழை பெய்யும்போது நீர் பெருக்கெடுத்தோடி அங்கங்குள்ள கசடுகளையெல்லாம் அடித்துக்கொண்டு போய்விடுகிறது. இன்னும் பெரும்பாலான ஊர்களில் மக்கள் ஓடைப்பக்கம்தான் ஒதுங்குகிறார்கள். நாகரிகம் வளராத காலத்தில் உலகில் எல்லா நாடுகளிலும் இப்படித்தான். ஆனால் பெரும்பாலான மேலைநாடுகளின் மக்கள் தங்கள் பழக்கங்களை மாற்றிக்கொண்டார்கள். பெரும்பாலான கீழைநாடுகளில் இப்பழக்கம் இன்னும் தொடர்ந்து கொண்டுதான் இருக்கிறது. இன்று பல தனியார் தொலைக்காட்சி நிறுவனங்கள் விளம்பரங்கள் மூலமும் செலவு அதிகம் இல்லாத திரைப்படக் காட்சிகள், நிகழ்ச்சிகள் மூலமும் கோடிகோடியாய்ப் பணம் சம்பாதிக்கின்றன. இவையெல்லாம் மக்கள் அவற்றை விடாது பார்ப்பதினால் அவர்களுக்குக் கிடைக்கும் பணம். அதில் ஒரு சிறிய பகுதியை மக்களின் நலவாழ்வு கருதி, உடல்நலத்திற்குக் கேடு விளைவிக்கும் பழக்கங்களைப் பற்றிய குறும்படங்களை எடுத்து அடிக்கடி ஒளிபரப்பவேண்டியது அவர்கள் கடமையல்லவா? இதனை அவர்களுக்கு உணர்த்தும் அளவுக்கு மக்களிடையே, குறிப்பாக இளைஞர்களிடையே விழிப்புணர்வு இயக்கங்கள் வலுப்பெறவேண்டும்.

ஏற்கனவே வழியில் பாறைகள் கிடந்தன என்ற கூற்றின்

மூலம் அப்பகுதி மலையை ஒட்டிய பகுதி என்று புலவர் உணர்த்திவிட்டார். **தோரை** என்பது **மூங்கில்நெல்** அல்லது **மலைநெல்** என்ற பொருள் தரும். சில வகை மூங்கில்கள் பூத்துக் காய்க்கும். சில மலைவாழ் மக்கள் அவ்வாறு மூங்கில் பூப்பதைக் கெட்ட சகுனம் என்று கொள்வார்கள். ஏதோ ஆபத்து நேரப்போவதாக அஞ்சுவார்கள். ஆனால் தமிழ் மக்களிடையே அத்தகைய நம்பிக்கை இருந்ததில்லை எனத் தெரிகிறது. மூங்கில் பூவிலிருந்து ஒருவகை தானியம் கிடைக்கும். அது பார்ப்பதற்கு நெல் போன்று இருப்பதால் அதனை மூங்கில்நெல் என்று மக்கள் அழைப்பர். சங்க இலக்கியங்களில் மூங்கில்நெல் அடிக்கடி குறிப்பிடப்படுகிறது.

அங்கு மூங்கில்நெல் கதிர்கள் நன்கு விளைந்து முதிர்ந்துவிட்டன. முற்றிய நெல்லைக் காயவைத்து உரலில் இடிப்பார்கள். உமியை நீக்கினால் அவல் கிடைக்கும். அவலாக

மூங்கில் .. பூ .. நெல் அரிசி

இடிக்கக்கூடிய பக்குவத்தில் நெல் இருப்பதையே அவல் பதம் கொண்டன என்கிறார் புலவர்.

தொய்யாது வித்திய துளர் படு துடவை
ஐயவி அமன்ற   (மலை. 122 - 123)
உழாமல் விதைத்து, களைக்கொட்டுகள் கொத்திய
தோட்டங்களில்
வெண்சிறுகடுகுச் செடிகள் நெருங்கிவளர்ந்தன;

வெண்கடுகுச் செடி ; காய்கள் முற்றிய பின் ; விதை

வெண்கடுகு விதையை விதைப்பதற்குமுன் காட்டை உழமாட்டார்கள் என்றும் விதைத்த பின் ஒருமுறை காட்டைக் களைக்கொட்டால் கொத்திவிடுவார்கள் என்றும் புலவர் கூறுகிறார். அப்போது விதைகள் நிலத்திற்குள் சென்று பின்னர் முளைக்கும்.

வெண் கால் செறுவில்,
மை என விரிந்தன நீள் நறு நெய்தல் (மலைபடு. 123 -124)

வெண்மையான நெற் பயிரின் அரிதாளையுடைய வயல்களில் கரேர் என மலர்ந்தன நீண்ட நறிய நெய்தல்;

அரியும் தறுவாயில் இருந்த ஐவன வெண்ணெல் வயல்களைத் தாண்டி வந்த புலவர் சிறிது தொலைவிற்குப்பின் வெண்ணெல் அறுவடை செய்யப்பட்ட நிலத்தின் வழியாகச் செல்கிறார். நெல்வயலில் எப்போதும் நீர் இருக்கவேண்டும். அறுவடை செய்வதற்குச் சில நாள்களுக்கு முன்னரேயே வயலுக்கு நீர் பாய்ச்சுவதை நிறுத்திவிடுவார்கள். வயல் காய்ந்து கட்டாந்தரையாகப் போய்விடும். அதன்பின் பயிரின் வேரை ஒட்டி அறுத்துச் செல்வர். தரையில் விட்டுப்போன பகுதி கட்டையாக நிற்கும். அதுவே அரிதாள் எனப்படும். பின்னர் நிலத்தை உழுது அப்பகுதியையும் நீக்குவார்கள். அந்த அரிதாள் கட்டைகளில் ஏற்கனவே அங்கு வளர்ந்து கிடந்த கருங்குவளைக் கொடியின் மலர்கள் பூத்துக்கிடக்கும் என்று புலவர் கூறுகிறார்.

நெற்பயிர் பச்சையாக இருந்தாலும் காய்ந்துபோன பின் அது பழுத்துப்போன வெண்ணிறத்தில் இருக்கும். எனவே வெண்கால் செறு என்கிறார். அதற்கு நேரெதிராக கருங்குவளை மலர்கள் அங்குப் பூத்துக்கிடந்தன. மை என்பது கறுப்பு நிறத்தைக் குறிக்கும். எனவே வெண்மை, கறுமை ஆகிய மாறுபட்ட நிறங்களின் முரண்காட்சியும் அவற்றை அடுத்தடுத்த வரிகளின்

தொடக்கச் சொற்களாக வைத்த புலவரின் சொல்லாட்சியும் நம்மை மகிழ்ச்சியில் ஆழ்த்துகின்றன. குவளைச்செடியின் தண்டுகள் நீண்டு இருக்கும் என்ற நுட்பமான கருத்தைக்கூட புலவர் கூற மறக்கவில்லை.

மை என விரிந்த

நீள் நெய்தல்

செய்யாப் பாவை வளர்ந்து கவின் முற்றி
காயம் கொண்டன இஞ்சி (மலைபடு. 125, 126)

கையால் செய்யப்படாத (இயற்கையாய் அமைந்த) பாவை போல் வளர்ந்து அழகு மிகுந்து உறைப்புத்தன்மை கொண்டன, இஞ்சி;

இஞ்சி என்பது ஒரு செடியின் கிழங்கு. உறைப்புத் தன்மை கொண்டது. அக்காலத்தில் சிறுவர் விளையாட மரத்தில் பொம்மை செய்து தருவார்கள். அது மரப்பாச்சி பொம்மை எனப்படும். அது செய்யப்பட்ட பாவை. இஞ்சிக்கிழங்கு அந்த மாதிரிப் பொம்மைபோல இயற்கையாகவே அமைந்திருக்கும் என்பதையே செய்யாத பாவை என்று கூறுகிறார் புலவர்.

இஞ்சிச் செடி

.. பூ

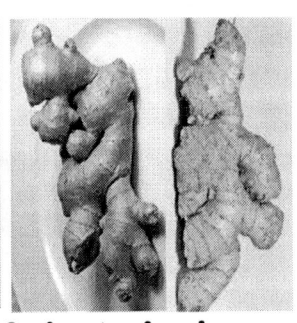
..கிழங்கு (செய்யாப் பாவை)

மா இருந்து, வயவுப் பிடி முழந்தாள் கடுப்ப குழிதொறும்
விழுமிதின் வீழ்ந்தன கொழும் கொடிக் கவலை
(மலைபடு. 126 - 128)

நன்கு முற்றி மாவாகும் தன்மை பெற்று, வலிமையுள்ள
பெண்யானையின் முழங்காலைப் போன்று, குழிகள்தோறும்,
சிறந்த நிலையில் நிலத்தடியில் வளர்ந்தன, செழுமையான
கொடியையுடைய கவலை எனும் கிழங்கு;

(மா=மாவு; வயவு=வலிமை; பிடி=பெண்யானை; கடுப்ப=போன்று; விழுமிதின்= சிறப்பாக; வீழ்=தாழ்,கீழிறங்கு)

சில வகைக்கிழங்குகள் அவற்றின் மாவுக்காகவே உற்பத்தி செய்யப்படுகின்றன. அப்படிப்பட்ட ஒருவகைக் கிழங்குதான் கவலைக்கிழங்கும். இக்காலத்திய சட்டிக்கிழங்கு அல்லது சேனைக்கிழங்கு எனப்படும் கிழங்கைப் போன்றது. கொடி வகையைச் சேர்ந்தது. அது பெண்யானையின் முழங்காலைப் போல் இருப்பதாகப் புலவர் கூறுகிறார்.

காழ் மண்டு எஃகம் களிற்று முகம் பாய்ந்து என
ஊழ் மலர் ஒழி முகை உயர் முகம் தோய
துறுகல் சுற்றிய சோலை வாழை
இறுகு குலை முறுக பழுத்த (மலைபடு. 129 - 132)

காம்பினுள் செலுத்தப்பட்ட வேலின் முனை யானையின்
முகத்தில் பாய்ந்தது என்று சொல்லும்படியாக,
முழுவதும் மலர்ந்து காய்க்காத தாரிலுள்ள மொட்டின்
நிமிர்ந்த முகம் உரசும்படியாகப்
பாறைகளைச் சுற்றி நின்றன தோட்டத்தின் வாழைமரங்கள்;

வாழைப்பூவை வீட்டில் பார்த்திருப்பீர்கள். அதை உரித்து ஆயும்போது பூவின் அடிப்பகுதியிலிருந்து ஆரம்பிப்பார்கள். அடிப்பகுதியைச் சுற்றி மூன்று நான்கு இதழ்கள் இருக்கும். ஒவ்வொரு இதழையும் தூக்கிப் பார்க்க அதனுள் கொத்தாகக் காணப்படுவதுதான் முதிர்ந்து பழுத்து ஒரு சீப்புப் பழமாக மாறுகிறது. வாழைமரங்களில் பூவைப் பறிக்காமல் விட்டால் அது அடியிலிருந்து ஒவ்வொரு இதழாகப் பிரிந்து காய்களாக முற்றும். மேல் வரிசை இதழ்கள் முடிந்தவுடன் அடுத்த வரிசை காய்க்கும். இவ்வாறாக இறுதிவரை காய்த்த பின்னரே அது வாழைத்தார் எனப்படும். நல்லா தார் போட்டிருச்சா? என்று விவசாயிகள் ஒருவருக்கொருவர் கேட்டுக் கொள்வதுண்டு. அவ்வாறு முற்றிலும் தார்ப்போடாத பருவத்தில் பாதி அளவில் காய்கள் தென்பட மீதி அளவு திறக்கப்படாமல் மொட்டாகவே இருக்கும். அது கம்பினில் செறுகப்பட்ட வேலின் நுனிபோல் இருப்பதாகப்

புலவர் கூறுகிறார்.

புலவர் நடந்துசெல்வது பாறைகள் படுத்துக்கிடக்கும் பகுதி என முன்னர்ப் பார்த்தோம். அதில் சில பாறைகள் சற்றே நிமிர்ந்து நிற்பதைப் போலிருக்கின்றன. அவற்றையே புலவர் **துறுகல்** என்கிறார். அம்மாதிரியான இடங்களில் பள்ளங்கள் ஏற்பட்டு நீர் தேங்க வழியுண்டு. அங்கே வாழைமரங்கள் வளர்ந்து கிடக்கின்றன. அவை பூத்துக் காய்க்க ஆரம்பிக்கின்றன. அவற்றில் ஒரு மரத்தில் முழுவதும் காய்த்து முடிக்காத ஒரு வாழைத்தாரின் நுனியில் உள்ள மொட்டு அருகிலிருக்கும் துறுகல்லின் ஒரு இடுக்கில் மாட்டிக்கொள்கிறது. பொதுவாக வாழைத்தாரில் மேலும் மேலும் காய்கள் வர வர அதன் எடை மிகுவதினால் தார் தரையை நோக்கிக் கவிழ ஆரம்பிக்கும். ஆனால் இந்தத் தார் பாறையில் மாட்டிக் கொண்டதினால் வளர வளர, காய்க்கும் பகுதி இறங்கியும் மொட்டுப்பகுதி உயர்ந்தும் நிற்கிறது. இவ்வாறு பாறையில் முட்டிக்கொண்டு உயர்ந்து நிற்கும் வாழைத்தாரின் மொட்டு யானையின் முகத்தில் பாய்ந்து நிற்கும் ஓர் வேலின் முனையைப்போல் தோன்றுவதாகப் புலவர் கூறும் வருணனையும் உவமைகளும் திரும்பத் திரும்பப் படித்து இன்புறத்தக்கன. புலவர்கள் ஏதோ ஒன்றைச் சொல்லிவிட்டுப் போக உரையாசிரியர்கள் தங்களுக்குத் தோன்றியபடி இல்லாததை எல்லாம் வருவித்துக்கொண்டு அளவுக்கு மீறிப் போற்றுவதாகச் சிலர் கூறுவதுண்டு.

ஊழ் மலர் ஒழி முகை

படம் 2ஐப் பாருங்கள். பாதியளவு காய்த்த தாரின் தண்டுடன் நிற்கும் மொட்டு, காம்பில் செருகப்பட்ட வேல்முனை போல் இருக்கிறதா?. எனவே **'காழ் மண்டு எஃகம்'** என்ற தொடரில் உள்ள காழ், மண்டு ஆகிய சொற்கள் வெறும் அலங்காரச் சொற்கள் அல்ல என்பது புரியும் (மண்டு= உள் செலுத்தப்படு). **ஊழ் மலர்**

181

ஒழி முகை என்பது முழுவதுமாக இதழ் விரிக்காத மொட்டு என்ற பொருள் தரும் (ஊழ் = முதிர்வு,முழுமை; மலர் = இதழ் விரி; ஒழி = இல்லாமல் போ). இந்த வருணனை இரண்டாவது படத்தில் உள்ள வாழைத்தாரை அப்படியே கண்முன்னால் காட்டுவது போல் இருக்கிறது அல்லவா? நின்றுகொண்டிருக்கும் ஒரு யானையின் முகத்தை நோக்கி தரையிலிருக்கும் ஒருவன் வேல் எறிகிறான். அந்த வேல் யானையின் முகத்தில் குத்தி நிற்கிறது. அப்போது வேலின் முனை உயர்ந்தும் கம்பு தாழ்ந்தும்தானே இருக்கும். எனவே இந்த உவமை முழுவதும் பொருத்தமாக அமைந்திருக்காது. ஆனால் புலவர் கண்டதோ மேல் நோக்கி நிற்கும் வாழைத்தார்.

எனவே இதைப் படிப்பவர்கள் மனதிற்குள்ளேயாவது கேள்வி கேட்கக்கூடாதபடி அதையும் விளக்கும் வண்ணம் அவர் **உயர் முகம்** என்ற சொற்களால் விளக்குகிறார். இங்கே **உயர்** என்ற சொல் எவ்வளவு முக்கியத்துவம் பெறுகிறது பார்த்தீர்களா? இந்த உவமையில் எந்த ஒரு சொல்லையும் எடுத்துவிட்டால் பொருள் முழுமை பெறாது. அதே நேரத்தில் **'காழ்மண்டு எஃகம் -- ஊழ்மலர் ஒழிமுகை'** என்ற எடுப்பான எதுகை எவ்வளவு இயல்பாக அமைந்திருப்பதையும் பார்த்தீர்களா? இவ்வாறு மிகக் குறைந்த சொற்களைக் கொண்டு மிக அதிகமான கருத்துக்களைப் பொதித்து வைத்து இயல்பான நடையில் அமைந்திருக்கும் சங்க இலக்கியங்கள் நமக்குக் கிடைத்தது பெரிய பேறு என்பதைத் தமிழர்கள் எண்ணி எண்ணிப் பெருமிதம் அடையலாம்.

இந்த வாழைமரங்களில் ஒரே சீப்பில் இருந்த காய்கள் ஒன்றற்கொன்று மிக நெருக்கமாக இருந்தன. மேலும் அடுத்தடுத்த சீப்புகளும் மிக நெருக்கமாக அமைந்திருந்தன. அதே நேரத்தில் அடுத்தடுத்து இருந்த அடுக்குகளும் இடைவெளி இல்லாமல் அடர்ந்திருந்தன. இந்த மூன்று வகையான அடர்த்தியையும் குறிக்கிறாற்போல் **இறுகு குலை** என்ற தொடர் அமைந்திருப்பதைக் கவனியுங்கள். அவ்வாறு காய்த்த தார்களும் தேவைக்கு மேல் பழுத்ததினால், பறிப்பதற்கு ஆளின்றி, முதிர்ந்துபோய் பழுத்த நிலையில் இருந்தன. இது அந்த இடத்தின் வளத்தைக் குறிப்பதாக அமையும்.

பயம் புக்கு
ஊழுற்று அலமரும் உந்தூழ் (மலைபடு. 132 - 133)

பயன்தரும் நிலை அடைந்து
முதிர்தலுற்று ஆடிக்கொண்டிருந்தன பெருமூங்கில்;
ஊழ்தல் என்றால் முதிர்தல் என்று முன்னர் கண்டோம். **உந்தூழ்** என்பது பெருமூங்கில் எனப்படும் தடித்த வகை மூங்கிலைக் குறிக்கும்.

முதிர்ந்த பெருமூங்கில் கழிகள் பந்தல் கால்களாகவும் மேலும் பல வகையிலும் பயன்படும். எனவே அவற்றை வெட்டி எடுத்துச் செல்வர். ஆனால் அவை நிறைய முளைத்துக் கிடப்பதால் அவற்றை உடனே வெட்டிச்செல்ல ஆட்கள் இல்லை. அதனால் அவை காற்றுக்கு ஆடிக்கொண்டிருந்தன. அதனையே **அலமரு உந்தூழ்** என்றார் புலவர்.

அகல் அறை,
காலம் அன்றியும் மரம் பயன் கொடுத்தலின்
காலின் உதிர்ந்தன கரும் கனி நாவல்   (மலைபடு. 133-135)
அகன்ற பாறையின்மேல்,
(நாவல் மரங்கள்)தமக்குரிய பருவமாக இல்லா விட்டாலும்,
பழுக்கின்ற காரணத்தால்,
காற்றால் உதிர்ந்துகிடந்தன, கரிய கனிகளான நாவல்பழங்கள்.
(அகல்=அகன்ற, அறை=பாறை; கால்=காற்று.)

நாவல் மரங்கள் ஓராண்டில் ஒரு குறிப்பிட்ட காலத்தில்தான் காய்க்கும். புலவர் அந்தப் பக்கம் நடந்துசென்ற காலம் நாவல் மரங்கள் காய்க்கும் காலம் அல்ல. காலமல்லாத காலத்திலும் நாவல் மரங்கள், பூத்துக் காய்த்து, பழங்களும் ஆகிவிட்டன. பெரிய மூங்கில்களையே காற்று அசைத்து ஆட்டிக்கொண்டிருந்தது என்று கண்டோம். அந்தக் காற்றில் நாவல் கனிகள் எம்மாத்திரம்? காற்றால் கனிகள் அங்கிருந்த பாறைகளின் மேல் உதிர்ந்து கிடந்தன என்கிறார் புலவர். தரையில் விழுந்த கனிகளில் மண் ஒட்டிக்கிடக்கும். அவை உண்பதற்குத் தகுந்தவை அல்ல. எனவேதான் பாறைகளில் உதிர்ந்து கிடந்த கனிகளைப் பார்க்கிறார் புலவர். நாவல் காய்கள் ஓரளவு சிவப்பு நிறத்தில் இருக்கும். அவற்றை உண்ண முடியாது. ஆனால் நாவல் கனிகள் கருநீலநிறத்தில் இருக்கும். காற்றிலும் எளிதில் உதிர்ந்துவிடும்.

எனவேதான் **கருங்கனி நாவல்** என்கிறார் புலவர். அவர் அவற்றை எடுத்து உண்டிருப்பார் என்பதில் ஐயமில்லை. அது சரி, நாவல் கனி என்று சொன்னாலே அது கருநீல நிறத்தில் தானே இருக்கும்; பின்னர் **கருங்கனி நாவல்** என்று கூறத் தேவை இல்லையே என்ற ஐயம் எழலாம். இந்தக் கற்பனை உரையாடலைக் கவனித்துப் படியுங்கள்.

"அந்த நிகழ்ச்சிய நீ பாத்தியா?"
"ஆமா, நான் பாத்தேன்"
"நீயே நேரில பாத்தியா?"
"ஆமாப்பா, நான் நேரிலயே பாத்தேன்"
"உறுதியாச் சொல்ல முடியுமா?"
"என்னப்பா, என் கண்ணாலயே பாத்தேன்"
"நான் எதுக்கு சொல்றேன்னா . . . "
"என்னப்பா, என் ரண்டு கண்ணாலயும் நேரிலயே பாத்தேன்னு சொல்லிக்கிட்டே இருக்கேன்!"

'ரண்டு கண்ணாலயும் நேரிலயே' என்ற சொற்கள் மிக மிக உறுதியாகவும், நிச்சயமாகவும் என்ற உறுதிப்பொருளில் வருகின்றன. அதை விட்டுவிட்டு கண்ணாலயே பாத்தேன் என்ற சொல்லுக்கு, எல்லாரும் கண்ணால பாக்காம மூக்கிலயா பாக்கிறாங்க? என்று சொல்லுவதோ ரண்டு கண்ணாலயும் என்ற சொல்லுக்கு, எல்லாரும் ஒரு கண்ணுலயா பாக்கிறாங்க? என்று சொல்வதோ மொழியின் தன்மையை அறியாதவர்கள் சொல்வதாகும். இதைப் போலவே கருங்கனி நாவல் என்ற சொற்களில் கரும் என்பது மிக நன்றாகக் கனிந்த என்ற பொருள் தரும். கன்னங் கரேல் என்று மிகவும் நன்றாகக் கனிந்த பழம் என்ற பொருள் தரும் அருமையான கூற்று அது. 'என் **கண்**ணால பாத்தேன்' என்று கண் - இல் அழுத்தம் கொடுத்தோ, 'என் கண்ணால**யே**' என்று யே - க்கு அழுத்தம் கொடுத்தோ நாம் பேசுவது வழக்கம். அதைப் போலவே '**கருங்**கனி' என்னும்போது, '**கருங்**'- க்கு அழுத்தம் கொடுத்துப் படிக்கவேண்டும். இந்த அழுத்தத்தை மிகமிக உறுதியாகச் சொல்ல எண்ணும்போது புலவர்கள், கரு**ஙங்**கனி என்று ஒற்றளபெடையைப் பயன்படுத்துவார்கள். '**கண்ண் தண்ண்** எனக் கண்டும் கேட்டும்' என இதே நூலில் (அடி 352) புலவர் கூறியிருப்பதைக் கவனியுங்கள்.

மாறுகொள ஒழுகின ஊறு நீர் உயவை - மலைபடு. 136

(குடிப்பதற்கு) மாற்றுப்பொருளாக நீர் நிறைந்து படர்ந்துள்ளது ஊறுகின்ற நீரையுடைய உயவைக்கொடி.

உயவை என்பது வறண்ட நிலப்பகுதியில் வளரும் ஒரு வகைக் கொடியாகும். அக்கொடியின் தண்டுகள் குழல்போல் இருக்கும். மேலும் அவை நீர்ப்பிடிப்புடன் இருக்கும். நடந்து செல்வோர் நீர் வேண்டின் இந்தத் தண்டினைப் பறித்து வாயிலிட்டு மெல்லுவர். அக்கொடிகள் நீர் நிறைந்து இருப்பதையே ஊறு நீர் உயவை என்று கூறுகிறார் புலவர்.

நூறொடு குழீஇயின கூவை (மலைபடு. 137)

நீறு பூத்து, கூவைக்கிழங்குகள் முற்றித் திரளாகக் கிடந்தன.

விறகை எரிக்கும்போது மரக்கட்டை எரிந்து சிறுசிறு துண்டுகளாக உடையும். நெருப்புடன் இருக்கும் அத்துண்டுகள் சிவந்துபோய் இருக்கும். அவற்றைக் **கங்கு** என்பார்கள். நெருப்பை அணைக்காவிட்டால் விறகு எரிந்து முடிந்து நெருப்பு கொஞ்சம் கொஞ்சமாகத் தணியும். அப்போது சிவந்த கங்குகள் மீது வெண்மையான சாம்பல் படியும். அதனை **நீறு** என்பர். அதற்குள் நெருப்பு இன்னும் அணைந்துபோகாமல் இருக்கும். நெருப்பு அணைந்துவிட்டது என்று நினைத்துச் சாம்பலை எடுக்க முனைந்தால் கையைப் பொசுக்கிவிடும். இதனையே **நீறுபூத்த நெருப்பு** என்பர். ஒருவர் வெளியில் தெரியாதபடி மிக்க கோபத்தை அடக்கிக் கொண்டு ஆனால் உள்ளுக்குள் அது புகைந்துகொண்டு இருப்பதை நீறு பூத்த நெருப்பாக இருக்கிறார் எனக் கூறுவது வழக்கம். **திருநீறு** என்ற சொல்லில் இருக்கும் நீறுவும் இதுதான். சில வகைக் கிழங்குகளின் மேல் பாகத்தில் ஒருவகை வெண்மையான பொருள் ஒட்டிக்கொண்டிருக்கும். அவ்வாறு இருப்பதைச் **சாம்பல்பூத்து** இருக்கிறது என்பர். புலவர் கண்ட கூவைக்கிழங்குகளும் அவ்வாறு சாம்பல் பூத்து இருப்பதாகக் கூறுகிறார்.

சேறு சிறந்து, உண்ணுநர் தடுத்தன தேமா (மலைபடு. 137)

சதைப்பற்றுடன் சாறு மிகுந்து மிக்க தித்திப்பினால்
திகட்டலால் உண்பாரைத் தடுத்தன தேமாங்கனிகள்.

சேறு கொளகொள வென்று இருக்கும். மாங்கனி சதைப் பகுதி மிகுந்து இருந்தால் நல்ல சதைப்பற்றுள்ள பழம் என்பார்கள். சில பழங்களில் அந்தச் சதை கெட்டியாக இருக்கும். அவ்வாறில்லாமல் சதை சேறு போல் கொஞ்சம் கொளகொள வென்று இருந்தால் பழத்தைக் கடித்துத் தின்பதற்கு மிக எளிதாக இருக்கும்.

அப்படிப்பட்ட பழம் மிகவும் இனிப்பாகவும் இருந்தால் நிறைய தின்னத் தோன்றும். ஆனால் மிகுந்த தித்திப்பு, அதிகம் தின்னவிடாமல் திகட்டும். அந்த அளவுக்குப் பழங்கள் தித்திப்புடன் இருந்தன என்பதையே **உண்ணுநர்த் தடுத்தன தேமா** என்கிறார் புலவர். தேமா என்பது மிகவும் இனிப்புள்ள பழங்கள் கொடுக்கும் ஒரு வகை மாமரம் என்பர். தே மா எனக்கொண்டு மிகவும் இனிக்கின்ற மாம்பழம் எனவும் கொள்ளலாம்.

புண் அரிந்து, அரலை உக்கன நெடும் தாள் ஆசினி

(மலைபடு. 139)

மேல்தோல் புண்ணாகி வெடித்து விதைகளை உதிர்த்தன நீண்ட அடிப்பகுதியையுடைய ஆசினிப்பலா மரத்தின் பழங்கள். (அரலை=விதை)

ஆசினி என்பது **ஈரப்பலா** எனப்படும் ஒருவகைப் பலாமரம். அதன் அடிப்பகுதி மிகவும் உயரமாக இருக்கும். அம்மரத்தில் காய்த்துப் பழுத்த பழம் ஒன்று பறிப்பார் இன்றி வெடித்ததால் உள்ளிருக்கும் கொட்டைகள் உதிர்ந்து கீழே விழுந்தன.

ஒருவேளை நெடிய அடியைக் கொண்ட மரம் என்பதால் அதில்போய் யார் ஏறுவார்கள் என்று விட்டுவிட்டார்களோ என்னவோ? அவ்வளவு உயரம் இல்லாத குட்டையான மற்ற பலாமரங்களிலிருந்து ஆசினிப்பழங்களைக் காட்டிலும் சுவையான பழங்கள் அவர்களுக்குக் கிடைத்திருக்கலாம்.

விரல் ஊன்று படு கண் ஆகுளி கடுப்ப
குடிஞை இரட்டும் நெடு மலை அடுக்கத்து
கீழும் மேலும் கார் வாய்த்து எதிரி
சுரம் செல் கோடியர் முழவின் தூங்கி
முரஞ்சு கொண்டு இறைஞ்சின அலங்கு சினைப் பலவே

(மலைபடு. 140 -144)

விரல்கள் அழுந்தப்பதிந்து ஒலியெழுப்பும் முகப்பையுடைய சிறுபறையைப் போன்று,

பேராந்தைகள் மாறி மாறிக் கூப்பிடும் நெடிய மலைச் சாரலில் (மரங்களின்)அடிப்பகுதியிலும் அவற்றின் மேலும் நல்ல மழை வாய்க்கப்-பெற்றமையால் அதனைப்பெற்று,

நெடுவழியில் செல்லும் கூத்தருடைய மத்தளங்களைப் போன்று தொங்கி முதிர்வு கொண்டு தலை வணங்கின, (மேலும் கீழும்) அசைகின்ற கிளைகளிலுள்ள பலாப்பழங்கள்;

(**குடிஞை**= பேராந்தை; **சுரம்**= வழி; **தூங்கி**= தொங்கி; **முரஞ்சு**= முதிர்ச்சியடை)

ஆசினிப்பலாப்பழங்கள் கேட்பாரற்றுப் பழுத்து வெடித்துக்

கிடப்பதன் காரணம் இப்போது புரிகிறதா? ஆசினிப் பலாமரங்களை ஒட்டியே மற்ற வகைப் பலாமரங்களும் இருந்தன. அவற்றின் வேர்ப்பகுதியிலும் மேலே கிளைகளிலும் பலாப்பழங்கள் தொங்கிக்கொண்டிருந்தன. மரத்தின் அடிப் பகுதியில் காய்த்திருப்பதை வேர்ப்பலா என்பர். **'கோரிக்கை யற்றுக் கிடக்குதண்ணே இங்கே வேரில் பழுத்த பலா'** என்ற பாவேந்தரின் வரிகள் நினைவிற்கு வருகின்றன அல்லவா? வேர்ப்பகுதியிலேயே பழுத்துக் கிடப்பதால் அவற்றைப் பறிப்பதற்குக் கடினமான முயற்சி தேவையில்லை. அப்பழங்கள் நன்கு முற்றிப்போய், தங்களுடைய மிகுதியான எடையினால், தங்கள் காம்புகளை இழுத்துக்கொண்டு கீழ்நோக்கித் தொங்கிக்கொண்டிருக்கும்.

எங்களைப் பறித்துச் செல்லுங்கள், பறித்துச் செல்லுங்கள் என்று அவை தலைவணங்கிக் கெஞ்சிக்கொண்டிருந்தன என்கிறார் புலவர். (முரஞ்சு=முதிர்வு; இறைஞ்சு=தலை வணங்கி மன்றாடு).

மேலும் அப்பழங்கள் கூத்தரின் மத்தளங்களைப் போன்றிருந்தன என்றும் கூறுகிறார். இப்பாடலின் தொடக்கத்தில் கூத்தர் தங்கள் மத்தளங்களைச் சாக்குப்பைகளில் போட்டு இறுக்கிக் கட்டியிருப்பது பலாப்பழக் கொத்துகள் போலிருப்பதாகப் புலவர் கூறியிருப்பதை நினைவிற் கொள்ளுங்கள். பலாப்பழங்களைப் போன்ற மத்தளங்களைச் சுமந்துவரும் கூத்தருக்கு பலாப்பழங்களைக் கண்டதும் மத்தளங்கள் நினைவுக்கு வருவது இயற்கைதானே. அவ்வாறே கூத்தர் கூறுவதாகப் புலவர் கூறியிருப்பது மிகவும் இயல்பான உவமைகளையே கையாளும் சங்கப்புலவர்களின் திறத்தைச் சுட்டிக்காட்டுகிறது.

மரம், செடி, கொடிகளுக்கு நிலத்தடி நீரோ அல்லது பாய்ச்சிய நீரோ எவ்வளவு கிடைத்தாலும் மழை மிக அவசியம். மேலேயிருந்து விழும் மழைத்துளிகள், மரத்தின் இலைகள், கிளைகள், அடிப்பகுதி போன்ற அனைத்தையும் நனைக்கின்றன. அப்படி மழையில் நனைந்து மரங்கள் குளிரவேண்டும். அப்போதுதான் அவை செழித்து வளரும். இதனை **'மேல் மழை'** என்பார்கள். என்னதான் தண்ணிக்குப் பஞ்சம் இல்லாட்டியும் மே(ல்)மழை வாய்க்கலியே, அதனால இந்தத் தடவை வெள்ளாமை சரியில்ல என்று விவசாயிகள் குறைபட்டுச் சொல்வார்கள். வயது வந்த பெற்றோருக்கு முதியோர் இல்லங்கள் வழங்கும் உணவு நிலத்தடி நீர் அல்லது பாய்ச்சிய நீர் போன்றது. அதனால் அவர்களின் வயிறு நிரம்பலாம். ஆனால், அவர்களின் பிள்ளைகளும் பேரர்களும் அவர்களை வந்து பார்த்துச்செல்வதே அவர்களின் மனத்தையும் நிரப்பும். அப்போது அவர்கள் மனங்குளிர்ந்து போகிறார்கள். அதைப் போன்றவைதான் மரஞ்செடிகொடிகளும். இதனை நன்கு உணர்ந்திருந்த புலவர், மரங்களின் கீழ்ப்பகுதியும் மேல்பகுதியும் நன்கு நனையும் அளவுக்கு நல்ல மழை அவற்றுக்கு வாய்த்திருக்கிறது என்கிறார். இதனையே **'கார் வாய்த்து எதிரி'** எனப்புலவர் கூறுகிறார். **கார்** என்பது மழை. **வாய்**த்தல் என்பது கிடைக்கப்பெறுவது. **எதிரி** என்பதற்கு எதிர்கொண்டு என்று பொருள். மேலிருந்து விழும் மழைத்துளிகளை மரம் எதிர்கொண்டு ஏற்றுக்கொள்வதால் அவ்வாறு கூறுகிறார்.

புலவர் நடந்து செல்வது முல்லையும் குறிஞ்சியும் ஒன்றிக்கலந்த மலைப்பாங்கான மேட்டுநிலம் என்றாலும் அவர் எதிரே பெரிய பெரிய மலைகள் அடுக்கடுக்காக இருப்பதை அவர் பார்க்கிறார். அம்மலைகளில் அடர்ந்த காடுகள் இருந்தன. அவற்றில் ஆந்தைகள்

குடியிருக்கும். ஒரு ஆந்தை ஒலியெழுப்பும்போது அடுத்து அதன் துணை ஒலியெழுப்பும். இவ்வாறு ஓசைகள் விட்டு விட்டு அல்லது

மாறி மாறி ஒலிப்பதை **இரட்டுதல்** என்கிறோம்.

மனிதர் வளர்க்கும் யானைகளுக்கு வெளியில் வரும்போது முதுகின் இரண்டு பக்கங்களிலும் மணிகள் கட்டித் தொங்கவிட்டிருப்பார்கள். யானை அசைந்து அசைந்து நடந்துவரும்போது மணிகள் டிங், டாங் என்று மாறி மாறி ஒலிக்கும். அதுவும் இரட்டுதல்தான். இரண்டு விரல்களால் மேஜையில் டக்கு டக்கு என்று தாளம் போடுவதும் இரட்டுதல்தான். கூத்தர்கள் ஆகுளி என்ற சிறிய பறை வைத்திருப்பார்கள். தோல்கொண்டு போர்த்திய அதன் மேற்பகுதி அதன் கண் எனப்படும். இரண்டு விரல்களால் அந்தக் கண்ணை அழுத்தி வேகமாகத் தட்டுவது போன்று ஆந்தைகள் ஒலித்தன என்பதையே **விரல் ஊன்று படு கண் ஆகுளி'** என்று புலவர் கூறுகிறார். ஆந்தைகள் ஒலிப்பது கூட ஒரு கூத்தனுக்குத் தன் ஆகுளியை நினைவுபடுத்தும் என்பதை உளவியல் நோக்கில் பார்த்தால் புலவரின் பல்துறைபோகிய கூர்த்த அறிவு நமக்கு நன்கு புலப்படும்.

தீயின் அன்ன ஒண் செங்காந்தள்
தூவல் கலித்த புது முகை ஊன் செத்து
அறியாது எடுத்த புன் புறச் சேவல்
ஊஉன் அன்மையின் உண்ணாது உகுத்தென
நெருப்பின் அன்ன பல் இதழ் தாஅய்
வெறிக்களம் கடுக்கும் வியல் அறை   (மலைபடு. 145-150)

நெருப்பினைப் போன்று ஒளிர்வுள்ள செங்காந்தளின் மழையால் செழித்து வளர்ந்த புதிய மொட்டினைத் தசையெனக் கருதி, அறியாமல் எடுத்த பொலிவிழந்த முதுகினையுடைய பருந்து,

(அது)தசையாக இல்லாததால் உண்ணாமல் கீழே போட்டுவிட,
நெருப்பைப் போன்ற பல இதழ்கள் பரந்து,
வெறியாடுகின்ற களத்தை ஒக்கும் அகன்ற பாறைகள்.

(**தூவல்**=மழை;**கலித்தல்**=செழித்துவளர்தல்;**முகை**=மொட்டு;**செத்து**=நினைத்து;**சேவல்**=பறவைகளில்ஆண்,இங்கு பருந்து;உகு=கீழேபோடு;**தாஅய்தாய்**=பரவி;
கடுக்கும்=போன்றிருக்கும்;**வியல்**=அகன்ற;**அறை**=பாறை)

மலையில் உள்ள திறந்த புல்வெளிகளில் மேயும் மான் போன்ற விலங்குகளைக் கொடிய விலங்குகள் வேட்டையாடும். இறந்துபோனதைத் தின்றபின் மிச்சிலைத் தம் இருப்பிடத்திற்கு இழுத்துச்செல்லும். அதனால் அங்கங்கே இறைச்சித் துண்டுகள் இறைந்துகிடக்கும். அவற்றை மற்ற சிறு விலங்குகள் பயந்துகொண்டே தின்னும். வானத்தில் பருந்துகளும் கழுகுகளும் வட்டமிடும். தம் கண்ணுக்குத் தெரிந்த இறைச்சித் துண்டுகளை அவை பாய்ந்து வந்து கவர்ந்து செல்லும். இது காட்டுப் பகுதியில் அன்றாடம் நடக்கும் நிகழ்ச்சி ஆகும். இவ்வாறுதான் புலவர் சென்ற நாளிலும் நடந்தது. மேலே பறந்துகொண்டிருந்த பருந்து ஒன்று கீழே சிவப்பான ஒரு பொருளைப் பார்த்தது. உண்மையில் அது செங்காந்தள் மலரின் அன்றலர்ந்த மொட்டு. அதனை இறைச்சித் துண்டு என்று எண்ணிய பருந்து கீழே பாய்ந்து அதனைப் பற்றித் தூக்கிச்சென்றது. பொதுவாக, காக்கை போன்ற பறவைகள் ஒரு பொருளைத் தூக்கிச்செல்லவேண்டும் என்றால், தம் அலகினால் தூக்கிச்செல்லும். ஆனால், கழுகு, பருந்து போன்றவைகளோ, தம் கால்களினால் இறையை இறுகப் பற்றிய வண்ணம் எடுத்துச்செல்லும். ஏதேனும் ஒரு மரக்கிளையில்

பருந்து இரையைக் கவர்ந்து தூக்கிச்சென்று உண்ணல்

வைத்துக் கால்களினால் பற்றியவாறே கொத்தித்தின்னும். காந்தள் மலரைத் தூக்கிச்சென்ற பறவை சற்றுத் தொலைவில் உள்ள மரக்கிளையில் அமர்ந்தவாறு தன் இரையைக் கொத்திப் பார்த்தது.

உடனே அது இறைச்சி அல்ல என்று உணர்ந்துகொண்டு அதனை உண்ணாது கீழே போட்டுவிட்டது. விழுந்த மலர் கீழே இருந்த அகன்ற பாறைமீது சிதறிக்கிடந்தது.

இந்த மாதிரி ஒரு பருந்தல்ல பல பறவைகள் போட்ட காந்தள் மலர்கள் அந்தப் பாறை முழுக்கப் பரவிக்கிடந்தன. அந்தப் பாறையைப் பார்த்த புலவருக்கு வேலன் வெறியாட்டுக்களம் நினைவிற்கு வருகிறது. திருவிழாக்காலங்களில் சிலர் சாமியாடி வருவர். ஆவேசமாய் சுற்றிச் சுற்றி ஆடுவர். அவரைச் சுற்றிநின்று கூட்டம் அவரை வணங்கி நிற்கும். சிலருக்கு அவர் குறியும் சொல்வதுண்டு. இதைப் பண்டைய இலக்கியங்கள் வேலன் வெறியாட்டு என்று கூறும். அந்தச் சாமியாடி ஆடும் இடமே வெறிக்களம் எனப்படுகிறது. அவர் ஆடும்போது கழுத்து நிறைய அவர் போட்டிருக்கும் மாலைகளின் மலர்கள் பல இடங்களிலும் உதிர்ந்துகிடக்கும். பாறையில் தான் கண்ட காட்சியை இந்த வெறிக்களத்துடன்தான் புலவர் ஒப்பிட்டுப் பார்த்து மகிழ்கிறார்

2. நன்னனுக்குரிய இறைப்பொருள்கள்

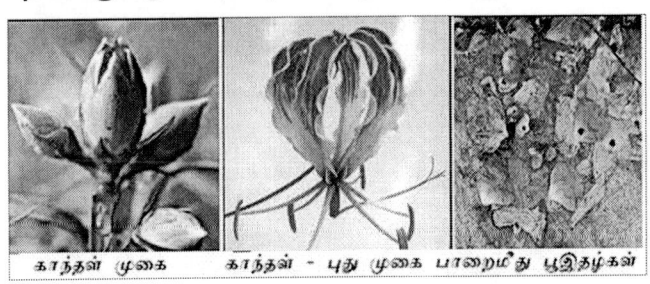

காந்தள் முகை — காந்தள் - புது முகை — பாறைமீது பூஇதழ்கள்

நன்னனின் கோட்டை வாயிலில் நுழைந்த கூத்தன் அவன் மாளிகையை நெருங்கும்போது ஏற்கனவே அங்கு வந்து நன்னனைப் பார்ப்பதற்காகக் கூடியிருக்கும் பலவித மக்களைப் பார்க்கிறான். அவர்கள் மன்னனுக்குக் கொடுப்பதற்காகப் பரிசுகளையும் இறைப்பொருள்களையும் கொண்டுவந்திருந்தனர். அவற்றைப் பார்த்துக்கொண்டே கூத்தன் அவர்களைக் கடந்து செல்கிறான். அப்போது அவன் பார்த்ததாகப் புலவர் வரிசைப்படுத்திக் கூறும் பொருள்களின் தன்மையை வைத்து அன்றைய மன்னராட்சியைப் பற்றி ஓரளவு தெரிந்துகொள்ள முடிகிறது. இதோ அந்தப் பொருள்கள்:-

1.எரி கான்று அன்ன பூ சினை மராஅத்து
தொழுதி போக வலிந்து அகப்பட்ட
மட நடை ஆமான் 2.கயமுனி குழவி
3.ஊமை எண்கின் குடா அடி குருளை
4.மீமிசை கொண்ட கவர் பரி கொடும் தாள்
வரை வாழ் வருடை 5.வன் தலை மா தகர்
6.அரவு குறும்பு எறிந்த சிறு கண் தீர்வை
7.அளை செறி உழுவை கோளுற வெறுத்த
மட கண் மரையான் பெரும் செவி குழவி
8.அரக்கு விரித்து அன்ன செம் நில மருங்கின்
பரல் தவழ் உடும்பின் கொடும் தாள் ஏற்றை
9.வரை பொலிந்து இயலும் மடம் கண் மஞ்ஞை
10.கானக்கோழி கவர் குரல் சேவல்
11.கான பலவின் முழவு மருள் பெரும் பழம்
12.இடி கலப்பு அன்ன நறு வடி மாவின்
வடி சேறு விளைந்த தீம் பழம் தாரம்
13.தூவல் கலித்த இவர் நனை வளர் கொடி
14.காஅய் கொண்ட நுகம் மருள் நூறை
15.பரூஉ பளிங்கு உதிர்த்த பல உறு திரு மணி
16.குரூஉ புலி பொருத புண் கூர் யானை
முத்து உடை மருப்பின் முழு வலி மிகு திரள்
17.வளை உடைந்து அன்ன வள் இதழ் காந்தள்
18.நாகம் 19.திலகம் 20.நறும் காழ் ஆரம்
21.கரும் கொடி மிளகின் காய் துணர் பசும் கறி
22.திருந்து அமை விளைந்த தேம் கள் தேறல்
23.கான் நிலை எருமை கழை பெய் தீம் தயிர்
24.நீல் நிறம் ஓரி பாய்ந்தென நெடு வரை
நேமியின் செல்லும் நெய் கண் இறாஅல்
உடம்புணர்பு தழீஇய 25.ஆசினி அனைத்தும்
குட மலை பிறந்த தண் பெரும் காவிரி
கடல் மண்டு அழுவத்து கயவாய் கடுப்ப
நோனா செருவின் நெடும் கடை துவன்றி (மலைபடு.498-529)

1. நெருப்பைக் கக்கியது போன்ற பூப்பூத்த கிளைகளையுடைய மரா மரத்தில் (தன்)கூட்டமெல்லாம் ஓடிப்போய்விட (ஓடமுடியாமல்) வலிய அகப்பட்ட மெல்லிய நடையையுடைய காட்டுப்பசுவின் கன்றும்

துணை ஆர் கோதை ..

மராமரம் - செங்கடம்பு

ஆமான்

கொடும் தாள் வரை வாழ் வருடை

வன்தலை மாதகர்-செம்மறிக்கிடா

3.வாய்திறவாத கரடியின் வளைந்த பாதங்களையுடைய குட்டியும்,

4.மலையுச்சியில் பிடித்த நிலத்தைப் பற்றிக் கொண்டு ஓடும் வளைந்த கால்களையுடைய மலையில் வாழும் வரையாடும்

5.தலையையுடைய பெரிய செம்மறியாட்டுக்கிடாவும்

6.பாம்பின் வலிமையை அழித்த சிறிய கண்களையுடைய கீரியும்

7.குகையில் பதுங்கியிருந்த புலி பிடிப்பதற்காகப் பாய, அதனால் துன்புற்ற, பேதைமை மிகுந்த கண்களையுடைய மரைமானின் பெரிய காதுகளைக் கொண்ட குட்டியும்,

8.அரக்கை உருக்கிப் பரப்பிவிட்டாற் போன்ற சிவந்த நிலத்தில் பருக்கைக் கற்களின் மீது தவழும் உடும்பின் வளைந்த

பாதங்களைக் கொண்ட ஏறும்,
9. மலை அழகுற ஆடும் பேதைமை நிறைந்த கண்களைக் கொண்ட மயிலும்,
10. காட்டுக்கோழியை அழைக்கும் கூவல் ஒலியுடைய சேவலும்,
11. காட்டுப் பலாவின் மத்தளம் போன்ற பெரிய பழமும்,

மயில் காட்டுக்கோழி சேவல்

காந்தள் மலர்கள்

12. தானியங்களை இடித்துக் கலந்து செய்த பொரிவிளங்காய் உருண்டை போன்ற, ஆனால் மணம் மிக்க வடு மாங்காயின் தேன் போன்ற சதைப்பற்று முதிர்ந்த இனிய பழங்கள் சேர்ந்த அரும்பண்டங்களும்,

13. தூறலால் செழிப்புற்றுத் தழைத்து உயர்ந்த அரும்புகள் முதிருகின்ற மணம்வீசும் நறைக் கொடியும்,

14. தோளில் சுமந்துவந்த நுகத்தடியோ என்று நினைக்கத் தோன்றும் விலாங்கு மீனும்,

15. பருமனான பளிங்குக்கல்லை உடைத்து உதிர்த்து விட்டதைப் போன்ற பலவித அழகிய மணிகளும்,

16. மினுமினுப்பான தோலையுடைய புலி தாக்கிய புண் மிகுந்த யானையின் முத்துக்களைக் கொண்ட தந்தத்தின் முழுதும் உறுதி மிகுந்த குவியலும்

17. வளையல் உடைந்ததைப் போன்ற செழுமையான இதழ்களையுடைய காந்தள்பூவும்,

18. புன்னைப்பூவும்

19. திலகப்பூவும்

20. மணமிக்க வயிரத்தையுடைய சந்தனமும்,

21. கரிய கொடிகளையுடைய மிளகின் காய்க்குலைகளின் காய்ந்து போகாத பச்சை மிளகும்,

22. நன்கு செய்யப்பட்ட கெட்டி மூங்கில் குழாயில் நன்கு பக்குவப்பட்ட தேனில் செய்த கள்ளின் தெளிவும்,

23. காட்டில் வசிக்கும் எருமையின் மூங்கில் குழாயினுள் ஊற்றப்பட்ட இன்சுவையுள்ள தயிரும்,

24. கருநீல நிறமான முற்றிய தேனின் நிறம் (எங்கும்) பரவியதைப் போன்ற உயர்ந்த மலையில் சக்கரம் போன்று ஒழுகும் தேனைத் தன்னிடத்தில் கொண்ட தேன் அடைகளும்

25. இவற்றோடு சேர்ந்த ஆசினிப்பலாவும்

புன்னைப்பூ | திலகம்
சந்தன மரம் | சந்தனக் கட்டை

மற்றும் நிறைய பொருள்களும், குடகு மலையில் பிறந்த குளுமையான பெரிய காவிரியாற்றைக் கடல் தாகத்துடன் குடிக்கும் ஆழமான கழிமுகத்தைப் போன்று பகைவர் மேல் பொறுமை காட்டாத போர்களையுடைய உயரமான வாயிலில் நிறைந்து இருக்கும்.

3. மலைபடுகடாம் புலவர் கூறும் வழி

சங்க இலக்கியங்களில் ஆர்க்கின்ற அழகு இருக்கும், ஈர்க்கின்ற இனிமை இருக்கும், ஏற்றமிகு எழில் இருக்கும். எல்லாவற்றுக்கும் மேலாக ஊற்றுநீராய் உண்மை கசிந்து வரும். இந்த ஊற்றுதான் அவற்றை இறவா இலக்கியங்கள் ஆக்கியிருக்கின்றது. பயண இலக்கியங்களாய் அமைந்த மற்ற ஆற்றுப்படை இலக்கியங்களைப் போலவே இந்த நூலிலும் காணப்படும் நில வளமும் மக்கள் வாழ்க்கையும் புலவர் தான் நேரில் கண்டவையே என்பது உண்மை. எனவே புலவர் வருணித்துச் செல்லும் மலைப் பாதைகளின் வழியே அவரும் நடந்து சென்றிருப்பார் என்பது உறுதி. அவர் கூற்றின் வழியாகவே அப்பாதை எதுவாக இருக்கும் என்பதைக் காண முயல்வோம்.

பல்குன்றக் கோட்டத்துச் செங்கண்மாத்துவேள் நன்னன் சேய் **நன்னனிடம்** செல்வதற்கான வழியைப் பற்றித்தான் புலவர்

பாடலில் குறிப்பிடுகிறார். செங்கண்மா என்பது நன்னனின் தலைநகரம். இப்பொழுது, திருவண்ணாமலை மாவட்டத்தில் அவ்வூரிலிருந்து மேற்கே 34. கி. மீ. தொலைவில் உள்ள செங்கம் என்ற ஊரே அது என்பது அறிஞர் கருத்து. இப்பொழுது செங்கம், திருவண்ணாமலை மாவட்டத்திலுள்ள ஒரு தாலுகாவின் (வட்டம்) தலைநகராக இருக்கிறது. புலவரின் காலத்திலேயே இது **மூதூர்** என அழைக்கப்பட்டிருக்கிறது. எனவே இது மிகப் பழமையான ஊர் எனப் பெறப்படும். செங்கம் ஊரின் மூன்று பக்கங்களிலும் உயர்ந்த மலைகள் அமைந்திருப்பதைப் படத்தில் காணலாம். இதன் காரணமாகவே அவன் நாடு **பல்குன்றக் கோட்டம்** என்று அழைக்கப்பட்டிருக்கிறது.

இவற்றில் ஒரு மலைக்கு **நவிர** மலை என்று பெயர். அது செங்கத்துக்கு மிக அருகில் உள்ள மலையாக இருக்கவேண்டும். புலவர் செல்லும் வழியில் சேயாறு என்ற ஓர் ஆற்றங்கரை வழியே செல்ல வேண்டும் என்கிறார். இந்தச் **சேயாறு** இப்போது செய்யாறு என்று அழைக்கப்படுகிறது. செய்யாற்றின் தென்கரைப் பகுதியில் செங்கம் அமைந்துள்ளது. தமிழக ஆறுகள் மேற்கிலிருந்து கிழக்கு நோக்கிப் பாயும். செய்யாறும் அவ்வாறுதான் பாய்கிறது. ஆனால் செங்கம் அமைந்துள்ள இடத்தில் **செய்யாறு** தெற்கிலிருந்து வடக்கு நோக்கிச் செல்கிறது. அப்படிப்பட்ட இடம் மிகப் புனிதமான இடமாகக் கருதப்படும். இத்தகைய சிறப்புகளைப் பெற்ற ஊரையே நன்னன் தன் தலைநகராகக் கொண்டதில் வியப்பில்லை. பரிசில் பெற்ற கூத்தன் தான் கண்ட மற்ற கூத்தனிடம் நன்னனின் ஊருக்குச் செல்லும் வழியை விவரிக்கும் புலவர் பெரும்பாலும் மலைப்பகுதிகளையும் மலையை ஒட்டிய முல்லைப்பகுதிகளையுமே குறிப்பிடுகிறார். நன்னனின் ஊரை நெருங்கிய பின்னரே மருதநிலப்பகுதிகள் கூறப்படுகின்றன.

இரு கூத்தர்களும் முதலில் சந்தித்துக்கொள்ளும் இடமே ஒரு மலைப்பகுதிதான். செங்குத்தான பாறைகளைக்கு இடையே உள்ள ஒரு சிறிய பாதையில் அடுக்கடுக்காக உள்ள பல மலைகளின் உச்சிகளின் வழியாக அவர்கள் செல்கிறார்கள். **எடுத்து நிறுத்து அன்ன இட்டு அரும் சிறு நெறி - 16, அடுக்கல் மீமிசை - 19, உயர்ந்து ஓங்கு பெருமலை ஊறு இன்று ஏறலின் - 41** போன்ற வரிகளின் மூலம் இதை உணரலாம். வழியில் அவர்கள் கண்ட முல்லைநிலப் பரப்பில் மழைநீரால் கழுவிவிட்டதைப் போன்ற ஒரு மணற்பாங்கான இடத்தில் ஒரு மரத்தின் நிழலில்

அவர்கள் தங்கியிருக்கிறார்கள். அப்போதுதான் புதிய கூத்தனைப் பார்க்கிறார்கள். தினை, எள், வரகு ஆகியவை பயிரிடப்பட்ட முல்லைக்காடுகளின் ஊடே செல்லும் பாதையிலேயே செல்லுமாறு கூத்தன் கூறுகிறான். அங்குள்ள மலைவாழ் மக்கள் காடுகளை அழித்துத் தானியங்களையும் வாழை, நெல், கரும்பு போன்றவற்றையும் விளைவிக்கிறார்கள். ஆகவே அவர்களுக்கான வழி ஓரளவு செப்பனிடப்பட்டதாகவே இருந்திருக்கும்.

வழியில் சில குடியிருப்புகளும் இருந்தன (**செழும் பல் யாணர் சிறு குடி - 155**). கானவர்களும் குறவர்களும் நிறைந்த பகுதியின் வழியாக அப்பாதை செல்கிறது. வழியில் ஒரு காட்டாறும் பல குளங்களும் இருந்தன. இன்னொரு காட்டாற்றின் அருகில் ஒரு மிகப்பழைய கோவில் இருந்தது. அது நவிரமலைக்கடவுள் என உரையாசிரியர்களால் கூறப்படுகிறது. மலை இறக்கத்தில் ஒரு பெரிய குகை இருந்தது. (**கல் அளை - 255**) அதன் பின்னர் முல்லைக் காட்டு விளைநிலங்களின் வழியாகச் செல்லும் ஒரு நல்ல பாதை இருந்தது. (**கானகப்பட்ட செந்நெறி - 258**). பெரிய மரங்கள் நிறைந்த தோப்புகள் அங்கு இருந்தன. (**பெரு மரக் குழாம் - 265**) இருப்பினும் அவர்கள் இன்னும் உயரமான மலைப்பகுதியில்தான் இருக்கிறார்கள். அங்கிருந்து கீழே பார்த்தால் பெரிய பெரிய ஊர்களைக் காணலாம். (**நாடு காண் நனந்தலை - 270**) அடுத்துக் குறவர்களும் செல்லப் பயப்படும் குன்றுகள் இருந்தன. (**குறவரும் மருளும் குன்றத்துப் படினே- 275**) இருப்பினும் அங்கு கானவர் என்ற மலைவாழ் மக்கள் தங்கள் விளைநிலங்களைக் காத்துக்கொண்டு இருந்தனர். (**காடு காத்து உறையும் கானவர் - 279**) அங்கு ஓர் அருவி இருக்கும். அதன்பின் பாதை மலையை விட்டு இறங்குகிறது. (**உரும் உரறு கருவிய பெருமலை பிற்பட - 357**) மலையிறக்கத்தில் செங்குத்தான பாறைகள் இருக்கும். (**இருங்கல் இகுப்பத்து இறுவரை - 367**). கீழே பார்த்தால் கண்கள் இருளடைந்து தலைசுற்றும் அளவுக்குச் சரிவான பள்ளத்தாக்கு அது. (**நின்று நோக்கினும் கண் வாள் வௌவும் - 369**) பாறைகளும் மிகுந்த வழி அது. அங்கே போரில் மறைந்த வீரர்களின் நடுகற்கள் இருந்தன. (**பெயரொடு நட்ட கல் - 389**) செல்கின்ற நாட்டின் பெயர் கல்லில் பொறிக்கப்பட்டிருக்கும். ஒருவேளை அது நன்னன் நாட்டின் எல்லைப்புறமாக இருக்கலாம். வெட்சிப்போரில் இறந்த வீரர்களின் நடுகற்கள் அவையாக இருக்கலாம். அங்கே பல பாதைகள் இருந்தன. (**சுரம் தவப்**

பலவே - 398) அங்கிருந்து வடக்கிலும் மேற்கிலும் வேறு நாடுகள் இருந்திருக்கலாம். நன்னனின் நாட்டுக்குச் செல்லும் பாதை அங்கிருந்து கிழக்குப்பக்கமாகச் செல்லும். மலையை விட்டு இறங்கும் வழியில் மாடு மேய்க்கும் கோவலர்களும் ஆடு மேய்க்கும் இடையர்களும் இருப்பர். மலையடிவாரத்தில் நல்ல வயல்கள் இருந்தன. வயல்களை அடுத்துச் சேயாறு இருந்தது. ஆற்றைக் கடக்காமல் கரையோரமாகவே சென்றால் நன்னன் ஊரை அடையலாம். **(யாணர் ஒரு கரைக் கொண்டனிர் கழிமின் - 477, நனிசேய்த்து அன்று அவன் பழ விறல் மூதூர் - 487).**

ஏலகிரி, ஜவ்வாது மலை, கல்வராயன் மலை, ஏற்காடு மலை ஆகிய பகுதிகள்தான் புலவர் குறிப்பிடும் பாதை செல்லும் வழிகள் எனத் தோன்றுகிறது. எனவே சேலம், கிருஷ்ணகிரி பகுதியிலிருந்து குறுக்கு வழியாக மலைகளில் ஏறி இறங்கி அவர் சென்றிருக்கக்கூடும். அண்மையில் செங்கம் ஊரைச் சேர்ந்த ஒருவர் தன் இரு நண்பர்களுடன் தனித்தனி ஜீப்களில் இந்த மலைப்பகுதிகளில் சுற்றிவந்த அனுபவத்தைத் தன் இணையதளத்தில் குறிப்பிட்டிருக்கிறார். இன்னும் அங்கு மலைவாழ் மக்கள் வாழும் குடியிருப்புகள் நிறைய இருப்பதாகத் தெரிவிக்கிறார். பட்டண நாகரிகம் இன்னும் அங்கு நுழையவில்லை என்றும் தானாக நகரும் ஒரு வாகனத்தை (automobile) அவர்கள் ஊரில் இப்போதுதான் நிறைய பேர் கண்டு வியந்துபோய் நின்றதாகவும் அவர் குறிப்பிடுகிறார். அவரைப் போன்ற மலைப்பயணக் குழுவினரும் பழும் வரலாறு படித்தோரும் தொல்துறையினரும் இலக்கிய ஆர்வலர்களும் சேர்ந்து நடைப் பயணங்களை மேற்கொண்டு இந்நூல்களில் கூறப்படும் பகுதிகளில் ஆய்ந்து வெளிக் கொணர்ந்தால் நம் இலக்கியங்களுக்கு மேலும் அவை மெருகூட்டுவதாக அமையும்.

இவ்வூருக்கு வடக்கிலும், மேற்கிலும், தெற்கிலும் குன்றுகள் (கரும் பச்சையாக இருப்பவை) காணப்படுவதைப் பார்க்கலாம். இதன் வடக்கே செய்யாறு பாய்ந்து கிழக்காகச் சென்று பாலாற்றோடு சேர்வதையும் மெல்லிய வளைந்த கோடாகப் பார்க்கலாம். வடக்கில் இருப்பவை ஜவ்வாது, ஏலகிரி மலைகள். தெற்கில் இருப்பவை கல்வராயன், ஏற்காடு மலைகள். செங்கம் ஊர் மஞ்சள் அம்புக்குறி இடப்பட்டுள்ளது. இதன் வடக்கில் ஓடுவது சேயாறு. ஆற்றின் மேற்கு - கிழக்கு பாதை மாறித் தென் வடலாக ஆறு இங்கே பாய்வதைக் காணலாம்.

செங்கம் - இருப்பிடம். மஞ்சள் அம்புக்குறி இடப்பட்டுள்ளது

செங்கம் - அண்மைத் தோற்றம்

மலைபடுகடாம் புலவர் சென்றிருக்கக்கூடிய பாதை

தமிழக ஆறுகள் - வரைபடம். செய்யாறு என்ற சேயாறு உள்கட்டம் இடப்பட்டுள்ளது. இது பாலாற்றுடன் இணைவதையும் காணலாம். சேயாறு தொடங்கும் இடத்தில் செங்கம் அமைந்துள்ளது.

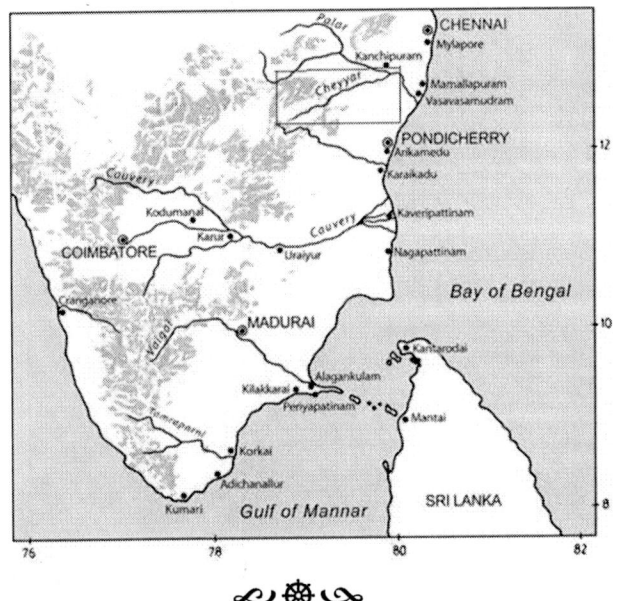

ஆசிரியரைப்பற்றி

முனைவர் ப. பாண்டியராஜா

M.Sc.,M.Phil (Maths).,M.A.(Tamil)., PG-DCA.,\Ph.D

மேனாள்:
தலைவர், கணிதத்துறை,
இயக்குநர், கணினித்துறை,
துணை முதல்வர்,
அமெரிக்கன் கல்லூரி, மதுரை, தமிழ்நாடு

ஆசிரியப்பணி - 37 ஆண்டுகள் அமெரிக்கன் கல்லூரியில் (1964-2001)

Ph.D Thesis:

A Statistical Analysis of Linguistic Features in Written Tamil -A diachronic and synchronic study of linguistics features starting from tolkAppiyam and up to modern times.

Degree awarded by the Tamil University, Thanjavur, 2001

பணிநிறைவுக்குப்பின், தமிழ் இலக்கிய ஆய்வு - குறிப்பாகச் சங்க இலக்கியங்களில்.

தொல்காப்பியம் உள்ளிட்ட பல இலக்கண நூல்கள், சங்க இலக்கியம், பதினெண்கீழ்க்கணக்கு நூல்கள், ஐம்பெருங்காப்பியங்கள், ஐஞ்சிறு காப்பியங்கள், கம்பராமாயணம், முத்தொள்ளாயிரம், பெருங்கதை, வில்லிபாரதம், பன்னிரு திருமுறைகள் உள்ளிட்ட பல பக்தி இலக்கியங்கள், இருபது சிற்றிலக்கியங்கள், பாரதி கவிதைகள், இருபத்தி ஒன்று நீதி நூல்கள், உள்ளிட்ட நூற்றுக்கும் மேலான தமிழ் இலக்கியங்களுக்குத் தொடரடைவுகள் (Concordance) உருவாக்கியிருக்கிறார். இவற்றை அனைவரும் எளிதில் பயன்படுத்திக்கொள்ளும் வகையில் அனைத்துத் தொடரடைவுகளையும் tamilconcordance.in என்ற தன் இணையதளத்தில் வெளியிட்டிருக்கிறார்.

சங்க இலக்கியங்கள் அனைத்துக்கும் அடி நேர் உரை எழுதியிருக்கிறார். அவற்றைத் தன் *sangacholai. in* என்ற இணையதளத்தில் வெளியிட்டிருக்கிறார். இதே தளத்தில் சங்கச் சொல்வளம், இன்றைக்கும் வாழும் சங்க வழக்காறுகள், குறுந்தொகை, அகநானூறு, புறநானூறு ஆகிய நூல்களினின்றும் தெரிந்தெடுக்கப்பட்ட பாடல்களுக்குக் கதை மூலம் விளக்கங்கள், சங்க இலக்கியம், தொல்காப்பியம் ஆகியவற்றில் பல ஆய்வுக்கட்டுரைகள் என்ற பகுதிகளும் உண்டு. அறுபது அகநானூற்றுப் பாடல்களுக்குப் பல படங்களுடன் விளக்க உரைகளும் இத்தளத்தில் உண்டு. என்னே தமிழின் இளமை, சங்கப்புலவர் பார்வையில் பறக்கும் பறவைகள் போன்ற கட்டுரைத் தொகுப்புகளும் இதில் உள்ளன. மொத்தத்தில் சங்க இலக்கியங்களைப் பல்வேறு கோணங்களில் பார்த்து அவற்றின் அருமையையும் அழகையும் ஆழத்தையும் உயர்வினையும் கற்றுக் களிக்க ஓர் அருமையான தளத்தை உருவாக்கியிருக்கிறார்.

இத்துடன் இதே தளத்தில் சங்க இலக்கிய அருஞ்சொற்களஞ்சியம் என்ற பகுதியும் முகப்பிலேயே கொடுக்கப்பட்டுள்ளது. இப்பகுதியில் சங்க நூல்களில் இருக்கும் 4366 அருஞ்சொற்களுக்கான பொருளும் விளக்கங்களும் சங்க இலக்கியத்தினின்றும் எடுத்துக்காட்டுகளும் தேவையான இடங்களில் விளக்கப்படங்களும் கொடுக்கப்பட்டுள்ளன.

நூலைப் பற்றிய குறிப்பு

". . . புதிய நோக்கம், புதிய பார்வை, புதுவரவு

"பேராசிரியர் பாண்டியராஜா இந்நூல்களின் வழி நம் ஒவ்வொருவரையும் சங்கப் பனுவல்களுடன் மிக நெருங்கிப் பழக வைத்துவிடுகிறார்.

"அச் சான்றோர்கள்(சங்கப் புலவர்கள்) தாம் சொல்லவந்த செய்திகளுடன் எந்த அளவு ஒன்றித் தோய்ந்து நன்கு அறிந்தும் உணர்ந்தும் உள்ளதை உள்ளபடி கூற முயன்றுள்ளனர் என்பதை இவரளவு இதுவரை எடுத்துக் காட்டியவர்கள் மிகச் சிலர் ஆவர் எனலாம்.

"சங்கப் புலவர்களைச் சொல்லோவியர்கள் எனலாம் என்ற இவரது மதிப்பீட்டிற்கு இந்நூலுள் தேர்ந்தெடுத்த சொல்லாட்சிகளுக்கு இவர் தந்துள்ள விளக்கம் தக்க சான்றாக அமைகின்றது.

"... இந்நூல் முழுவதும் ஒவ்வொரு சொல்லுக்கும் நேர்பொருள், நிழற்பொருளுடன் படம் போட்டுக் காட்சிப்படுத்திக் காட்டி விளக்கங்கள் தந்துள்ளார்.

"... சங்க இலக்கியச் சொல்லாட்சிகளை இவர் விளக்கும் திறம் இவரது பல்துறை அறிவைக் காட்டுகிறது.

"... சங்கப் புலவர்கள் பட்டறிவு வாயிலாக உவமை சொல்வதை வைத்து, அவர்களின் நுண்மாண் நுழைபுலத்தை இவர் விளக்கும்போது படிப்பவர்க்கு வியப்பும் திகைப்பும் மட்டுமன்றி, எல்லையற்ற இலக்கிய இன்பமும் வாய்க்கிறது".

. . . முனைவர். தமிழண்ணல்

" . . . தமிழணங்கிற்குச் சூட்டப்பெறும் செம்மொழி மாலை"

"ஆய்வின் ஒவ்வொரு வாக்கியமும் பொருட்செறிவு கொண்டது. விளக்கங்கள் படிப்போரை வியக்க வைக்கின்றன. ஆய்வுச் சிந்தனையாளர்க்குப் புதிய பாதையைக் காட்டுகின்றன"

"ஆராய்ச்சியும் புலமையும் நூலில் கைகோர்த்துக்கொண்டு நடம்புரிகின்றன"

"தமிழை அளக்க இந்நூல் ஒரு சரியான அளவுகோல்"

"சங்கச் சொல்லும் தொடரும் நூலில் புதுப்பொலிவு பெறுகின்றன"

"இவ்வாய்வு நூல் இனிவரும் நூல்களுக்கு முன்மாதிரியாக அமையும் என்பதில் ஐயமில்லை. இந்நூலைப் பற்றி வருங்காலத்தில் அறிஞர் பலரும் பேசுவர். புதிய பாதை போட்டிருக்கிறார் பேராசிரியர்"

．．．． முனைவர். தி. நா. பிரணதார்த்தி ஹரன்

ஓவியர் ஈஸ்வரராஜா குலராஜ் பற்றிய குறிப்பு

இந்த நூலின் அட்டைப்படத்தை அலங்கரிக்கும் ஓவியத்தை உருவாக்கியவர் இலங்கை மட்டக்களப்பு பகுதியில் வாழும் ஓவியர் ஈஸ்வரராஜா குலராஜ்.

ஓவியர் ஈஸ்வரராஜா குலராஜ் அவர்கள் ஒரு கலைக் குடும்பத்தில் பிறந்தவர். அவரது தாத்தா சிறந்த மண் சிற்பங்கள், தங்க நகைகள் போன்றவற்றை உருவாக்குவதில் வல்லவராகவும், தந்தை ஆலயங்களுக்குத் திரைச்சீலை ஓவியங்கள் வரையும் கலையிலும் சிறந்து விளங்கினர். ஈஸ்வரராஜா குலராஜ் அவர்களும் தனது பள்ளி, கல்லூரி கல்விக்குப் பிறகு அதே கலை ஈடுபாட்டுடன் சென்னை கலாஷேத்ராவில் ஓவியம் பயின்று ஓவியராக தனது கலை வாழ்க்கையைத் தொடங்கியவர். இந்தியாவிலிருந்த காலத்தில் கலம்காரி, மதுபானி, தஞ்சை ஓவிய முறைகளைக் கற்றுக் கொண்டார்.

ஓவியராகத் தனது பணியைத் தொடங்கி மட்டக்களப்பு நெசவு சங்கம், இலங்கை வீரகேசரி பத்திரிகை, தமிழகத்தில் மாலை முரசு, தேவி ஆகிய பத்திரிகைகளில் பணியாற்றியவர். ஈஸ்வரராஜா குலராஜ் 1998க்குப் பிறகு இலங்கை திரும்பிய பின்னர் போரில் பாதிக்கப்பட்ட சிறார்களுக்குக் கலைகளினூடாக ஆற்றுப்படுத்தும் நிறுவனமான மட்டக்களப்பில் வண்ணத்துப்பூச்சி சமாதான பூங்காவுடன், சிறப்புத் தேவையுடையவர்கள், சிறைக்கைதிகள், மனநலம் பாதிக்கப் பட்டோர் ஆகியோருக்குக் கலைகள் வழி மன ஆறுதல் ஆற்றுப்படுத்தல் போன்ற செயல்களில் ஈடுபட்டவர்.

விபுலானந்தா அழகியல் கற்கை நிறுவனம் மற்றும் கிழக்கு பல்கலைக்கழகம் ஆகிய கல்விக்கூடங்களில் பகுதிநேர வருகை தரு ஓவிய ஆசிரியராகவும் பணியாற்றிய பின்னர் தற்போது தனது 70 வயதுகளில் பத்திக் தொழிலில் ஈடுபட்டுள்ளார்.

தமிழ் மரபு அறக்கட்டளை வெளியீடுகள்

1. **Der Kural Des Thiruvalluvar**
   By Dr.Karl Graul
   (First edition 1856 reprinted - 2019)   Euro.25

2. **Thiruvalluvar's Prose**
   By August Fridrich Cammerer
   (First edition 1803 reprinted - 2019)   Euro 25

3. **திருவள்ளுவர் யார்?** *(2019)*
   கட்டுக்கதைகளைக் கட்டுடைக்கும் திருவள்ளுவர்
   கௌதம சன்னா   ரூ.200

4. **நாகர் நிலச்சுவடுகள்** *(2020)*
   (இலங்கை பயண அனுபவம்)
   மலர்விழி பாஸ்கரன்   ரூ.100

5. **அறியப்பட வேண்டிய தமிழகம்** *(2021)*
   தொ. பரமசிவன் நேர்காணலும் கட்டுரைகளும்
   தொகுப்பாசிரியர் - முனைவர்.க.சுபாஷிணி   ரூ.80

6. **கீழக்கரை வரலாறு** *(2021)*
   எஸ்.மஹ்மூது நெய்னா(இப்போது.காம் இணைபதிப்பு)ரூ.250

7. **சிதம்பரம் - ஊர் உருவாக்கமும் புவிசார் அமைப்பும்**
   ஜெ. ஆர்.சிவராமகிருஷ்ணன் *(2021)*   ரூ.100

8. **கொங்குநாட்டுக் கல்வெட்டுகள்**
   துரை சுந்தரம் *(2021)*   ரூ.160

9. **கொங்கு நாட்டுத் தொல்லியல் சின்னங்கள்**
   துரை சுந்தரம் *(2021)*   ரூ.140

10. **தொல்லியல் நோக்கில் தமிழ்நாட்டுக் கடவுளரும் வழிபாட்டு மரபுகளும்** *(2021)*
    கோ. சசிகலா   ரூ.160

11. **வரலாற்றில் பொய்கள்** *(2021)*
தேமொழி *ரூ.100*

12. **விளையாடிய தமிழ்ச்சமூகம் (2022)**
ஆ.பாப்பா *ரூ.300*

13. **கல்வெட்டில் தேவதாசி** *(2022)*
எஸ் சாந்தினிபி *ரூ.150*

14. **ராஜராஜனின் கொடை (2022)**
ஆனைமங்கலம் செப்பேடுகள், சோழப்பேரரசுக்கும் ஸ்ரீவிஜயப்பேரரசுக்குமான வணிகத் தொடர்புகள் - நாகப்பட்டின சூளாமணி விகாரை மற்றும் கடாரப் படையெடுப்பு.
க.சுபாஷிணி *ரூ.180*

15. **இலக்கிய மீளாய்வு (2023)**
தேமொழி *ரூ.100*

16. **கணிதவியல் (2023)**
முனைவர் ப.பாண்டியராஜா *ரூ.180*

17. **ராஜேந்திர சோழனின் ஒட்ர நாடு வெற்றி (2023)**
ஜெ.ஆர்.சிவராமகிருஷ்ணன் *ரூ.90*

18. **வரலாற்று ஆய்வில் களப்பணிகள் (2023)**
க.சுபாஷிணி *ரூ.120*

19. **தமிழகத்தில் பௌத்தம் (2023)**
முனைவர் தேமொழி *ரூ.120*

20. **நிலவியல் நோக்கில் கங்கைகொண்ட சோழபுரம் வரலாறு (2023)**
ஜெ.ஆர்.சிவராமகிருஷ்ணன் *ரூ.300*

21. **நீலக்கடல் முழுதும் கப்பல் விடுவோம் (2023)**
நரசய்யா *ரூ.150*

தமிழ் மரபு அறக்கட்டளை பதிப்பகம்

தமிழ் மரபு அறக்கட்டளை பன்னாட்டு அமைப்பு 2001ஆம் ஆண்டு தொடங்கப்பட்டது. தமிழ், தமிழர் மரபு, வரலாறு, பண்பாட்டுக்கூறுகள், மரபுசார் தரவுகளைப் பாதுகாத்தல் மற்றும் ஆவணப்படுத்துதலை முக்கிய நோக்கங்களாகக் கொண்டு இவ்வமைப்பு செயல்படுகின்றது. இவை மட்டுமின்றி வரலாற்றுப் பாதுகாப்பு குறித்த சமூக விழிப்புணர்வை ஏற்படுத்தும் செயல்பாடுகளையும் தொடர்ந்து முன்னெடுத்து வருகிறது.

தமிழ் மரபு அறக்கட்டளை தமிழ் கூறும் நல்லுலகிற்கு, குறிப்பாக ஆய்வு நிறுவனங்கள், கல்லூரிகள், பல்கலைக்கழகங்கள், பள்ளிக்கூடங்களில் பயில்வோருக்குத் தரமான ஆய்வு முறைமைகளைப் பயன்படுத்த ஊக்குவிக்கும் பல்வேறு செயல்பாடுகளை, பயிற்சிப்பட்டறைகளை, களப்பணிப் பயிற்சிகளைத் தொடர்ந்து செய்து வருகின்றது.

இச்செயற்பாடுகளின் ஓர் அங்கமாகத் தமிழ் மரபு அறக்கட்டளையின் பதிப்பகப்பிரிவு 2019ஆம் ஆண்டு தொடங்கப்பட்டது. வரலாறு, தமிழியல், பண்பாட்டியல், மானிடவியல், சமூகவியல், புலம்பெயர்வு ஆகிய துறைகளில் ஆய்வுசார் நூல்கள் இப்பதிப்பகத்தின் மூலம் வெளியிடப்படுகின்றன.

தமிழர் வரலாற்றுக்கு ஓர் அரணாக விளங்கும் தமிழ் மரபு அறக்கட்டளை பன்னாட்டு அமைப்பு உலகளாவிய அளவில் கிளைகள் கொண்டு இயங்குகின்றது. ஜெர்மனியைத் தலைமையகமாகக் கொண்டு இயங்கிவரும் இந்த ஆய்வு நிறுவனம் உலகளாவிய வகையில் தமிழர் வரலாற்றுப் பாதுகாப்பு நடவடிக்கைகளைச் செயல்படுத்தி வருகிறது.

தொடர்புக்கு:

E-MAIL: mythforg@gmail.com

Web: http://www.tamilheritage.org